परिशोध

डॉ. एस्. एल्. भैरप्पा

अनुवाद
उमा कुलकर्णी

मेहता पब्लिशिंग हाऊस

All rights reserved along with e-books & layout. No part of this publication may be reproduced, stored in a retrieval system or transmitted, in any form or by any means, without the prior written consent of the Publisher and the licence holder.
Please contact us at **Mehta Publishing House**, Pune 411030.
© +91 020-24476924 / 24460313
Email : production@mehtapublishinghouse.com
Website : www.mehtapublishinghouse.com

◆ *या पुस्तकातील लेखकाची मते, घटना, वर्णने ही त्या लेखकाची असून त्याच्याशी प्रकाशक सहमत असतीलच असे नाही.*

ANVESHAN by DR. S. L. BHYRAPPA

© Dr. S. L. Bhyrappa

Translated into Marathi Language by Uma Kulkarni

परिशोध / अनुवादित कादंबरी

अनुवाद : उमा वि. कुलकर्णी

Email : author@mehtapublishinghouse.com

मराठी अनुवादाचे व प्रकाशनाचे हक्क मेहता पब्लिशिंग हाऊस, पुणे.

प्रकाशक : सुनील अनिल मेहता, मेहता पब्लिशिंग हाऊस, १९४१, सदाशिव पेठ, पुणे ३०.

मुखपृष्ठ : सरदार जाधव

प्रकाशनकाल : मार्च, १९९५ / नोव्हेंबर, २०१५ / पुनर्मुद्रण : मार्च, २०१६

P Book ISBN 9788171614295
E Book ISBN 9788184988994
E Books available on : play.google.com/store/books
www.amazon.in

चार शब्द

डॉ. एस्. एल्. भैरप्पा यांच्या 'अन्वेषण' या मूळ कन्नड कादंबरीचा मराठी अनुवाद वाचकांच्या हाती देताना मला आनंद होत आहे.

मूळ कादंबरी १९७६ साली कन्नडमध्ये प्रसिद्ध झाली असून, आजवर तिच्या तीन-चार आवृत्यांचं कन्नड वाचकांनी स्वागत केलं आहे.

मूळ कादंबरीमध्ये लेखकानं विशिष्ट परिसरानुसार त्या त्या भागातली भाषा तिथल्या पात्रांच्या तोंडी दिली आहे. उदा. अरसीकेरेची भाषा, धारवाड-हुबळीकडील भाषा वगैरे.

या आधी मराठीत उपलब्ध असलेल्या भैरप्पांच्या 'गृहभंग' या कादंबरीमध्ये या कादंबरीतील कंठीजोईस, नंजम्मा, नरसम्मा वगैरे पहिल्या प्रकरणातील पात्रं भेटतील. पण म्हणून ही कादंबरी म्हणजे 'गृहभंग' चा उत्तरार्ध नाही, याचीही वाचकांनी नोंद घ्यावी.

ही पूर्णपणे स्वतंत्र आणि स्वयंपूर्ण कादंबरी आहे.

या अनुवादाच्या वेळीही श्री. विरुपाक्ष कुलकर्णी यांचे बहुमोल साहाय्य लाभले आहे. श्री. किणीकरांनीही अनुवाद वाचून काही सूचना केल्या आहेत.

'मेहता पब्लिशिंग हाऊस' च्या श्री. सुनीलभाईंच्या सहकार्यानं प्रसिद्ध झालेली ही भैरप्पांची कादंबरी मराठी वाचकांना आवडावी, ही अपेक्षा.

सौ. उमा वि. कुलकर्णी

डॉ. एस्. एल्. भैरप्पा यांची आम्ही अनुवादित व प्रकाशित केलेली इतर पुस्तके

पर्व
वंशवृक्ष
काठ
आवरण
मंद्र
तडा
तंतू
परिशोध
पारखा
सार्थ

एक

कंठीजोईसांच्या पाठीवर गळवासारखं एक दुखणं उठलं होतं. मणक्याच्या बाजूला दिसणारं गळू आतल्या बाजूलाही बरंच पसरलं असावं. आतल्या बाजूला चांगलंच ठसठसत होतं. मधूनच उठणारी जीवघेणी वेदना. मागं हात नेऊन कुरवाळलं, तर थोडं बरं वाटत होतं; पण तात्पुरतंच.

हे काही फक्त करट नाही. या आधी काय कमी करटं झालीत? एवढी यमयातना द्यायची ताकद करटात कुठून असायला? कण्याशेजारी असल्यामुळं एवढी वेदना उठत असेल काय?

त्यांनी दोन नारळांचा आपरस काढला आणि त्यात एरंडेल घालून शिजवलं. ते प्यायल्यावर सात-आठ वेळा पोट साफ झालं, पण वेदना तशीच राहिली. सूजही उतरली नाही.

आता, खरं तर, नाचणीचं पीठ शिजवून, त्या पोटिसाचा कढत गोळा तयार करून- पण पालथं झोपवून, चटका बसणार नाही, याची काळजी घेत, हलक्या हातानं कोण शेक देणार?

मशिदीच्या मागं, भुताच्या घरात राहणाऱ्या कंठीजोईसांचा शेजारीपाजारी राहणाऱ्या कुणाशीही सलोखा नव्हता. असलीच, तर त्यांच्याविषयी भीती होती. त्यामुळं बोलावलं, तर कुणी 'नाही' म्हणणार नाही, हे त्यांना ठाऊक होतं. पण... ते ताडकन उठले आणि नागलापूरला जायला निघाले.

नागलापूरला घरी गेल्यावर कल्लेशनं नाचणीच्या पिठाचं पोटीस शिजवून पाठीवरच्या गळवाला हलकेच शेक दिला. मग म्हणाला,

'डोळे पाहिलेत, कसे गुंजेसारखे झालेत, ते? थांबा, भरपूर पाण्यानं न्हाऊ घालतो...'

पण स्वयंपाकघरात त्यांची सून कमली मुद्दाम पुटपुटू लागली,

'कुठल्या जन्मीचा शनी मागं लागलाय्, कोण जाणे! लवकर उलथेना...'

कल्लेशनं चुलाणाजवळची लाकडाची फाळ उचलली.

हे दृश्य कंठीजोईसांच्या मनात सललं.

ही कसली बया – आणि हा कसला संसार!

कमरेला लंगोट लावून, सर्वांगाला एरंडेल चोपडून चुलाणापाशी बसलेले कंठीजोईस पाठीवरच्या वेदनेची फिकीर न करता चटकन उठून कल्लेशला आवरायला धावले, तरी त्यांना न जुमानता तो तिच्यावर धावून गेला,

'आज या रांडेला संपवूनच दुसरं काम करतो... तुम्ही बाहेर चला...'

रात्री ते पालथे झोपले, तेव्हा वेदना थोडी कमी वाटली. शेजारी कल्लेश झोपला होता. आत त्याच्या हातचा मार खाऊन मऊ झाली, तरी धुसफुसणारी त्याची बायको कमली.

ही नतद्रष्ट हडळ नेमकं आमचंच घर शोधून कशी शिरली? दुसरं लग्न लावून देतो, म्हटलं, तर आधी यानं होकार दिला आणि आयत्या वेळी शेपूट घातली!

कूस बदलून पाहिली, तर? स्स.. हा... उताणं झोपणं शक्य नाही. पण पालथं तरी किती दिवस झोपायचं? दहा? बारा? सोळा दिवस तर आजच झाले.

याला नंजम्मानं आपली मुलगी दिली असती, तर – नाव काय त्या मुलीचं? पुट्टी? अंहं. काय बरं नाव? पण भारी लाघवी मुलगी. नाव मात्र आठवत नाही. भावाचं घर राखायला तुझी मुलगी दे, म्हणून नंजाच्या दाराशी गेलो, तर नाही म्हणाली नंजा! मरूनही गेली, म्हणा, ती – हां –पार्वती तिचं नाव. ती कल्लेशची बायको झाली असती, तर आज आधी बोटानं हलकेच स्पर्श करून 'आजोबा, – फार दुखतंय्? -' म्हणत शेक देऊन पोटीस लावलं असतं. तिचा नवराही फार चांगला होता, म्हणे. नंजा म्हणायची, 'कशाला उगाच रानोमाळी भटकत राहता? इथं राहिलात, तर आठवड्यातून दोनदा कढत पाण्यानं छान न्हाऊ घालेन...' चेहरा नीट डोळ्यांपुढं येत नाही. नंजाच्या मुलीला लहान असताना तर मी फारसं पाहिलंच नाही. त्यानंतर कल्लेशसाठी विचारायला गेलो - नंजानं नाही म्हटलं - तिला थोबाडीत मारली आणि निघून आलो...

मागच्या गौडांच्या घरातला कोंबडा आरवला. पाठोपाठ दूर आणखी एका कोंबड्याचीही बांग ऐकू आली. दरवाजा उघडल्याचा कर्रर आवाज -

लंगड्या शिंग्रीच्या घरचा दरवाजा हा. त्यांच्या सगळ्यांत धाकट्या मुलाचं-परशाचं - लग्न झालं, की नाही? दुपारी चौकशी करायला पाहिजे. झालं नसेल, तर काळीनहल्लीच्या वेंकटेगौडाच्या मुलीसाठी सुचवता येईल. तीही वयात येऊन तीन वर्षं झाली, म्हणून सांगत होता तिचा बाप. शिवाय त्यांचं परस्परांशी काही तरी नातंही आहे...

थोडा वेळ झोप लागली. त्यानंतर जाग आली, त्या वेळी सूर्य तीन हात वर चढला होता. परसाकडे जाऊन येऊन, बाकी सगळं आवरलं, तरी कमली उठली नव्हती. स्वयंपाकघरातच पाट आणि चौरंग जोडून तोंडावरून पदर घेऊन पडलीय् ती. चुलीपाशी पडलेल्या उन्हाच्या कवडशांत फिरणाऱ्या माश्या आणि चिलटं

दिसत होती. कल्लेश शेतावर निघून गेला असावा. आता त्याची यायची वेळही झाली होती.

चुलाणापाशी पडलेल्या लाकडाच्या फाळीकडे त्यांचं लक्ष गेलं.

सूर्य डोक्यावर आला, तरी चुलीवर चिलटं फिरताहेत -

त्यांचे हात शिवशिवले - त्याच वेळी पाठीत कळ आली. भावनेच्या भरात ताठ झाल्यामुळं दुखण्यावर ताण पडला असावा.

जाऊ दे! नवऱ्यानं एवढी वर्षं ठोकून काढलं, तरी सुधारली नाही! मी कशाला हात उगारू उगाच? निर्लज्ज बेणं!

ते काही वेळ विहिरीच्या कट्ट्यावर बसले. पाठीला बाक देण्याचा प्रयत्न केला. नंतर आत जाऊन त्यांनी चंची आणली. त्यातली पान- सुपारी, कात-चुना काढून छोट्या खलबत्त्यात घालून कुटून बारीक केलं. तो गोळा तोंडात ठेवून त्यांनी तंबाखूची चिमूट तळहातावर घेतली. चोळलेली तंबाखू दाढेमागं दाबून काही वेळ स्वस्थ बसले. लाळ पाझरून तोंडातलं सारं भिजल्यावर ते ताडकन उठले, आपले कपडे एका पिशवीत कोंबले, गुरांच्या गोठ्यात उभ्या केलेल्या घोड्यावर खोगीर चढवून त्यावर स्वार झाले आणि तिथून बाहेर पडले.

घोड्याच्या टापांसरशी पाठीवरचं दुखणं आतून उसळत होतं. त्यांनी लगाम खेचून टाचेनं घोड्याला इशारा दिला आणि त्याचा वेग कमी केला. पण आजवर कधीही वाकून बसून, सावकाश घोडे-सवारी न केल्यामुळं वेदना कमी होण्याऐवजी जास्त झाली.

वेदनेनं विव्हळून 'अय्यो...' म्हणायचं असलं, तरी आई हवी किंवा पोटच्या मुलीची माया हवी. ही कुठल्या म्हसणाची धिंडका माझ्या लेकाच्या गळ्यात पडली!

टाच मारून पळवतो घोड्याला! घाबरत नाही.

त्यांनी पाठ ताठ करून लगाम सैल सोडला आणि टाच मारली. रस्त्याकडेची झाडं मागं टाकत ते उमदं जनावर वेगानं धावू लागलं. त्यांनी आणखी वेग वाढवला- आणखी - आतून उद्गार उमटला :

मी कंठीजोईस!

खुरांना नव्यानं नाल ठोकले होते. खुरांनी उडवलेल्या धुळीच्या ढगामध्ये आणि टापांच्या आवाजात ते चन्नरायपट्टणात शिरले. रस्त्यावर अधून-मधून रंगीत कागदांची तोरणं लावलेली दिसत होती. पांढऱ्या टोप्या घातलेली मुलं मिरवणुकीनं शाळेकडे चालली होती. पुढं बँडही होता. त्यांनी घोडा थांबवून शेजारच्या सायकलीच्या दुकानात चौकशी केली.

आज स्वातंत्र्यदिवस.

अरेच्चा! खरंच.. पंधरा ऑगस्ट -

ते मशिदीमागच्या आपल्या घरापाशी आले. खाली उतरून घोड्याला बांधून ठेवू लागले. एवढा वेळ न जाणवलेली वेदना पुन्हा जाणवू लागली. ते अंथरुणावर बसले. मणक्याशेजारी दूरवरचा बँडचा आवाज बरा वाटत होता.

पोलिसांचा बँडही असाच असतो काय?

पुन्हा तंबाखू चोळताना मनात आलं,

स्वातंत्र्य मिळून किती वर्षं झाली?

लगेच आठवलं - खाणं झालं नाही. त्यांनी चोळलेली तंबाखू एका पानावर काढून ठेवली. ते हॉटेलमध्ये पोहोचले, तेव्हा लाल माकडं - चलेजाव वगैरे गोंधळ - महात्मा गांधी की जय वगैरं - संध्याकाळच्या त्या प्रचंड सभा - ती शब्दबंबाळ, अगडबंब भाषणं...

खाणं संपवून ते घरी आले, तेव्हा तेरेकोरमनी गल्लीतला भास्कराचार्य त्यांची वाटच पाहत होता. गेल्या तीन वर्षांत तो मुळीच फिरकला नव्हता.

आता कशाला थोबाड दाखवेल? माझ्या करणीवर हा प्रतिकरणी करणार! चोर लेकाचा- पुढचे सहा दातही पडलेत याचे!

संपूर्ण शरीर वाकवत तो नम्रपणे म्हणाला,

'नमस्कार... नमस्कार...'

आत येऊन बिळदरेकडच्या गुज्जेस्वामींच्या घरावरील करणीविषयी बोलत असतानाच त्याचं लक्ष जाऊन त्यानं विचारलं,

'हे काय? पाठीला काय झालंय्? एवढे तळमळताय्... फार वेदना आहे का?'

त्याला वैद्यकशास्त्रही थोडं-फार येत असल्यामुळं तो उठून त्यांच्या पाठीपाशी आला आणि शर्ट वर करून पाहत म्हणाला,

'स्स! फार मोठी व्याधी दिसतेय्! अर्थात मोठ्या माणसांना मोठंच दुखणं येणार, म्हणा!'

त्यानं व्याधीची सविस्तर चौकशी केली आणि शेवटी तो उद्गारला,

'काय पाठ रसरसलीय्, म्हणून सांगू!'

कंठीजोईसांचा जीव भरून आला.

राजरोग हा! मोठ्यांनाच येणारा रोग! एकदा यानं पछाडलं, की मोडल्याशिवाय सोडणार नाही असा रोग - या कंठीजोईसाला त्यानं पछाडलं...

'एऽ! तुला काय समजतंय् यातलं? पाहिजे, तर गुज्जेस्वामीच्या घरातली करणी कशी उलटवायची, ते तुला सांगून देईन. पण घाबरवायचं तंत्र माझ्यापुढं चालणार नाही... सांगून ठेवतो!'

'आपण एका व्यवसायातले... आणि तुमच्यावर ते तंत्र चालणार आहे काय? मी काय आज पाहत नाही तुम्हांला! मी गावाकडून थोडं सामान घेऊन येईन इलाज

करायला. उद्या सकाळपर्यंत तुमचा घोडा घेऊन जाईन...'

एकंदरीत कंठीजोईसांच्या खर्चानं जेवण करून, त्यांचाच घोडा घेऊन तो गावाकडे गेला. तो निघून गेल्यावर कंठीजोईसांच्या मनात मृत्यूची सावली तरळून गेली.

भास्कराचार्याला वैद्यकशास्त्रातही गती आहे - तो कदाचित यातून सुटकाही करेल.

याच विचारात ते पालथे झोपले. वेदना पाठीच्या मध्यापासून लाटेप्रमाणे पसरत असताना दूरवर लाऊडस्पीकरचा आवाज आणि त्यातून काही भाषणाचे शब्द ऐकू येत होते. मघाशी उमटून लुप्त झालेला प्रश्न पुन्हा उमटला -

किती वर्षं झाली स्वातंत्र्य मिळून?

पाठोपाठ नातवाची - विश्वची आठवण.

बाजारच्या दिवसासारखी – अंहं - त्याहूनही किती तरी जास्त गर्दी .चांगली दहा-पंधरा हजार माणसं असतील! मीही त्यात बसून ऐकत होतो. सिंहाचा छावा! लाल माकडं- 'चले जाव'- व्वा! काय भाषण! अगदी माझ्या मुलीच्या पोटी साजेलसा मुलगा! स्वातंत्र्य मिळायच्या आधी पाच-सहा- अंहं- पाच वर्षं आधी त्यानं ते भाषण केलं होतं. फक्त एक नव्हे, मोजून नऊ भाषणं! वीस-फार तर एकवीस वय असेल. आता कुठं आहे, कोण जाणे! कुठं का असेना, अशा पुरुषसिंहाला गर्जना करत संचार करायला कुठलंही रान सारखंच!

रात्री पाठीची वेदना वाढली. पोटीस लावायचा विचार पुन्हा वर आला. पाठोपाठ अक्कम्माची आठवण.

ती असती, तरी तिनंही 'काय होतंय् तुला-' म्हणून विचारत चौकशी केली असती- आपलं म्हातारपण विसरून. वय झालं- गेली बिचारी. जगायला पाहिजे होती ती. प्लेगच्या साथीचा जोर असताना ती नंजाच्या घरी जाऊन राहिली होती. मग प्लेगनं तिलाही धरलं. खोटं. मीही होतोच नंजाच्या गावात. मला कुठं धरलं प्लेगनं?

सारखं पालथं झोपून छाती दुखतेय्.

ते ताडकन उठून मांडी घालून बसले, पाठ-मान ताठ केली आणि मनाचा झोत टॉर्चसारखा पाठीवरच्या दुखण्यावर सोडला.

मनात आणलं- :

मी कंठीजोईस!

सिंहासारखा छोकरा! पण आता कुठं असेल तो? माझं सगळं फिरणं चन्नरायपट्टण-जुनं नरसिपूर हासन-होरकलगूड याच परिसरात. फारसा म्हैसूरकडेही गेलो नाही. या आधी रामसंद्रला एकदा जाऊन यायला हवं होतं. तो जंगम- नाव काय त्याचं?

विश्वला त्यानं तिथंच ठेवलंय्, की आणखी कुठं घेऊन गेलाय्, कोण जाणे! गाव सोडताना तसे त्याला थोडे पैसे दिले होते. पण तेवढ्यावरच न थांबता नंतरही अधून-मधून विश्वची चौकशी करून चार पैसे देऊन यायला हवं होतं.

बाहेर जाऊन थुंकून ते पुन्हा येऊन बसले, तेव्हा मनातला 'मी कंठी...' चा जोर कमी झाला होता. पुन्हा वेदना. पालथं झोपल्यावर मुलीची- नंजाची आठवण. नाकात उशीचा कुबट वास भरत होता.

जळणाऱ्या चिमणीच्या उजेडात त्यांची नजर खोलीभर फिरली.

भिंतीवर लोंबणारी डझनभर नवी करकरीत पायताणं, गर्भारशीची हाडं, कवट्या, खांबापाशी ताइतांचा गुंता.

हा भास्कराचार्य सकाळपर्यंत आला नाही, तर त्याला रक्त ओकायला लावेन-सोडणार नाही! मी मेलो, तर या पंचक्रोशीतली सगळी गिऱ्हाइकं आपल्याला मिळतील, असं याला वाटतं, की काय? पण तसं नसेल. एकानं करणी केली, की उलटवायला दुसरा देवर्षी पाहिजेच ना! या क्षेत्रात किमान दोघं नसतील, तर कुणाचाच फायदा होणार नाही. हा आचार्य मूर्ख नाही. आपल्याला ठाऊक असलेलं औषध तो निश्चित देईल.

देहातील प्रत्येक नस सैल करून, त्यांनी दृष्टी आत वळवून अंधार केला. मशिदीत बांग ऐकू आली, तरी त्यांनी डोळे उघडले नाहीत. हळू हळू त्यांच्या आज्ञेप्रमाणे झोप आली.

भास्कराचार्यानं दिलेलं पाल्याचं वाटण गिळून, कुबट वासाचं तेलही पोटात ढकललं, थोडं पाठीवरच्या दुखण्यावर लावलं. त्यामुळं पाठीचा ठणका कमी झाला.

त्या रात्री लवकर झोप लागली. पण स्वप्नं!

स्वप्नात लेक नंजा पाठीवरच्या दुखण्याला हलक्या हातानं पोटिसाचा शेक देत कानात हलकेच, पण स्पष्टपणे म्हणत होती,

'तुम्ही एकटेच असे का राहता? माझ्याबरोबर का राहत नाही?'

'तुझं खरंय्, बाळ! जीव जाताना तोंडात पाणी घालायला कुणी तरी जवळ पाहिजे.'

तिला झोपेतच सांगत कूस बदलत असताना पुन्हा वेदना जाणवली. त्यामुळं कूस न बदलता पुन्हा पालथं झोपताना मनात आलं -

औषधानं नक्की गुण येईल. झोप मात्र गेली, ती गेलीच.

त्यांनी उठून, बाहेर येऊन वेळ पाहिली. रस्त्यावरच्या दिव्यांमुळं आकाशातले तारे नीट दिसत नाहीत. हिशेब करून 'तीन-साडेतीन वाजले असतील', अशी मनाशी खूणगाठ मारत ते पुन्हा जागेवर येऊन झोपले. पाठोपाठ नंजाच्या मुलाची - विश्वनाथची आठवण धावून आली आणि बघता-बघता संपूर्ण मनाला व्यापून राहिली.

सिंह! विश्वनाथ! असेल विशीचा. गालफडावरची आणि ओठांवरच्या भागावरची कोवळी लव - आमच्या भागाची वैशिष्ट्यं दाखवणारे ठसठशीत नाक-डोळे, दणकट बांधा- असाच असेल तो! लग्न वगैरे झालंय्, की नाही, कोण जाणे! नसेल, तर एक उत्तम सुलक्षणी मुलगी शोधून करायला पाहिजे- या हासनच्या कुत्रीसारखी डाव्या हातानं दिवा विझवायची बुद्धी असणारी नव्हे!

त्या वेळीही अक्कम्मा मलाच बोलली होती,

'नीट पाहिलं नाहीस, चार ठिकाणी चौकशी केली नाहीस आणि असलं ध्यान आपल्या कल्लेशाच्या गळ्यात बांधलंस! तू केलेलं कुठलं काम नीट केलंस, म्हणा! नंजूलाही त्या तसल्या नतद्रष्ट घरात लोटलीस!'

ते स्वत:ला ऐकू येईल, एवढ्या जोरात श्वासोच्छ्वास करत होते. अक्कम्माचा आरोप त्यांच्या कानांतच नव्हे, तर मस्तकातही भरून राहिला होता.

'मी हे सगळं मुद्दाम केलं काय?' असं म्हणून सुटका करून घ्यायचा प्रयत्न केला, तरी सुटका झाली नाही.

'मुकाट्यानं तोंड बंद कर-' म्हणून दमदाटी केली, तरी अक्कम्माचं तोंड बंद झालं नाही.

दमदाटीचा उपयोग मेलेल्यांवर कुठून होणार? आपणच गप्प बसायला पाहिजे. तिचं श्राद्ध तरी वेळच्या वेळी करायला पाहिजे होतं. वेळेवर अन्न-पाणी न मिळाल्यामुळं असा आरडा-ओरडा करतेय्, की काय, कोण जाणे!

पुन्हा झोप आली. स्वप्न वगैरे न पडता उत्साह देणारी झोप.

तालुका कचेरीच्या घड्याळात नऊ वाजले, तेव्हा त्यांना जाग आली.

ते सावकाश उठले. घोड्याचा चारा-पाणी बघणाऱ्या सत्ताराकडून पाठीला घोरपडीच्या चरबीचं औषध लावून घेत असतानाच तीव्रपणे वाटलं- आत्ता, या क्षणी विश्वला भेटायला पाहिजे. आता रामसंद्रला जायला पाहिजे. पण तो तिथं आहे, की नाही, कोण जाणे! काही का असेना, तिथं गेल्यानंतर तो कुंठ आहे, ते तरी समजेल.

विचार-निर्धार-कृती या कंठीजोईसांच्या दृष्टीत एकापाठोपाठ येणाऱ्या तीन अवस्था नव्हत्याच. खोगीर, पिशव्या आणि कंठीजोईसांना घेऊन घोडा आधी सावकाश आणि यानंतर वेगानं रामसंद्रच्या दिशेनं धावू लागला. कलाबुतीच्या काठाचं धोतर, पांढरा शर्ट, काळा कोट, डोक्यावर गुंडाळलेला तांबडा रुमाल, मधूनच ठणकणारी पाठ...

भर दुपारी दोनच्या सुमारास नंजाची सासू गंगम्मा आपल्या सुनेनं उभारलेल्या झोपडीत स्वयंपाक करण्यासाठी लाकडं जुळवत होती. वरचे तीन आणि खालचे चार दात सोडून तिच्या तोंडातले सगळे दात पडले होते. पाठ वाकली होती. एक-दोन दिवसांपूर्वीच क्षौर केलेल्या गुळगुळीत डोक्यावरून लाल अलवाणाचा पदर वरचेवर

घसरत होता.

ओसरीवर तंबाखू चघळत, थुंकत बसलेला चेन्निंगराय आपल्याच नादात होता. अर्धवट पिकलेले दाढीचे खुंट, डोक्यावर बरंच वाढलेलं टक्कल, मागच्या बाजूचे विस्कटलेले पांढरे केस.

आधी त्याला कंठीजोईसांची ओळखच पटली नाही. पटल्यावर मात्र तो भयभक्तीनं उठून उभा राहिला.

ते आल्याचं समजताच गंगम्माही बाहेर आली. घसरणारा अलवाणाचा पदर सावरत तिनं आपल्या नतद्रष्ट नशिबावर शिव्यांची लाखोली वाहिली आणि आपल्याला दूर ठेवणाच्या धाकट्या मुलाचा- अप्पण्णय्याचा- निर्वंश होऊ दे, म्हणून शाप दिला. निदान चेन्निंगरायची बायको, नंजी-जगायला पाहिजे होती, म्हणून तडतडली.

विश्व कुठं आहे, हे मात्र तिला ठाऊक नव्हतं. तिनं दिली, ती माहिती अशी :

'यापूर्वी सात-आठ वर्षांपूर्वी तो या गावात आला होता. तेही पौर्णिमेच्या रात्री-चांदण्यात- गावाच्या वेशीपाशी दुकान आहे, त्याची मालकीण- म्हातारी झाली, तरी हुंगेगिरी करणारी रांड- तरी गावचं कुत्रंही हुंगायला जात नाही, म्हणून बरं!- तिला भेटून, रात्री तिच्याकडेच झोपून, सकाळी निघून गेला. त्याला नेणारा जंगम-महादेवय्या सुद्धा उलथला, म्हणे. आता हा विश्व तरी कुठं उलथलाय् रांडेला ठाऊक! माझं करंटीचं कपाळ बघा- नातू निघून गेला, मुलगा जवळ करेना! अजून माझी भाकरी-भाजी मीच बघते. गोवऱ्या मसणात गेल्या, तरी या रांडेच्याला...'

सात-आठ वर्षांपूर्वी विश्व बारा वर्षांचा मुलगा! त्या वेळी तो नरसीबरोबर-त्यांच्या हिरड्या आवळल्या गेल्या.

कल्लेशाची कला यालाही एवढ्या लहान वयात अवगत झाली? लाथ हाणून हाडांची मोळी बांधायला पाहिजे... आणि त्या रांडेचं डोकं भादरून भर दुपारच्याला, नागव्यानं गाढवावर बसवून, धिंड काढायला पाहिजे गावभर!

'तो तिपटूरला असतानाही ही अधून-मधून त्याला पैसे देऊन यायची, म्हणे! सारखी नाचायची, माझा दत्तक लेक—दत्तक लेक, म्हणून! तिलाच ठाऊक असेल, तो कुठं गेला, ते. मला काय ठाऊक असणार रांड-मुंडेला?'

कंठीजोईसांचा पारा झर्रर्कन खाली उतरला. त्यांनी विचारलं,

'या गावात त्याचा ठाव-ठिकाणा सांगणारं कुणीच नाही?'

'नाही. आणि ती रांड तरी खरं सांगते, की उगाच मोठेपणा मिरवते, कोण जाणे!'

'मी तिच्या घरी जाऊन चौकशी करून येतो...' ते उठत म्हणाले.

'सैपाक शिजवून ठेवते... जेवायला या इथंच...' विहिणीनं आठवण करून दिली.

वेशीपाशी दुकानात बसलेल्या नरसीनं कंठीजोईसांना घोड्यावरून गावात जाताना पाहिलं होतं. आता तेच पायी येत होते - तिच्या दुकानाकडे.

ते जवळ येताच तिनं चौकशी केली,

'कुटल्या गावचं पाव्हणं म्हनायचं?'

बोलताना तिचा पुढचा दात पडल्याचं त्यांच्या लक्षात आलं.

स्थूल अंगलट, मध्येच उच्छ्‌वास सोडत दम खायची सवय. बोलताना पानाच्या पिंकेचे मधूनच उडणारे शिंतोडे.

'नागलापूरचे. शानभोग चेन्निंगरायची बायको – नंजम्मा - ती माझी मुलगी...'

'व्हय-व्हय! लई वर्सं झाली, न्हवं का बगून. तुमी लेकासाठी तिच्या लेकीचा हात मागाया आला व्हता, त्येच न्हवं का शेवटचं आला? तेरा-चौदा वर्सं झाली की त्याला, नंतर तुमी आला न्हाय हितं...' म्हणत तिनं त्यांना दुकानात आतल्या बाजूला बोलावून बसायला चटई दिली.

तिचं बोलणं ऐकताना त्यांच्या मनात अपमान-संताप-हरल्यासारखं होऊन ते गप्प बसले.

नंतर त्यांनी विचारलं,

'इस्वण्णा कुठं आहे? तुला विचारायला आलो...'

'कुटं हाय, शिवा जाणं! कुटं गेला- जीव धरून तरी हाय, का न्हाय- ठावं न्हाय, बगा.' निःश्वास टाकत त्यांच्या पुढ्यात पान-सुपारी- चुना सरकवत ती उद्‌गारली.

'इथं आला होता... झोपून गेला ना?'

'लई वर्सं झाली की त्याला! म्हादेवय्या तिपटूरला गेले, न्हवं का? त्या नंतरच्याच वर्सातली गोष्ट ती! माज्या या दुकानासाठी सामान आणाया मी तिपटूरला गेले व्हते. शनिवारच्या बाजाराचा दिवस. तिपटूरच्या कचेरीपाशी वडाचं झाड हाय, न्हवं? तिकडं मोकळी जागा हाय, बगा! तिथं एक गारुडी नागसापाला खेळवत व्हता. मी बी बगत ऱ्हायले तिकडं. ही गर्दी जमली व्हती, बगा! बाजाराचा दिवस म्हटल्यावर काय! एक साप हा येवडा जाड - माज्या दंडायेवडा जाड व्हता, बगा! टोपलीचं झाकण काडलं की फुस्स म्हणत येवडा फणा काडून उबा ऱ्हायला! दोन डोळे-लखलख करत व्हते काचेच्या मण्यांगत! लांब लांब हे एवढाले दात! पुंगी वाजवत-वाजवत तो माणूस सापाभोवती फिराया लागला. तो फिराया लागला, तसा साप बी फिराया लागला!... मध्ये हं म्हना की! नुस्तं आसं माज्याकडं बगत बसला, तर कसं सांगू मी?'

ते हं म्हणाले. पण डोळ्यांच्या पापण्या हलल्या नाहीत.

'काय सांगत व्हते मी? ... हं... आता आठवलं, तरी पाय थरथर कापतात,

बगा! नंतर 'ये नागोबा, शंकरासारखा माज्या गळ्याभोवती गुंडाळून बस' म्हणत त्या मानसानं नागाला उचललं आन् गळ्याभोवती गुंडाळून तो उभा राहिला. हितं हा शंकराचा पट हाय, न्हवं? त्यातल्या शंकरागत... हं म्हना. मग लोकांनी टाळ्या मारल्या... टाळ्या मारल्या- तेव्हा ईस्वण्णा तिथं आला- व्हय- आदी मी बी वळखलं न्हाय. पन नंतर ओळख पटली. अर्धी चड्डी, शर्ट-ईस्वण्णा त्या मानसाला म्हणाला... या सापाला दात न्हाय-विष न्हाय. एवड्या मानसांत असं म्हटल्यावर तो बरा सोडंल? ते ईस्वण्णाला म्हणाला, 'तू खरा मरदाचा पोर असशील, तर हा साप घाल गळ्यात!' ईस्वण्णा माज्या अगदी जवळ होता, घ्या! तो आला साप घेऊन. हा काय घाबरणारा गडी हाय? हा न्हाय घाबरला, त्यानं याच्या गळ्यात साप घातला. यानं डोळे मिटले. लहान लेकरू! भीती वाटल्याशिवाय ऱ्हाईल काय? पण नंतर डोळे उघडून सापाकडे बघायला लागला. फणा मिटून नाग याच्या शर्टावरून वास बगत फुरफुरत सरकायला लागला. हा घाबरंल म्हन्ता? नाव नको! शेवटी त्यानंच नाग काढून घेतला-'

पाठीचं दुखणं गोठलं जाऊन बधिर झालं होतं. पापण्यांची हालचाल तर थांबलीच होती. 'मग', 'हं' म्हणायचं भानही त्यांना राहिलं नव्हतं.

'मी त्याच्यापाशी जाऊन 'ईस्वण्णा...' म्हटलं. नुस्ता टकामका बगत म्हटलं, 'अरं मी, नरसम्मा, गावाच्या दुकानातली नरसम्मा! किती दिवस झालं, रे, तुला बगून!' त्याचा खांदा धरून घेऊन गेले. 'ओळख पटली न्हवं?', म्हणून इचारलं, तर 'पटली... काय बोलायचं, ते सुचेना,' म्हणाला मीच त्याला एका हाटेलात घेऊन गेले- खारा, शेव, म्हैसूरपाक खाऊ घातला आणि इचारलं, 'गावाकडं कदी येतोस, बाबा?' तर लेकरू इचारतंय् 'आमची आई हाय?' मी म्हटलं, 'अरं, असं काय करतोस? ते सगळे मरून गेले, न्हवं, काय? तर म्हन्ला, 'खरंच मेली ती?' त्यानं घरही दावलं मला. तळ्याकडचं शंकराचं देऊळ हाय न्हवं? तिकडंच रामाच्या देवळापाशी- मागच्या बाजूला उतरत्या छपराचं घर. तिथं गेले, तर महादेवय्या भजन करत बसले होते. मला बगितल्यावर माज्यासंगं बी बोलत बसले.'

भगवं धोतर, भगवं अंगातलं, कान झाकतील, असा डोक्याला गुंडाळलेला भगवा रुमाल. वय झाल्यामुळं वाकलेली पाठ. तरीही जाणवणारा पाठीचा भव्यपणा.

कंठीजोईसांच्या मनात महादेवय्यांची आकृती उभी राहिली.

चार घरी भीक मागून ते विश्वला शाळेत पाठवत होते, म्हणून नरसम्मा सांगत होती. नंजूही खूप सांगायची त्यांच्याविषयी.

त्यांनी विचारलं,

'आता कुठं आहेत हे महादेवय्या?'

'गेले की ते. वारले. आता सांगितलं, न्हवं? त्या नंतर एक-दीड वर्षानं गेले...'

'मग याचं काय झालं?'

'ते नंतर सांगते. आदी त्या दिवशीचं सांगते... ते घर माज्या सामानाच्या दुकानाजवळच व्हतं. नंतर पुन्हा येते, म्हणून सांगून मी गाडी जुंपून गावाकडे यायला लागले. पुनव जवळ आली व्हती. लख्ख चांदणं पडलं व्हतं. लिंगापूरचा चेन्निंगप्पा गाडी हाकत व्हता. गाडीला सवारी बी बांदली न्हवती. रस्त्यानं आणखी गाड्या बी चालल्या व्हत्या. चेन्निंगपा पेंगत व्हता. मला मात्र झोप न्हवती. काय पांढरंफेक चांदणं व्हतं, म्हणून सांगू! सारखा ईस्वण्णाच डोळ्यांपुढं येत व्हता. काय छाती लेकराची! आई गेली, तर विश्वास बी ठेवला न्हाय यानं! असलं लेकरू शिवानं माज्या वटीत टाकलं आस्तं, तर ओठ उघडून, तूप पाजून सांबाळलं आस्तं मी!'

'हं... मग?' कंठीजोईसांनी पुढं विचारलं.

'बिडे देवाच्या देवळापाशी बैलांना चारा-वैरण दाबून आमी पुना गाडी हाकली. चांदणंच चांदणं! त्यात समोरच शिवलिंगागत दिसणारं टेकाड. त्यावरचं नागाच्या फड्यागत दिसणारं पिंपळाचं झाड. घराफुडं गाडी आली. चेन्निप्पानं सामान उतरवून ठिवलं. दम खाऊन, पानी पिऊन तो गाडी जुंपून निगून गेला. मी बी झोपायच्या आदी भायेर जाऊन यावं, म्हणून भायेर गेले, तर औदुंबरापाशी उंचावर शाळा हाय, न्हवं? तिकडून एक मुलगा येत व्हता. चड्डी-शर्ट दिसल्यावर मी वळकलंच ईस्वण्णाला! तिकडून येऊन असाच फुडं चालला व्हता, तवा मी 'ईस्वण्णा' म्हणून हाक मारली. तो थांबला. जवळ जाऊन बगितलं, तर तो ईस्वण्णाच व्हता. मी विचारलं, 'आता का, रं, आलास?' तो 'उगाच' म्हणाला. म्हटलं, 'कुठं निगालास?' तर 'तिपटूरला' म्हणला. 'कसा जाणार?' तर 'चालत.' 'का आलास?' तर 'उगाच'. आता तुमीच सांगा, रातच्या पारी उगाच कोन कशापायी सोळा मैल चालंल? आन् कशाला पुन्ना पायी निगाला हा? बगितलं, तर तो कोपरापर्यंतचा हात कराकरा खाजवत व्हता. म्हटलं, 'काय झालं, रं?' तर म्हन्ला, 'काय तरी वाळवी चावायला लागली' वाळवी कशापायी उगाच हाताला चावायला येईल? त्याला जवळ घेऊन म्हटलं, 'काय झालं? खरं सांग... माजी आण हाय बग...' मग मात्र लेकरू रडायला लागलं! माजं पोलकं भिजून गेलं बगा!'

बोलता बोलता नरसम्माचे डोळे भरून आले. डोळ्यांना पदर लावताना आलेला हुंदकाही तिनं आवरला नाही.

'कदी बी लेकरं पोरकी होऊ नयेत, बगा...' म्हणत असताना गिऱ्हाईक आलं.

ती उठून, सामान देऊन, हिशेब करायला गेली.

कंठीजोईसांच्या मनात गळ्याभोवती वेटोळं घातलेल्या सापाचं चित्र भरून राहिलं होतं.

सापावर खिळलेली बारा वर्षं वयाची दृष्टी! त्यानं डोळे का मिटले असतील? सुरुवातीला काही क्षण वाटलेल्या भीतीमुळं?

परिशोध । ११

गिऱ्हाइकाशी व्यवहार संपवून, त्याला हवी असलेली वस्तू बांधून देऊन, आत आलेली नरसम्मा पुढं सांगू लागली,

'त्याचा हात धरून त्याला मी हितं घिऊन आले. त्याला बळंच झोपवून त्याच्या केसांवरून हात फिरवत विचारलं,-का आला व्हतास? त्या दिवशी दुपारला मी भेटले, गावाविषयी बोलले, म्हटल्यावर त्याला आईची आठवण झाली, म्हणे. दिवेलागणीला तिथून निघून मध्यरात्रीला हितं येऊन पोहोचला तो. आदी तो आई असताना ऱ्हात व्हते, त्या घरापाशी गेला. आता तिथं कुरबर- हळ्ळी मुद्दप्पा ऱ्हातोय, न्हवं का! दोन-तीन वेळा अम्मा- अम्मा म्हणून हाका मारल्या, तर आतून कुणी तरी 'कोन हाय, रं...' म्हणून हटकलं म्हणं. मग गावाबाहेर आला. ती समोरची शाळा दिसल्यावर काय तरी आटवलं. त्याच्या मागं मोठं नागाचं वारूळ होतं, त्याला घाबरूनच त्याच्या आईनं त्याला मामाकडं नागलापूरला धाडलं व्हतं. त्याला वाटलं, 'मी हितं असतो, तर आईला मरू दिली नसती- आता जगून काय करायचं?' शाळेमागच्या वारुळाची तेव्हाच नंजम्मानं वाट लावली होती. हा तसाच मागच्या बांधाशी असलेल्या वारुळाकडं गेला आन् त्यात कोपरापर्यंत हात घालून साप चावायाची वाट बगत बसला. 'ये... मला चाव! माज्या आईकडं घिऊन चल...' म्हणत सापाची वाट बगितली, तर साप आलाच न्हाय. नंतर याच्या मनात आलं, साप चावून मेलं, तर लई वाईट! भूत व्हत्यात, म्हनं! नंतर आई बी 'शिवू नगं मला' म्हणाली, तर काय करायचं? म्हणून हा पुना तिपटूरला जायला निगाला, तवाच मी दिसले, म्हनं...'

एवढ्यात कुणी गिऱ्हाईक आल्याचं तिच्या लक्षात आलं. त्याचं संपता संपता आणखी दोन गिऱ्हाइकं आली. नंतर पुन्हा दोन-तीन.

सगळी गिऱ्हाइकं संपता संपता चेन्निंगराय आला आणि म्हणाला,

'सैपाक झालाय्. आईनं बोलावलंय्, ए... एवढीशी तंबाखू दे की...' शेवटची मागणी नरसम्माकडे होती.

'म्हन्जी अजून जेवला न्हाय, व्हय? आन् मी बी तशीच बसलेय् की! दोन केळी तरी दिली आस्ती. जा... जेवून या, नंतर सांगते...' नरसम्मा म्हणाली.

कंठीजोईस उठून चालू लागले. एवढा वेळ न जाणवलेली पाठदुखी पुन्हा ठसठसू लागली.

तंबाखूची भेट घेऊन चेन्निंगरायही त्यांच्या पाठोपाठ निघाला.

या दुखण्याला पायाच्या जागीच ठेवायला पाहिजे- लाड करता कामा नये, असं स्वत:लाच बजावत ते पाठ ताठ ठेवूनच चालत राहिले.

घरी पोहोचले, तेव्हा पानं वाढून तयार होती. चित्राहुती ठेवल्यावर भातामध्ये केलेल्या खड्ड्यात गंगम्मानं वाल-वांग्याची भरपूर आमटी ओतली. नाचणीच्या उकडीचा

गरम-गरम उंडा गिळताना कंठीजोईसांच्या घशात थोडं दुखल्यासारखं झालं.

थंडी? पण आता कसली थंडी म्हणायची? पाठीच्या दुखण्यासारखंच दिसतंय् हे.

विहीणबाईनं औपचारिकपणे सुचवलं,

'उकड गिळायला त्रास होत असेल, तर बाजूला ठेवा. भातच घ्या घासभर...'

पण तरीही त्यांनी उकड टाकली नाही. सतत हॉटेलमध्ये जेवणाऱ्या कंठीजोईसांच्या दृष्टीनं उकड ही कौतुकाची वस्तू होती!

'काय म्हणत होती रांड? कुठं आहे, म्हणे, तो?'

विहिणीनं चौकशी केली, तरी कंठीजोईस काहीच बोलले नाहीत.

जेवल्यानंतर हात धुऊन त्यांनी जावयाला सांगितलं,

'मी तिकडं जाऊन येतो. घोड्याला हिरवी पानं किंवा गवत दे. दोन शेर नाचणीचं पीठ कालवून घालायला पाहिजे याला...' आणि ते वेशीपाशी नरसम्माच्या दुकानाकडे जायला निघाले.

म्हातारी बडबडली,

'आधी याचं कार्टं तिच्या कुशीत पडत होतं- आता थेरडा निघालाय्! एवढा वेळ तिकडं लाळ घोटली- आता हादडल्यावर पुन्हा पान-सुपारी खाऊन निघाला तिच्या घोंगडीत शिरायला! आणि तू त्याच्या घोड्याचा खरारा कर... चारा-पाणी दे...'

आईच्या बोलण्याकडे दुर्लक्ष करून चेन्निंगरायानं जेवणाच्या पुढच्या हप्त्याकडे लक्ष द्यायला सुरुवात केली.

त्यांना पाहताच नरसम्मानं मनापासून त्यांचं स्वागत केलं,

'जेवण झालं? या - या... पानसुपारी घ्या...'

'त्यानंतर तो तिपटूरला गेला?'

'दुपारला तो झोपून उठल्यावर मी त्याला उप्पीट करून खाऊ घातलं, बससाठी पैसे दिले आन् दिलं पाठवून.'

'त्यानंतर तुला ते भेटला नाही?'

'मी दुकानाचं सामान आणायला जायची, तवा भेटायचा! की, मग मीबी त्याला हाटेलात नेऊन खाऊ-पिऊ घालायची. म्हादेवय्या गेल्यावर त्याला घर बी सोडावं लागलं. हे लेकरू कुठून भाड्याचं पैसं आणणार? तळ्याकाठी शंकाराच्या देवळामागचा मंडप हाय, न्हवं? तिथं ऱ्हात व्हंता तो वारानं जेवून. एकदा जत्रंत भेटला. घरी बी येऊन गेला. बोलताबोलता तो कराकरा डोकं खाजवायला लागला. आधी हळूहळू... नंतर जोराजोरानं! 'का, रं? उवा झाल्यात व्हय?' म्हणत जवळ जाऊन मांडीवर डोकं घेऊन बगितलं, तर काय सांगू! उवा- लिखांनी डोकं भरलं होतं नुस्तं! मारून मारून किती मारणार? तशीच त्याला तळ्याकाठी घेऊन गेले, एका न्हाव्याला बोलावलं,

चार आणे दिले आन् टीचभर केस ठेवून सगळ्या केसांवर मशीन चालवाया सांगितली. नंतर बारीक दातांची तुमकूर-फणी आणली, एका ओसरीत सावलीला दगडावर बसून त्याचं डोकं फणीनं विंचरून काढलं. काय सांगायचं! काळ्या तिळांची रास पडावी, तसा उवांचा ढीग पडला होता! पडून तरी बिचाऱ्या तिथंच ऱ्हात्यात व्हय? माझ्या लुगड्यावर फिरायला लागल्या त्या. त्याचं तर कपाळ चावून चावून लाल केलं. शेवटी एका ठिकाणी विचारून औषध आणून लावलं. आई असती, तर वेळच्या वेळी डोक्याला तेल-पाणी मिळालं असतं आन् अशा उवा-लिखा झाल्या नसत्या.'

'अंगानं कसा होता? पोटाला नाही म्हटल्यावर सुकला असेल.'

'म्हादेवय्या असेपर्यंत त्याला वेळच्या वेळी भात-उकड मिळत होती. त्यानंतर थोडा हडकला होता तो. पण मी त्याचं डोकं स्वच्छ करून दिलं, म्हणून सांगितलं, न्हवं? तवा बगितलं. त्याची एकेक मांडी हे येवडी- केळ्याच्या गाभ्यागत भरलेली! तेरा-चौदाचं वय- कणसात पाणी भरायचंच वय ह्ये, न्हवं का? म्हटलं, कुटल्या वंगाळ बयेची नजर गेली, तर सुकाया वेळ लागणार नाही! मी त्याच दिवशी दोन-दोन रुपये देऊन दोन चांगल्या लुंग्या आणून त्याला गुंडाळायला दिल्या. लुंगी गुंडाळल्यावर लेकरू काय दिसलं, म्हणून सांगू!'

पुढं आणखी काय सांगावं, हे तिला समजेना. तिलाही जास्तीचा तपशील ठाऊक नव्हता. यानंतर त्यांनी जास्तीच काही विचारलं, तर आपल्याला समजेल, तसं उत्तर द्यायचं, एवढाच तिचा उत्साह होता. पण कंठीजोईसांनाही पुढं काय विचारावं, ते सुचेना. त्यांचं मन एक प्रकारे बधिर झालं होतं.

तिनं उठून शंकराच्या पटापुढं उदबत्ती लावली. ते दृश्यही त्यांना स्वप्नात पाहिल्यासारखं भासलं.

रॉकेल, काड्यापेटी नेणारी काही गिऱ्हाइकं येऊन गेली.

थिजलेल्या तेलात घेरल्यासारखी त्यांच्या मनाची अवस्था झाली होती. अवाक्षर न बोलता ते उठले आणि तळ्याकाठी जाऊन बसले.

कुठं-कुठं चांदण्या दिसत होत्या.

काही वेळानं उठून ते विहिणीच्या घराकडे चालू लागले. एव्हाना चेन्निंगरायानं घोड्याला दाणा-पाणी केलं होते. विहिणीला आपण जेवणार नसल्याचं सांगून त्यांनी ओसरीत चटई अंथरली आणि पिशवीतून एक शाल काढून ती पांघरून ते झोपी गेले.

भोवतालचा दाट अंधार-पाठीतला ठणका- त्याचबरोबर थुंकी गिळतानाही गळ्यात जाणवणारी वेदना-गळ्यात साप अडकवलेल्या शंकराचा पट-बिळात घातलेला कोपऱ्यापर्यंत हात-लुगड्यावर हजारोंच्या संख्येनं फिरणाऱ्या उवा-त्यांना झोप आली नाही. पण पूर्ण जागही नव्हती. एक प्रकारची मेणचट स्थिती मनाला व्यापून राहिली होती.

यानंतर पालथं झोपणं हेच हयातभरचं माझं नशीब, की काय, कोण जाणे! अडखळून खाली पडल्यावर उठता येऊ नये, अशी ही स्थिती.

कोंबड्यानं बांग देताच- अंहं- त्या आधीच ते उठून तळ्याच्या पलीकडे गेले. अंधारात प्रत्येक पाऊल जपून टाकावं लागत होतं. चांदणं फिकं असल्यामुळं चार हातांपलीकडचं काहीही स्पष्ट दिसत नव्हतं. दात घासून जीभ घासताना घशातलं दुखणं विनम्रपणे मागं सरल्याचं जाणवलं. काही वेळातच तळ्याकाठच्या झाडांवरचे कावळे कर्कशपणे ओरडू लागले. प्रातर्विधीसाठी आलेली गावची मंडळी त्यांना 'कुठल्या गावाचे पाव्हणे म्हणायचे? कुणाकडं आला?' वगैरे विचारू लागले.

ते पुन्हा विहिणीच्या घरी गेले. अजून घरातलं कुणी उठलं नव्हतं. धोतराची घडी झटकून ठेवत असताना गंगम्मानं दार उघडलं. तिला आपण निघत असल्याचं सांगून शाल आणि कपडे पिशवीत भरले, पिशवी-खोगीर घोड्यावर चढवून घोड्याला लगाम कसला आणि त्यावर स्वार होऊन ते निघाले.

ते वेशीपाशी दुकानाजवळ आले, तेव्हा नरसम्मा अंगण सारवून रांगोळी काढत होती. तिला त्यांनी सांगितलं,

'हे बघ, आता मी तिपटूरला निघालो. तिथं विश्वनाथाविषयी कोण सांगेल मला?'

'हट्ट हाय व्हय त्याला शोधायचा?'

आधीच बधिर झालेली त्यांची बुद्धी आणखी गोंधळून गेली. तरीही ते म्हणाले,

'चौकशी केली, तर पुढं जाऊन त्याला शोधता येईल.'

'या आधी आत, या... बसा...' तिनं त्यांना आत बोलावलं.

आदल्या दिवशी अंथरलेल्या चटईवर ते बसले. रांगोळी काढून पूर्ण झाल्यावर तीही आत आली आणि म्हणाली,

'रामाच्या देवळाच्या रस्त्यावर बशेटय्या म्हणून एक जण राहतात. शिवम्मा त्यांची बायको. सरबण्णा त्यांचा लेक. त्यो असंल ईस्वण्णाएवडा. बशेटय्या शेट्टीहळ्ळींच्या खोबऱ्याच्या दुकानात हिशेब लिवायचं काम करत्यात. ईस्वण्णा तिपटूरहून अरसीकेरेला गेला, म्हनं. अरसीकेरेचं सगळं बशेटय्या सांगतात. जावा तुमी! लगेच जाणार?'

'हं. उन्हं चढायच्या आधी...'

'घोड्यावरूनच जानार? आन् असंच रिकाम्या पोटी- मी उप्पीट केल, तर खाणार काय? नाय तर चार केळी तरी देते...'

इतर जातीच्या स्त्रियांच्या हातचं खाऊ नये, असं कुठलंही बंधन कंठीजोईस पाळत नव्हते. उप्पिटाचा विचार त्यांना आवडला. त्यांनी सांगितलं,

'बरं, कर काही तरी खायला. पण थोडं नरम कर. का, कोण जाणे, घसा दुखायला लागलाय्! तेवढ्या वेळात मीही तळ्यावर जाऊन अंघोळ करून येतो.'

'आमच्या गावच्या पाण्यानं घसा दुखला?' तिनं विचारलं.

कंठीजोईस तळ्यावर जाऊन अंघोळ करून आले. काल औषध घ्यायचं राहून गेलं होतं. ते आठवून त्यांनी औषध घेतलं. पाठीला लावायचा प्रयत्न करत असताना नरसम्माचं तिकडं लक्ष गेलं.

कुबट वासाचं औषध पाठीवर लावून देत असताना तिनं 'ह्ये काय झालं?' म्हणून चौकशी केली. औषध लावून झाल्यावर बोट नाकापाशी नेऊन त्या वासानं तिन 'वॅक्' म्हणून ओकारीही काढली!

गरम उप्पीट खाताना तिनं विचारलं,

'ईस्वण्णा भेटला, तर त्याला हिकडं मला भेटायला सांगता?'

'हं...' उप्पिटाचा घास गिळत ते उत्तरले. छोटा घास गिळताना त्यांना त्रास होत नव्हता.

त्यांच्या पुढ्यातल्या पळसाच्या पानावरचं उप्पीट निम्मं संपल्यावर तिनं विचारलं,

'तुमाला एक सांगते... आण घ्या, आणखी कुणाला सांगणार न्हाय, म्हणून!'

'हं...'

'माज्या या दुकानाला किती गिऱ्हाईक हाय, त्ये तुमी बी बघितलंय्. आणखी पंदरा हजारावर रुपये गावात हिकडं-तिकडं व्याजानं दिलेत. ह्ये माज्या अंगावर का न्हाय तरी शेरभर सोनं हाय. ईस्वण्णाला हिकडं येऊ द्या. दुकान त्याच्या नावानं करून देते आन् सोनं-पैसं बी माज्या माघारी त्यालाच मिळू दे, म्हनून कागद करून ठेवते!' त्यांच्या चेहऱ्याकडे पाहत ती म्हणाली.

कंठीजोईस काही बोलले नाहीत.

'शिवानं माज्या वटीत कसलं बी एक पोर न्हाय दिलं, बगा! लई लोकांच्या वहिवाटीवर बी कुठून रुजणार, म्हणा! दत्तक घेणार म्हटलं, तर पैशापायी कोण बी पोर दील. पण त्ये काय तरी म्हन्तात की, 'धोतऱ्याचं फूल फूल न्हवं आन् दत्तक मूल मूल न्हवं.' तुमाला सांगते, ईस्वण्णा येवडं लहान लेकरू असल्यापासून बगते. बगितलं, की मन कसं मायेनं भरून जातंय् म्हणून सांगू! तवाच म्हादेवय्यांना मी सांगितलं व्हतं-त्यांच्या घरातून त्याला हिकडं माज्याकडं आणून द्या, म्हनून. पन म्हादेवय्या 'हं' बी म्हटले न्हाय आन् 'न्हाय' बी म्हटले न्हाय. मला दिलं असतं, तर गावातलं आजी, बाप गप बसले असते, म्हन्ता? काय का असंना-ईस्वण्णा हितं गावात येऊन बिडी वडत दुकानात बसून ऱ्हायला आन् बापाच्या जातीतल्या एका पोरीशी लगीन करून ऱ्हायला, की झालं! तिच्या पोटी होणाऱ्या ईस्वण्णाच्या पोरांची ढुंगणं धुवत सुखात ऱ्हाईन मी...'

उप्पीट खाऊन, कॉफी पिऊन, कंठीजोईस निघाले, तेव्हा ती पुन्हा म्हणाली,

'कर्जाच्या पैशाचं सांगू नका कुणाला...'

तिपटूर सोळा मैल. कंठीजोईसांनी घोड्याचा वेग वाढवला. पाठीवरची वेदना

प्रत्येक उसळीसरशी आतल्या आत ठसठसत होती. पण प्रमाण कमी वाटत होतं. त्यांनी स्वत:ला पुन्हा बजावलं-

आता मुळीच दुखत नाही. इथून सरळ तिपटूरला जायचं. तो जिथं कुठं असेल, तिथं जायचं. मुंबई असो- भावनगरी असो किंवा तिपटूरच्या कुठल्याही कोपऱ्यात असो- त्याला जाऊन भेटायचं. लग्न झालं असेल, तर ती माझी नातसून असेल. नसेल, तर त्याच्यासाठी एक उत्तम बायको शोधायची! हासनची रांड नव्हे! उत्तम घराण बघून मुलगी शोधायला पाहिजे.

नरसम्मानं किती हलक्या हातानं औषध लावलं! बाईमाणसाचा हातच हलका. पंधरा हजार व्याजानं दिलेत, म्हणून सांगत होती. शिवाय शेरभर सोनं...

कच्चा रस्ता संपून हमरस्ता सुरू झाला. आता कंबनकेरेपर्यंतचा रस्ता अगदी सरळ आहे. भुताच्या घरात फरशीखाली ठेवलेले साडेपाच हजार रुपये. तसे नीट साठवले असते, तर वीस हजार सहज झाले असते. पण ठेवायचे कुणासाठी? हासनची कुत्री घरात आणली आणि...

त्यांनी घोड्याच्या पोटावर टाच दाबली. घोडा भरधाव धावू लागला.

कुठं बेपत्ता झालं दुखणं! तिपटूरला गेल्यावर याला दाणा घालायला पाहिजे. नाचणीचं पीठ काही खरं नाही-

बशेटय्याचं घर सापडायला फारसे कष्ट पडले नाहीत. ते तिथं पोहोचले, तेव्हा बशेटय्या जेवायला बसले होते.

'ईस्व म्हन्जी म्हादेवय्यांनी सांबाळला व्हता, त्योच न्हवं? गुरुपादप्पाच्या परसात ऱ्हायचा त्यो! आलं ध्यानात?' त्यांनी बायकोला आठवण करून दिली.

'ह्ये मला सांगता व्हय? अवं, आपल्या सरबण्णाला शिकवाया यायचा न्हवं का ईस्व? बगून लई दिस झालं. अरसीकेरेला गेल्यावर बी चार वेळा आला व्हता हितं.'

शिवम्माची स्मरणशक्ती तल्लख होती.

बेताचं घर. प्रत्येकावर एकेक माणूस झोपू शकेल, असे दोन पलंग. आत चिंचोळं अंगण. उजवीकडे छोटी अंधारी खोली.

ओसरीच्या खालच्या बाजूला घोडा बांधून, कंठीजोईस बाजारातून दाणा आणि हिरवा चारा घेऊन आले. एक बादली मागून घेऊन, त्यात दाणा भिजत घालून, ते स्वत: जवळच्या हॉटेलमध्ये जेवायला गेले. समोरच तालुका-कचेरी. त्यासमोरचं मोकळं मैदान-विश्वनं गळ्यात साप घातला होता, ती हीच जागा!

संध्याकाळी लवकर यायचं कबूल करून बशेटय्या दुकानाकडे निघून गेले होते. विश्वबरोबरीच्या शरबण्णाचं गेल्या वर्षीच लग्न झालं होतं. नवी सून आत घरकाम करत होती. ओसरीवर चटईवर बसलेल्या कंठीजोईसांबरोबर शिवम्मा आत बसून गप्पा मारत होती.

गोरा रंग, बुटकी, सडपातळ अंगलट, पंचेचाळिशीचं वय. पन्नाशीच्या पुढचे बशेटय्या भरपूर उंच होते.

'लेकरू गाव सोडून गेलं नसतं, घ्या! द्यावरय्या म्हणून त्ये वकील हाय, न्हवं? तुमच्याच जातीचं हाय. कावळ्यावर बसलेल्या शनिद्येवाचा फोटो बगितलासा न्हवं? तसलंच काळतोंडं मेलं! तसलंच थोबाड. काळा कोट आन् पांढरा फेटा गुंडाळून आमच्या सरबण्णाच्या दुकानाफुडनं जायचा, तवा सरबण्णानं शनिद्येव म्हणूनच नाव ठेवलंय् त्याचं! दुकान उघडायच्या आदी या शनीचं दर्शन झालं, तर सगळा व्यापार बुडालाच, बगा! नतद्रष्ट मेलं ..' शिवम्मा कडाकडा बोटं मोडत म्हणाली.

'काय केलं त्यानं? '

'डोक्यात उवा-लिखा झाल्या, म्हणून ईस्वानं डोकं साफ केलं व्हतं. त्याच्या गावच्या नरसम्मानंच येऊन केलं ते.केस वाडेपर्यंत असू दे, म्हणून एक काळी टोपी बी घिऊन दिली तिनं. नंतर एकदा काय झालं? होनवल्ली पुट्टय्यांच्या घरी मुंजीचं जेवण चाललं व्हतं. रातची वेळ. हा बी गेला व्हता जेवायला. डोक्यावर टोपी ठिवून कसं जेवता येईल? पंक्तीमध्ये ही गर्दी! आता हा जेवायला सुरू करणार, तर त्यो शनी ईस्वाफुडं येऊन 'ए भडव्या, ऊठ, उबा ऱ्हा...' म्हणून इंग्रजीत शिव्या द्यायला लागला, म्हणं! त्ये सारखं इंग्रजीतच बडबडतंय! लेकरू घाबरून उभं ऱ्हायलं, हो! सगळे त्याच्याकडेच बगायला लागले. द्यावरप्पांनी विचारलं, 'तू लिंगायताचा न्हवं काय? तू म्हादेवय्याचा नातू! न्हाय तर, त्यो मेला, म्हणून तू का डोकं भादरलंस? 'लेकरू एकसारखं सांगत व्हतं– मी बामन-मी बामन' तर म्हनतंय्, 'पुरावा काय? रोज सकाळ-संध्याकाळी एकतारी घिऊन लिंगायताच्या देवळात त्यांची गाणी म्हणत न्हाईस? 'म्हणून लेकराला घाबरं केलं, हो! एवडे दिवस गावातल्या सगळ्या बामनाच्या घरी वारानं जेवून, त्यांच्या सैपाकघरात शिरून, त्यांची जात खराब केलीस... जेलमधे धाडतो ..' म्हणून थोबाडीत मारायला धावला, म्हनं! 'गेटाऊट' म्हणाला, म्हनं! लोकं बगत ऱ्हायली. हा मुकाट्यानं तिकडून भायेर पडला 'गावच्या बामनांकडं मला जेवायचं न्हाय... मला शिकायचं न्हाय..' म्हणत तो आमच्या शेटजींकडे नोकरी मिळवून द्या, म्हणून आला व्हता. म्हादेवय्यांच्या मागं आमच्या शेटजींनीच त्याला बामनांकडे वार लावून दिलं, न्हवं का! त्यांनी सांगितलं ईस्वाला... 'एक मानूस वंगाळ असलं, म्हणून सगळी वंगाळ नस्त्यात. मी येऊन सांगतो लोकान्ला. तू शिकायचं सोडू नगंस...' पन त्यो काय बी

ऐकायला तयार न्हवता-'

कंठजोईसांचं मन काळा कोट, पांढरा फेटा, काळा रंग असलेल्या शनी वकिलाच्या- नाव काय त्याचं? देवरप्पा, म्हणे- आकृतीची कल्पना करत होतं.

त्यानं असं का केलं असेल? त्याचा एवढा का राग विश्ववर?

पुढं बोलताना खुलासा झाला.

त्यानं विश्वला आपल्या घरीही एक वार दिला होता. रविवारीच यायला सांगितलं होतं. त्या दिवशी कोर्टाला सुटी, म्हणून तोही घरातच असायचा. हा जेवायला पानावर बसला, तो सत्राशेसाठ प्रश्न विचारत बसायचा. काहीही उत्तर दिलं, तरी मुद्दाम चुका काढायचा. अगदी जेवायला असाच का बसलास आणि तसाच का बसलास, म्हणून चुका काढत राहायचा. त्याच्या घरचे दोन घास गिळेपर्यंत याचा जीव वैतागून जायचा. म्हणून यानं त्या दळिद्र्याचं थोबाडच बघायला नको, म्हणून रविवारच्या जेवणासाठी दुसरं घर शोधलं. त्याचा राग धरून तो तसा वागला असावा, असं बशेटय्यांचं मत.

वर शिवम्मानं सांगितलं,

'त्याचा स्वभावच रखरखीत. घरात ना मूल-ना बाळ. बायकोशी बी तसाच वागतोय्, म्हणं. कोर्टात अशिलांशी बी असाच वागतोय् म्हणं!'

'रस्त्यात गाठून दोन लगावून द्यायचं धैर्य विश्वाच्या अंगात नव्हतं? '

'तेच सांगते...' म्हणत शिवम्मा पुढं सांगू लागली.

इथून विश्व अरसीकेरेला गेल्यावर तिथल्या चार पुण्यात्म्यांच्या घरी वारानं जेवून शिकत होता. सगळं व्यवस्थित सुरू होतं, एका घरची चार वर्षांच्या मुलीची शिकवणीही मिळाली होती. शानबागांच्या घरी त्यांच्या आईची तिथी होती. शाळेत मास्तरांची परवानगी घेऊन तो तीन वाजता त्यांच्या घरी श्राद्धाचं जेवायला गेला. उन्हातून जाऊन हा पानावर बसताच तिथंही शनी वकील हजर झाला. शानबागांशी त्याचं काही तरी नातं आहे, म्हणे. याला बघितल्यावर यानं 'तिपटूरच्या ब्राह्मणाची जात बाटवून आता अरसीकेरेच्या ब्राह्मणांना बाटवायला आलास? ' म्हणत इंग्लिशमध्ये बराच आरडाओरडा केला. 'पोलिसांत देतो...' म्हणून भीतीही घातली. भर उन्हात विश्व उपाशी बाहेर पडला. त्यानंतर त्याही गावात त्याला वारानं जेवण मिळेनासं झालं.

'त्यानंतर तरी दोन भडकावून द्यायचं धैर्य झालं, की नाही, त्याला? नकळत कंठीजोईसांचा आवाज चढला.

'त्येच तर सांगते, न्हवं का...' म्हणत ती पुन्हा पुढं सांगू लागली.

त्या दिवशी विश्व मुकाट्यान खोलीत येऊन उपाशीपोटी झोपला. रात्री मनात आलं- मला हा असा उगास त्रास देतोय्- याला जिवंत ठेवताच कामा नये! नाही तरी हा मला शिकू देणार नाही. मग एवढं तरी का करू नये? मनात हा विचार पक्का होताच त्यानं ठरवलं, हे घाई-गडबडीत काम करायचं नाही. जे करायचं, ते नीट विचार करून करायला पाहिजे. रोज ठीक अकरा वाजता कोर्टाला जातो ना? त्या वेळी कोर्टाच्या समोरच, आत जज्ज बसले असताना दोन तुकडे करून

फेकायचे! नंतर त्यांनी विचारलं, तर सांगायचं, 'याला धडा शिकवायला मी हे केलं... पाहिजे, तर फाशी द्या- मी घाबरत नाही' या विचारात तो रात्रभर जागा होता.

'मग? कापून काढलं, की नाही, त्याला?'

'थांबा- सांगत्ये की नीट!' त्या पुढं सांगू लागल्या.

दुसरे दिवशी हा लवकर उठला. त्याच्या शेजारी एक जण राहायची. तिच्याकडून यानं पाच रुपये कर्जाऊ मागून घेतले आणि चाकू विकत आणण्यासाठी बाजारात निघाला. पण आठ वाजता दुकानं उघडली नव्हती. त्या ऐवजी त्यानं ठरवलं, इकडं दुकानं उघडायची वाट बघण्यात वेळ घालवण्यापेक्षा तिपटूरला जाऊन तिकडंच चाकू विकत घेता येईल. या विचारानं तो बसस्टँडवर गेला. बस निघून गेली होती. मग तो रेल्वे स्टेशनकडे निघाला. रस्त्यात एक दुकान दिसलं : 'शनिमहादेवाची हस्तसामग्री'. समोर कावळ्यावर बसलेल्या लांब नाकाच्या शनिदेवाचा पट होता. त्यातले टवकारून बघणारे डोळे बघून हा तिकडं गेला. दुकानातल्या माणसाला यानं हात दाखवला. नाव विचारलं, तेव्हा यानं विश्वनाथ म्हणून सांगितलं. मग गुणून- भागून काही तरी हिशेब केला आणि सांगितलं, 'हा शनिदेवाचा त्रास आहे- मी त्याला हाकलतो.' नंतर विचार करून त्यानं विश्वनाथाला शनिदेवाचा पटही दिला. नंतर त्यानं दहा रुपये मागितले. याच्याकडे पाच रुपयेच होते. तेवढे त्यानं मागून घेतले. आता तिपटूरला जायला आणि चाकू विकत आणायला याच्याकडे कुठले पैसे?

'मग इस्वानं सगळा मनात इचार केला. आता शनिदेवच डोईवर चढल्यावर काय करणार? त्योच वकिलाच्या मनात शिरून असं कराया सांगतोय् वकील म्येला, तरी शनिच्या त्रासातून सुटका न्हाय- काय, ग?' शिवम्माचा शेवटचा प्रश्न आत बोलावणाऱ्या सुनेला होता. ती आत जाऊन आली आणि 'सुनेला पाणी घालाया पायजे, तुमी निवांत झोपा आता-' म्हणून ती पुन्हा आत निघून गेली.

पुन्हा कंठीजोईसांच्या पाठीवर ठणका जाणवू लागला. एवढा वेळ तिकडं दुर्लक्ष झालं होतं. पिशवी उशाशी घेऊन ते आडवे झाले. घोडा मधूनच फुरफुरत गवत खात होता.

कुऱ्हाड-एक घाव- त्यासरशी दोन तुकडे- व्वा! शनीचा त्रास नष्ट करायला पाहिजे. शनीचा त्रास-मीही किती तरी जणांना पंचांग सांगितलंय्. माझं भविष्य मात्र मी कधीही पाहिलं नाही. आता पाहायचं, तरी मला माझं जन्मनक्षत्र निश्चित आठवतंय्. पण या सगळ्यावर विश्वास ठेवून जगायचं म्हणजे-

ते उठून, तंबाखू थुंकून, घसा खाकरून आले.

घसा दुखतोय्. रात्री झोपताना थोडा सुंठेचा काढा करून प्यायला पाहिजे. माझं जन्मनक्षत्र- असेना काही का? आता हा अरसीकेरेत आहे, की काय? तिथं जाऊन चौकशी केली, तर पुढचं कळेल. आज इथल्या घरच्या पुरुषांनाही आणखी विचारता

येईल. आजच दौड मारली, तर पाठीचं दुखणं-

त्यांनी हात मागे नेऊन दुखऱ्या जागेवरून हलकेच फिरवला. मधलं बोट मणक्याच्या सुजेवर अडखळल्यासारखं झालं. घोरपडीच्या चरबीचं कुबट औषध त्यावर लावून ते पुन्हा पालथे झोपले.

पडल्या-पडल्या आठवलं.

रावणानं नवग्रहांना आपल्या महालात अत्यंत रहदारीच्या जागी दरबारात पालथं पाडून, त्यांवरून सगळे फिरतीत, अस केलं होतं. एकदा तिथं नारद येऊन म्हणाला,

'अरे रावणा, शत्रूच्या छातीवर पाय देण्यात शूरपणा आहे! त्यांची पाठ तुडवण्यात कसला शूरपणा?'

हे ऐकून त्या महामूर्ख राक्षसानं नवग्रहांना उताणं केलं. ही संधी मिळताच ते त्याच्यावर चढले आणि इकडं शूर्पणखा नाक-कान कापून घेऊन आली. पुढं सीतेला पळवली- नंतर सगळी लंकाच नष्ट झाली. पालथा म्हणजे शक्तिभ्रष्ट!

त्यांनी कूस बदलली; पण वेदना असह्य होऊन ते उठून बसले.

सांगितलेल्या वेळेआधीच बशेटय्या आले. आल्या आल्या त्यांनी विचारलं,

'आमच्या घरची कॉफी चालेल?'

त्यांनी होकार दिला. कॉफी पीत असतानाच त्यांनी सांगितलं,

'रात्री इथंच जेवा... '

'या गावी आल्यावर किती वर्षांनी महादेवय्या वारले?'

'दोन-अडीच वर्षं... थांबा हं...' म्हणत ते आत गेले आणि चौकशी करून बाहेर येऊन म्हणाले, 'अडीच-तीन वर्षं ते होते. आमचा सरबण्णा आणि ईस्वण्णा त्या वर्षी लोअर सेकंडरीच्या परीक्षेला बसणार होते. गुब्बी नाटक-कंपनी शेवटची आली होती त्या वर्षी. तुम्हीच हिशेब करून बघा ..'

'काय झालं होतं?'

'वय! आधी सहा महिने त्यांना धाप लागायची. धावपळ झाली, की ते दमून जायचे. सुगीच्या दिवसांत त्यांना गावोगावी फिरावं लागे. घराचं भाडं, धान्य-धुन्य, ईस्वण्णाची पुस्तकं-फी, कपडा-लत्ता काय कमी पैसा लागतोय् म्हणता? कुठून आणणार पैसे? कोरान्न म्हणून जे धान्य मिळे, तेच विकून ते पैसा उभा करत. दुपारी-संध्याकाळी भिक्षा मागत. ते स्वत: तर दुपारपर्यंत तोंडात पाण्याचा थेंबही घेत नसत. तिकडं डाव्या हाताला जिन्याचं घर आहे ना? तिथल्या रेवणसिद्धय्यानं सगळ्या जातवाल्यांकडे तक्रार केली, 'हा भीक मागून बामण पोराचं पोटं भरतोय्,' म्हणून. हे समजल्यावर महादेवय्या घरातच उकड शिजवू लागले. शेवटी आमच्यासारख्यांनी त्यांना समजावलं, म्हटल्यावर ते पुन्हा भिक्षेसाठी येऊ लागले. पण रेवणसिद्धय्याच्या

दारात मात्र त्यांनी कधीही पाऊल ठेवलं नाही. पुढं दोन महिन्यांतच रेवणसिद्धय्याची बायको मेली आणि घरात उकड शिजवणारं कुणी राहिलं नाही.'

'जंगमाला त्रास दिला... मग आणखी काय होणार?' दारात येऊन बसत शिवम्मा म्हणाली...

'महादेवय्या वारल्यावर विश्व फार रडला?'

'त्या वेळी तो इथं कुठं होता? दासरहल्ली नाटक-कंपनीबरोबर निघून गेला होता तो'

पण नवऱ्याचा आरोप खोडून काढल्यागत शिवम्मा म्हणाली,

'अहो, त्याचा गाण्या-नाटकांवर आदीपासनंच जीव व्हता! म्हादेवय्यासंगं काय छान भजन करायचा हा! त्यातच गुब्बी नाटक-कंपनी आली गावात. त्या वेळी हट्ट करून दोन दिवस 'कुरुक्षेत्र' बगायला गेला व्हता ईस्वण्णा! तवाच परीक्षा बी संपली व्हती. आमचा सरबण्णा आन् ईस्वण्णा आदी अभ्यास बी लई करायचे. एक दिवस म्हादेवय्या आन् ईस्वण्णा हालापूरला भिक्षा मागायला गेले. येताना तावरेकेरेपाशी- हालकुडकेजवळ- एक वस्ती हाय, ठावं हाय, न्हवं? डोंबाऱ्यांची जात, मराठी बोलणं, त्या समाजात थोरल्या मुलीला वेश्या सोडतात- त्यांच्यापैकी कुणी तरी नाटक-कंपनी चालवतात, म्हणून समजलं. नाटक म्हन्जी काय? कुणी पन्नास रुपये दिले आन् पोटाला अन्न दिलं, की ह्ये नाटक दावणार. सकाळी हार्मोनियम वाजवत घरोघरी जाऊन नाचणी गोळा करणार. तितं त्या रात्री त्यांचं 'सुभद्रापरिणय' नाटक होतं. म्हणे. झापाचं थेटर-सीनरीचे पडदे- रात्री नाटक बगायला मिळेल, म्हणून लेकरू हुरळून गेलं. पण म्हादेवय्या छकडा जोडून त्याला हिकडं घेऊन आले. नारळ, वाल, नाचणीची व्यवस्था केली. ईस्वण्णा लई हट्टी पोर, बगा! एकदा एक डोक्यात घेतलं, की ते केल्याबिगर मुकाट ऱ्हायचा नाही. गाडी सोडल्यावर थोड्या वेळानं 'मी सरबण्णाकडे जाऊन येतो...' म्हणून सांगून निघाला. म्हादेवय्यांनी तसंच सोडलं न्हाय, दोन-चार दोसे खाऊ घातले. उभ्या - उभ्या दोसे खाऊन यानं हालापूरची वाट धरली. दहा मैलांवर हालापूर. तिथपर्यंत पायी जाऊन रात्रभर नाटक बगितल्यावर सकाळी डोकं ताळ्यावर ऱ्हाईल काय?'

कंठीजोईस ऐकत होते. ती पुढं सांगू लागली,

'मग कुठल्या तरी ओसरीवर त्यानं दुपारपर्यंत झोप काढली. लहान पोर दुपारच्या वेळी दारात आहे, म्हणून त्या घरच्या लोकांनी याला जेवायला वाढलं त्या रात्री जवळच्या दुसऱ्या खेड्यात नाटक असल्याचं समजलं. हा त्या रात्री तिकडं गेला. कानात हार्मोनियम आन् तबला शिरून पोरगं मंत्रानं बांदल्यागत झालं, हो! मी लहान असताना मला बी असंच झालं व्हतं! सगळ्यांनाचं व्हतंय्. खरं, की नाही? तुम्ही सांगा... कंठीजोईस नाव ऱ्हवं का तुमचं? यासाठीच निम्मी माणसं

नाटकामागं धावतात. नाटकात पार्ट करणारे बी त्यासाठीच जातात. विश्वनाथलाही तसंच झालं. आज एका गावात नाटक- उद्या दुसऱ्या गावात- परवा तिसरीकडे असा हा कंपनीच्या मागं लागून फिरायला लागला. हळूहळू कंपनीतच शिरला. दिसायला देखणा. सुमद्रेचा पार्ट करणारी ती ही नव्हती काय? ती, हो, राणीचा पार्ट बी करायची, बगा! मुनियम्मा तिचं नाव. तिनं ह्याला चांगले कपडे दिले, डोक्याला लावायला वासाचं तेल, गळ्याभोवती गुंडाळायला पिवळा रुमाल, वासाचा साबण- सगळं दिलं. आधी चार-पाच दिवस म्हादेवय्यांची आठवण यायची, म्हणे. पाठोपाठ त्यांच्याकडे परतायची भीतीही वाटू लागली. पण हार्मोनियमचा आवाज आणि रंगाची नशा काही उतरायला तयार नव्हती.'

'मग का आला तो?'

'शिवाचीच किमया ती...'

आपली बायको महत्त्वाचं सांगेल, म्हणून बशेटय्यांनी तिचं बोलणं मध्येच थांबवून स्वत: पुढाकार घेतला. ते गडबडीनं सांगू लागले,

'त्या नाटकवाल्यांनी एकदा शनिमाहात्म्याचा खेळ लावला होता, म्हणे. सगळे नशिबाचे खेळ असतात. शनिमाहात्म्याची कथा सांगताना किंवा नाटक करताना झोपून कसं चालेल? पण विश्वाला झोप आवरली नाही. निळा प्रकाश, निळा मुकुट, उदबत्त्या, शनिदेव आकाशातून उडी मारून विक्रमार्कावर धावून आला आणि लाथा-बुक्क्या मारू लागला, तर इकडं विश्वनाथ पेंगत होता. त्याच्या शेजारच्या म्हातारीनं त्याला सांगितलं, 'अरं, ऊठ, लेकरा- झोपू नगंस! डोळ्यांना थुंकी लावून जागा ऱ्हा-' पण रोज-रोज जागरण केल्यावर काय होणार? पुढं रत्नाचा हार पक्षी गिळत असतानाचा सीन चालला होता, तेव्हा सांगतो मी...'

शिवम्मानं बोलणं पुन्हा स्वत:कडे खेचून घेऊन हलक्या आवाजात गुपित सांगावं, तसं सांगितलं,

'शनीदेवाचा प्रताप दाखवताना दारू-मासं कसं चालेल? पण त्या दिवशी राणीचा पार्ट करणारी ती नटी- आदल्या दिवशी रात्री गावच्या गौडाबरोबर झोपली व्हती, म्हणं! इकडं राजाला घाण्याला जुंपायचा सीन चालला होता. दीपक राग म्हणायचा, म्हणून काही दिवे लावले होते. 'चुकलं, देवा...' म्हणत राजा इकडं शनिस्तोत्र म्हणायला लागला आन् धाडकन जमिनीवर कोसळला. तिथंच जीव गेला त्याचा! त्याच दिवशी ती नाटक- कंपनी मोडून गेली. पडदे, हार्मोनियम आणि नटाचं प्रेत घेऊन ते रातोरात निघून गेले...'

शनिमाहात्म्य सांगताना पती-पत्नी भलतेच एकरूप होऊन गेले होते.

काही क्षणांच्या स्तब्धतेनंतर शिवम्मानं पुन्हा सांगायला सुरुवात केली,

'नाटक-कंपनीच बुडल्यावर याला कुठून गाणं-बजावणं ऐकायला मिळणार?

हा मुकाट्यानं गावी आला. म्हादेवय्या रागावतील, म्हणून मनात भीती होतीच. इकडं गावाहून आल्यापासनं म्हादेवय्यांची प्रकृती बरी नव्हतीच. एका जागी पडून ऱ्हायले, तर बरी असायची. पण थोडं फिरलं, तरी धाप आन् घाम. त्यातच ईस्वाची काळजी! कुटं गेला असंल हा? का आला नसंल? कुटं पोहायला जाऊन पाण्यात बुडाला नसंल? हाच सारखा विचार! त्याच्या सगळ्या बरोबरीच्या मुलांकडे जाऊन ते विचारून आले. कुणी बी दिसला, तरी हाच विषय. शेवटी एक दिवस रात्री ते झोपले, ते झोपलेच! उठलेच नाहीत सकाळी! रात्री झोपेतच शिवाच्या पायाशी गेले ते. काय करनार? सगळे जातवाले आलो आन् रस्त्यापाशी मंडपालगत त्यांची समाधी बांधली.'

बशेटय्या म्हणाले,

'गुरुपादप्पा- ते घर भाड्यानं देणारे- म्हणाले, 'आमच्या घरात ते गेले. अन्न-शांती झाली नाही, तर भूत होऊन झपाटतील.' धान्य-नाचणी जमवलं आणि सगळ्या जातवाल्यांना बोलावून अकराव्या दिवशी पर्वकाळ करायचं ठरलं. इथं अकराव्याची जेवणं चालली होती- आणि दुपारी तीन वाजता तिकडं विश्व आला.'

शिवम्मा सांगू लागली,

'आदी आमच्या सरबण्णालाच त्यानं बगितलं, म्हणं. नंतर यांच्याकडं आला. यांनी काय घडलं, ते सगळं सांगितलं. एक अक्षरही न बोलता मढ्यागत ऐकत उभा होता, बगा! हेच त्याला तळ्यापाशी घेऊन गेले हात धरून. शिकेकाई देऊन अंघोळीला घातलं. हे तिथंच तळ्याच्या पायरीवर बसले होते- तो न सांगता- सवरता निघून गेला. किती शोधलं, तरी सापडला नाही. शेवटी आठ वाजता म्हादेवय्यांच्या समाधीपाशी कुणाला तरी दिसला. पुन्हा हे तिकडं गेले. त्याचा दंड धरून आणायला लागले, तर दंड सोडवून घ्यायला लागला. बोलायला मात्र तयार नव्हता. हे त्याला बळेच घरी घेऊन आले. चेहऱ्यावर एक बी जिवंतपणाचं लक्षण नव्हतं, बगा! मीच त्याच्याजवळ गेले- त्याला ओढून मांडीवर डोकं घेत म्हटलं, 'काय तरी बोल, रे, लेकरा! असा घुम्यागत ऱ्हाऊ नगंस!' यांनीही त्याच्या पाठीवर हात ठेवून 'बोल, रे, बाळा...' म्हटल्यावर मात्र जो रडायला लागला... किती तरी वेळ रडत ऱ्हायला- माजं पोलकं बी चिंब भिजून गेलं...'

शिवम्मा गप्प बसली. बशेटय्यांनाही काय बोलावं, ते सुचेना. त्या दोघांचंही लक्ष कंठीजोईसांकडे होत.

कंठीजोईसांची अवस्था शरीराचे हात-पाय आणि इतर सर्व अवयव एका जागी खिळे ठोकून बसवावेत, तशी झाली होती. पाठीवरचं दुखणं स्तब्ध झालं होतं. रक्तातलं चलनवलनही थांबल्यासारखं झालं होतं.

काही क्षण स्तब्धतेत गेले.

एकाएकी ते ताडकन उठले आणि 'निघतो मी- घोड्याला पाणी पाजून येतो'

म्हणत घोड्याचा लगाम धरून चालू लागले. तळ्यापाशी येताच वाटलं, महादेवय्या वारल्याचं समजताच याच ठिकाणी विश्वनं अंघोळ केली. तळ्याच्या डावीकडे देऊळ होतं. बाहेर घोड्याला ओसरीपाशी बांधून ते देवळात गेले. तिथं विजेचा दिवा लावला होता देवळाच्या मागच्या बाजूला मंडपामध्ये मात्र दिवा नव्हता. मागचा दरवाजा उघडाच होता. दारापाशी जाताच आतून कुबट वास आला. तिथंच स्वयंपाक करून घेत असलेल्या एका संन्याशाकडून काडेपेटी घेऊन ते आत अंधाऱ्या खोलीत गेले. तिथं उजेडाला प्रवेश नव्हता- वाऱ्यालाही नव्हता. महादेवय्या वारल्यानंतर विश्व इथंच बसून वचनं म्हणायचा. तीच देवरय्या वकिलानं ऐकली होती. काळा चेहरा- लांब कावळ्यासारखं नाक- पांढरा फेटा- काळा कोट-

घोड्याला चार चाबूक लगावले, की तिथं जाऊन पोहोचेन-

पण का, कोण जाणे, या विचारानं घट्ट मूळ पकडलं नाही.

ते घरी येऊन पोहोचल्यानंतर पाचेक मिनिटांतच शरबण्णा आला 'हे ईस्वाचे आजोबा-' म्हणून शिवम्मानं परिचय करून देताच 'ठाऊक आहे- अप्पाजी दुकानात आले होते- त्यांनी सांगितलं-' म्हणत त्यानं त्यांच्याकडे पाहिलं. त्याच क्षणी दोघांच्याही मनांत परस्परांविषयी स्नेह-विश्वास जन्मून वाटल्याचं दोघांनाही जाणवलं. या आजोबांच्या साहसाच्या किती तरी कथा विश्वनं त्याला सांगितल्या होत्या.

भिजलेला दाणा त्यानं आपण होऊन घोड्यापुढं ठेवला.

गोरापान चेहरा, उंच, सडसडीत बांधा, कुरळे केस, मधोमध भांग. हायस्कूलमध्ये वर्षभर शिक्षण घेतल्यानंतर आता याचं स्वत:चं दुकान आहे. बायको दुपारी विटाळशी झाल्यामुळं तो रात्री विश्वच्या आजोबांशी बोलत बाहेरच्या पलंगावरच झोपला.

विश्व निघून गेल्यावर त्यालाही पुन्हा तसा स्नेही मिळाला नव्हता. असरीकेरेला गेल्यावरही तो इथं चार वेळा येऊन गेला होता. त्यानंतर मात्र त्याची काहीही बातमी समजली नाही. महादेवय्या मरण पावल्यानंतर इथं राहायची त्याची इच्छा होती. त्यानं ती बोलूनही दाखवली होती. पण इथं घरात चार बहिणी. दोन लहान-दोन मोठ्या. त्या वेळी सगळ्या अविवाहित. सात जणांचा संसार आणि त्या वेळी अप्पाजींना पंचाहत्तर रुपये मिळायचे. घरात विश्वसारख्या धडधाकट मुलाला ठेवून घेतलं, तर मुलींच्या लग्नाच्या वेळी अडचण होईल, ही काळजी आईच्या मनात होती, हे आता लक्षात येतंय् विश्वबरोबर खेळताना- पोहताना मात्र धमाल यायची. साऱ्या पंचक्रोशीत पोहण्याच्या बाबतीत त्याचा हात कुणी धरू शकणार नाही! झाडावर चढून कैऱ्या पाडण्याच्या बाबतीतही त्याचा हातखंडा! रेल्वेविषयी त्याला वाटणारं आकर्षण मात्र परकोटीचं होतं. गाडीचा आवाज कानांवर आला, की हातांतलं काम टाकून हा एडेयुर रेल्वेगेटपाशी धावत जाऊन उभा राहायचा. त्या वेळी त्याच्याशी कुणी बोलू गेलं, की एक थोबाडीत बसायची! त्या वेळी त्याची

जळजळती दृष्टी दूरवरून धाड-धाड धावत येणाऱ्या इंजिनावर खिळलेली असे. त्याव्यतिरिक्त त्याला त्या वेळी काहीही दिसत नसे.

एकदा त्यानं सिग्नलसाठी उभ्या असलेल्या मालगाडीच्या इंजिनात ड्रायव्हरच्या परवानगीनं प्रवेशही मिळवला होता. नंतर ड्रायव्हरनं पुढच्या वळणावर उतरल्यावर हा अत्यानंदानं माघारी परतला होता. आजोबांविषयी तर केवढा आदर! सतत त्यांच्या कथा सांगायचा! 'मी मोठा झाल्यावर त्यांच्यासारखाच होणार आहे! ' म्हणून सांगायचा-

शरबण्णाच्या बोलण्यातलं शेवटचं वाक्य ऐकताच ते अभावितपणे उठून बसत उद्गारले,

'असं म्हणायचा? व्वा!'

म्हणजे माझं नाव सांगायला माझा कोंब आहे, तर! मला तो विसरला नाही! - त्यांचा जीव मोहरून आला. मी बेवारशी नाही, अशी तृप्तीही ओसंडून आली. माझ्यासारखं व्हायचंय्, म्हणे, याला! व्वा! पण माझ्यासारखं म्हणजे नेमकं कसं? स्वत:चा साहसी स्वभाव त्यांना ठाऊक होता.

तोच स्वभाव विश्वच्या अंगातही आला आहे-

'फार काढायचा तुमची आठवण! सारखं आमचे आजोबा असे... आमचे आजोबा तसे, म्हणून सांगायचा. तुमचा घोडा, तुम्ही पाठविलेले पैसे त्याविषयी सांगायचा. तुम्ही नसता, तर मामानं महादेवय्यांबरोबर पाठवलं नसतं, असंही सांगायचा. तुम्ही त्याला भेटायला एकदाही का आला नाही?'

या प्रश्नाला त्यांनी काहीही उत्तर दिलं नाही. त्यानंही पुन्हा तो प्रश्न विचारला नाही. डोळे मिटून ते आत-आत पाहत होते.

माझ्यासारखा म्हणजे कसा?

घोड्याची फुरफुर ऐकू आली, तसे ते उठले. त्याच्या पाठीवरून-आयाळीतून हात फिरवून मान खाजवली. पुन्हा जागेवर बसत त्यांनी तंबाखू-चुना तोंडात ठेवला-

अंहं- अजून दुखणं कमी झालं नाही.

'नीट पाहिलं नाहीस- विचारपूस केली नाहीस- तशीच मुलगी दिलीस! तुझं कुठलं काम नीट झालंय् सांग, बघू!'

अक्कम्मा गप्प बसायला तयार नव्हती. कमली-गंगम्मा- चेन्निंगराय-शामण्णा- मुलीनंच आपली मुलगी माझ्या घरी द्यायचं नाकारलं. भुताचं घर-

घोड्यानं पुन्हा खूर आपटले. तो जागच्या जागी नाचू लागला. त्यांनी घोड्याला तळ्यापाशी नेलं. एकदा श्वास सोडल्यासारखं करून तो पाणी पिऊ लागला. भरपूर पाणी पिऊन त्यानं सुस्कारा सोडला.

त्याला पुन्हा बांधताना शरबण्णाचा प्रश्न मनात उभा राहिला,

'तुम्ही त्याला भेटायला एकदाही का आला नाही?'

का आलो नाही मी? आणि आता का आलो?

छे. ... हा पाठीचा ठणका! इतक्या दिवसांत चौकशीही केली नाही- उद्या सकाळी उठून थेट चन्नरायपट्टणला जाऊन माझ्या भुताच्या घरात राहायला पाहिजे. तिथंच टाचा घासून मरायला पाहिजे!

मनाशी निर्धार करत ते सगळ्या शिरा सैल सोडत झोपले.

आली, तर झोप! नाही तर नरक! लगाम सैल सोडला, तर मन कुठं कुठं धावत सुटतं. रानटी घोडाच हा!-

म्हणत त्यांनी मनाचे लगाम खेचून धरले.

मी कंठीजोईस! आजवर किती तरी नाठाळ घोडी माणसाळली आहेत मी! ते काही फक्त ताकतीचं काम नाही- युक्तीच अधिक महत्त्वाची आहे तिथं! 'नीट पाहिलं नाही- विचारपूस केली नाही'- अक्कम्माला काय कळतंय्? अशी झोप यायला पाहिजे- चांदणं बाजूला सारून अंधार पसरायला पाहिजे!-

घोडा पाय पसरून दीर्घ श्वास घेत गाढ झोपला होता.

पहाटे तळ्यावर अंघोळ करून आल्यावर शरबण्णानं सांगितलं,

'तुम्हांला ठाऊक आहे, की नाही, कोण जाणे अरसीकेरेमध्ये कट्टेपूरचे थोरले रुद्रप्पा म्हणून एकजण राहतात. नोणब लिंगायत जातीचे. बसवेश्वर टूरिंग टॉकीज त्यांचंच. त्यांचा धाकटा चुलत भाऊ गंगण्णा नावाचा आहे. थोरल्या रुद्रप्पांना मूल-बाळ नाही. ते गंगण्णा दत्तक घेणार, अशी तेव्हा हवा होती. हा गंगण्णा आणि विश्व एकमेकांचे चांगले मित्र. रेल्वेच्या रुळांवरून चालत गेलं, तर अरसीकेरे चार-पाच मैलांवर आहे. त्या आधी मुगूतिळ्ळी म्हणून छोटं गाव लागतं. तिथले पूर्वीचे शानभोग रामदासप्पा वकील. त्यांच्यामुळं विश्वला तालुका-कचेरीतली रेकॉर्डस्च्या कॉपीज् काढायचं काम अधून-मधून मिळायचं. तेवढेच चार पैसे मिळायचे याला! गंगण्णालाही याची माहिती आहे. इथं आला होता, तेव्हा विश्वच सारी हकीकत सांगायचा. तुम्ही या दोघांपैकी कुणाला तरी भेटला, तर पुढची माहिती मिळेल. तुम्हांला विश्व भेटला, तर त्याला आठवणीनं इथं येऊन जायला सांगा...'

रात्री कंठीजोईसांनी कुठंही न जाता आपल्या भुताच्या घरी जाऊन पडायचं ठरवलं होत. पण आता अरसीकेरेला न जाता चन्नरायपट्टणला जाऊन आपण काय साधणार आहोत, हे त्यांना समजेना-तिथं तरी काय आहे भुताच्या घरात? करणी करण्यासाठी येणारी माणसं सोडली, तर चिटपाखरूही फिरकत नाही. हॉटेलमध्ये-सायकलच्या दुकानात किंवा नरसिंह जोईसाच्या दुकानाच्या ओसरीवर बसून तंबाखू खाऊन थुंकत बसायचं. त्यापेक्षा अरसीकेरेला जाऊन येणंच चांगलं.

ते या निर्णयाला येऊन पोहोचण्याआधीच त्यांचा घोडा त्या रस्त्याला लागला होता.

बसचा रस्ता नको. 'बसवेश्वर टूरिंग कंपनी' नाही का? आज ती आहे, की नाही, कोण जाणे! रेल्वेच्या रुळांवरून गेलं, तर अरसीकेरेच्या अलीकडे छोटं गाव- काय नाव सांगितलं? रामदासप्पा वकील तिथले-

काही ठिकाणी रुळांच्या बाजूनं जाण्यासारखी पाऊलवाट होती, तर काही ठिकाणी दोन्ही रुळांमधून जावं लागत होतं. रुळांमधल्या फळ्यांवर घोड्याचे खूर नीट पडायला हवेत. त्याऐवजी खडीवर खूर पडला, की घोडा अडखळल्यासारखा होत होता. तिकडे लक्ष देऊन ते चालले होते.

पाठ आणि घशाचं दुखणं आहे, की नाही? तिकडं लक्ष दिलं, तर आहे- नाही तर नाही.

त्यांनी शर्टवरून पाठीच्या दुखण्यावरून हात फिरवून पाहिला-

तिथंच आहे. थोडी सूजही आहे. स्वस्थाने पुनरपि स्वस्थाने- श्राद्धाच्या पिंडासारखं तिथंच आहे. हे जिरवणार आहे मी! सोडणार नाही! आज औषध लावलं नाही. काल रामसंद्रच्या नरसम्मानं औषध लावून दिलं होतं. आपल्या पाठीवरचं दुखणं आपल्याला दिसत नाही.

निवांतपणे तळपत सूर्य माथ्यावर येत असतानाच धाड-धाड आवाज ऐकू आला. जमीन हादरल्यासारखी झाली. केवळ कानांनाच नव्हे- शरीराच्या नसांना अस्पष्ट जाणवणारा कट-कण्, कट-कण् आवाज. काही क्षण गेले- आवाज कानांना ऐकू आला. घोडा घाबरला-थबकला. त्याच्या पोटावर टाच दाबली, तर पुढचे उचललेले खूर तो जमिनीवर न टेकवता हवेतच वेडेवाकडे हलवू लागला. कट-कण् कट-कण् ची लय क्षणोक्षणी वाढू लागली. पाठोपाठ कर्कश शीळ ऐकू आली. काही सुचायच्या आत घोड्यानं पलीकडे झेप घेतली. तोल सावरता न आल्यामुळं कंठीजोईस जमिनीवर आदळले. ते खाली पडल्यावर घोडा तिथचं थांबला. रुळांवरून कर्कशपणे शीळ देत उद्दामपणे धाड-धाड रेल्वे निघून गेली. तिथं उभं राहणं अशक्य होऊन घोडाही लांब गेला. नेमकं पाठीवरच कोसळल्यामुळं कंठीजोईसांचा जीव प्राणांतिक वेदनेनं कळवळत होता. हिरड्या आवळून त्यांनी वेदनेला आवर घालायचा प्रयत्न केला.

गाडी निघून गेल्यावर घोडा पुन्हा जवळ आला. ते कसेबसे उठून बसले. त्याचं लांबडं तोंड कुरवाळत त्यावर गाल घासत ते म्हणाले,

'आज तू माझा जीव वाचवलास, बाबा!'

पायांना जखम झाली नसली, तरी पाठीच्या दुखण्यावर कुठलाही भार येणार नाही, अशा प्रकारे वाकून लंगडत ते जवळच्या वडाखाली जाऊन बसले. त्यांनी घोड्याचाही लगाम-खोगीर काढून मोकळं सोडलं. मोकळेपणानं घोडा सभोवताली चरू लागला.

पाठीवरची वेदना पराकोटीची वाढली होती. त्यांनी हात मागं नेऊन बोटानं चाचपून पाहिलं.

हं- जखम झालेली नाही. मूक वेदना- मूक कळ.

त्यांनी हलकेच कुबट चरबीचं औषध लावलं. उलटी आणणारा कुबट वास!

घोडा चर्र-चर्र चरत भोवताली फिरत होता. उन्ह नि:शब्दपणे पसरलं होतं. मधूनच उठणारा कावळ्यांचा आवाजही पुन्हा नि:शब्दतेत बुडत होता.

असरीकेरेमध्येच आहे. तीन-चार वर्षांपासून काहीही बातमी ठाऊक नाही. शनिमाहात्म्य- झोप आल्यावर काय करेल लहान मूल? नवग्रह सारखेच. पण हे खरं आहे का? आजवर अगणित वेळा पंचाग-कुंडली पाहून भविष्य-भूत सांगितलंय् मीही. हा खरोखरच शनीचा त्रास- साडे सात वर्षांचा असतो, म्हणे. मी घर-दार सोडून फिरायला लागलो, त्याला तीस- चाळीस वर्षं होऊन गेली. माझ्या खांद्यावर चढायला शनीला कुठली साडेसाती लागली, म्हणायची!

बहुतेक आणखी एक गाडी येतेय्. ती अरसीकेरेहून तिपटूरला गेली- ही तिपटूरहून येतेय्. घोडा भेदरलाय्.

त्यांनी उठून त्याची आयाळ घट्ट धरून त्याच्या गळ्याभोवती हात घातला. रेल्वे दिसू लागली. काळाभोर धूर ओकत पुढं धावतेय्-

अरेच्चा! कुणीच चालवत नाही! एक चुलाणाचं दार उघडतोय्, दुसरा त्यात कोळसे टाकतोय्- तिसरा मुकाट्यानं बिडी ओढत रूळ बघतोय्! इथं चक्र किंवा काहीच नाही- आपली आपणच रुळावरून धावतेय्. गाडीत किती तरी वेळा बसलं, तरी हे कसं ठाऊक नव्हतं?

त्यांना आश्चर्य वाटलं आणि आता समजल्याचा आनंदही झाला.

जवळच नारळीची बाग दिसत होती. एक विशीतला मुलगाही दिसला. घोड्यासह ते तिकडं गेले. चार आणे देऊन दोन मोठी लाल शहाळी त्यांनी विकत घेतली. त्यानं ती कोयत्यानं फोडूनही दिली. त्या मुलाची परवानगी घेऊन त्यांनी घोड्याला बांधावर चरायला सोडलं. त्याच्याकडे त्यांनी पुढचा रस्ता विचारला. तो म्हणाला,

'रेल्वेरुळांशिवाय मुगूतिहळ्ळीला जायचा आणखी एक रस्ता आहे. इथून थोडं पुढं गेल्यावर थोडं वळा, म्हणजे समोरच दिसेल रस्ता. पुढं गेल्यावर मुगूतिहळ्ळीचा बोर्डही दिसेल. अगदी जवळ आहे. रुळांपाशीच गाव आहे ते...'

संध्याकाळी सहाच्या सुमारास ते मुगूतिहळ्ळीत शिरले. रेल्वेरुळांच्या अगदी लगतच गाव होतं. रेल्वेचे रूळ ओलांडताना घोडा भेदरला होता. लगाम धरून त्याला चुचकारत त्यांनी रूळ ओलांडले. गावातला प्रमुख असावा, असा एक रस्ता. तिथून डावीकडे वळल्यावर फरश्या टाकून केलेली चढावरली पायवाट. तीसेक पावलं त्या चढानं गेल्यावर उंचावर एक घर. घराच्या दारात उभं राहून दक्षिणेकडे

पाहिलं, की रेल्वेचे रूळ दिसत होते. दरवाजा मोठा होता.

एक मुलगी दारापाशी आली. दाराच्या दोन्ही बाजूंना मोठाल्या ओसऱ्या. दाराच्या आतल्या बाजूला असलेल्या मोकळ्या अंगणात एक चाळिशीच्या घरातली स्त्री बसली होती. पाहताक्षणी जाणवावं, असं रूप. तिथंच दहा ते वीस-बावीस वयापर्यंतच्या पाच-सहा मुली ठिकरी आणि सागरगोट्या खेळत होत्या. उंच घोड्यावरून आलेल्या काळा कोट-लाल रुमालवाल्या या वृद्ध व्यक्तीला पाहून त्या पटकन उठून चिमण्यांप्रमाणे भुर्रकन आत कुठं तरी पळून गेल्या. ती प्रौढा मात्र दाराआड उभी राहून अतिथीकडे पाहत राहिली.

'रामदासप्पा वकिलांचं हेच घर ना?'

'पण ते चन्नरायपट्टणलाच असतात.'

'त्यांना भेटायचं होतं.'

'आज ते अरसीकेरेला गेलेत. आज संध्याकाळी येणार, म्हणून सांगून गेलेत. आणखी तासाभरानं येतील. बसा...' एवढं सागून तीही आत निघून गेली.

थोड्या वेळानं सात-आठ वर्षांचा एक मुलगा बाहेर आला आणि पाण्याचा तांब्या ठेवून, चटई अंथरून निघून गेला. त्यानंतर कुणीही चौकशी करायला बाहेर आलं नाही. काही वेळ कुणी येतं का, याची वाट बघून त्यांनी घोड्याला तिथंच खांबाला बांधलं, खोगीर आणि पिशवी ओसरीवर ठेवून ते तळ्याची दिशा विचारत बाहेर पडले.

त्यांना हे गाव मनापासून आवडलं. सत्तर-ऐंशी उंबऱ्यांचं गाव. रुळांवरून गेलं, तर उजवीकडे तळं आणि त्याचंच थोडं पाणी रुळांच्या डावीकडेही आलं होतं. मध्ये अर्धा फर्लांग पूल. उजव्या बाजूला चढ. मध्ये एक मोठाला वटवृक्ष.

पाणी-पूल-चढ-नारळी-वड-गावात वड नसेल, तर गावाचं रूपच नष्ट होतं!

ते वडाच्या झाडापाशी गेले. कुणी तरी त्याभोवती पार बांधला होता. पाठीवर ताण येऊ न देता, वरचेवर आसन बदलत ते काही वेळ तिथं बसले. एक अरसीकेरेकडची गाडी आली. दोन्ही बाजूंना पाणी - मधोमध पूल - त्यावरून धावणारी रेल्वे- या आधी अनेक ठिकाणी अनेक वेळा पाहिलेलं दृश्य आज त्यांना अपरिमित आकर्षक वाटलं.

गाडी निघून गेल्यावर काही वेळात पुन्हा शांतता पसरली. काही वेळ तसेच बसून राहिले. नंतर सावकाश घराकडे परतले.

ते आले, तेव्हा दारापाशी एक गृहस्थ उभे होते. रुंद काठांचं धोतर, पांढरा शर्ट, नीट विंचरलेले केस, भरघोस मिशा, उंच देहयष्टी-

कंठीजोईसांना पाहताच खूप दिवसांची ओळख असावी, अशा थाटात पुढं येऊन म्हणाले,

'तुमचा घोडा रेल्वेला एवढा का घाबरतो? मी पुढं होऊन त्याला चुचकारलं

नसतं, तर खुंटा उखडून पळून गेला असता, बघा!'

एकमेकाची विचारपूस झाली. ते म्हणाले,

'शनिवारी आलात, हे तुमचं सुदैव! नाही तर एरवी मी कुठल्या वेळी, कुठं असतो, हे कुणालाच ठाऊक नसतं. कधी अरसीकेरे, कधी हासन, कधी अशिलाच्या एखाद्या आडगावी- कुठंही जातो. तळ्याकडे जाऊन आलात? पलीकडच्या चढाकडे गेला होता?'

'होय.'

'तिकडे पूर्वेकडे दिसली ना- ती आठ एकर बाग आमचीच. मुगूतिहळ्ळीपाशी आणखी थोडी जमीन आहे. रेल्वे पुलाच्या डावीकडे पाहिलंत? सहाशे माड आहेत फळं देणारे. त्यापलीकडे आणखी चारशे माडांची लागवड केली आहे. ती रोपं अजून लहान आहेत. फळं यायला आणखी दोन वर्षं हवीत तुम्ही आलात ना? त्या रस्त्याला एक छत्तीस एकरांचा तुकडा आहे. काय करणार? हे अशील आमची जमीन आम्हांला बघायला देत नाहीत. फक्त कोर्ट, म्हणजे कोर्ट! तुमची केवढी जमीन आहे?'

'तुमच्या जमिनीच्या दोन आणे भागाएवढीही नाही. मुलगा पाहतोय् तिकडं. नागलापूर आमचं मूळ गाव. मी चन्नरायपट्टणला राहतो. कंठीजोईस माझं नाव. करणीबिरणी करत असतो. मंत्र-तंत्र म्हणत, लोक अजिबात सोडत नाहीत. त्यासाठी गावोगाव फिरावं लागतं-'

'ओहो! ओ हो हो हो! आपणच कंठीजोईस काय? तुमच्याविषयी ऐकलंय् खूप. दर्शनाचा योग मात्र आला नव्हता. कोर्टाच्या आवारात तुमचं नाव खूप वेळा निघतं. 'एकदा कंठीजोईसांकडून करणी करवली, तर समोरचा माणूस जिंकणं अशक्य आहे,'

असं म्हणतात. आम्हांलाही तुमचं साहाय्य हवंच!'

ते आत गेले आणि बायकोला स्वयंपाकाविषयी सांगून, पुन्हा बाहेर येऊन, कंठीजोईसांना घरात घेऊन गेले.

मोठा दरवाजा, मोठं विस्तीर्ण अंगण, मोठाले खांब, मोठा मंच, भिंतीपाशी ठेवलेल्या चार खुर्च्या, समोरच्या बाजूला दोन बाकं- सगळं सामान भव्य आणि जुनं होतं. पाहुण्यांना भव्य मंचकावर बसवून ते स्वत: समोरच्या बाकावर बसून बोलु लागले,

'तुम्ही म्हणता, तो मुलगा मला ठाऊक आहे. बसेवश्वर टूरिंग टॉकीजचे मालक थोरले रुद्रप्पा-कट्टेपूरचे. दोन हजार नारळींचे मालक- शिवाय इतर शेती-वाडी. दोघंच भावंडं. थोरला टॉकीज चालवायचा. त्यांचं एक थिएटर अरसीकेरेत शंकराच्या देवळापाशी झिंकशीटचे पत्रे लावून कायम असायचं आणि एक टॉकीज अरकलगूड किंवा आणखी कुठं तरी टूरिंग करायचं! सहा महिने अरसीकेरेच्या

टॉकीजवर 'बसवेश्वर टूरिंग टॉकीज' म्हणून बोर्ड लावायचा आणि लायसेन्स संपलं, की संगमेश्वर टॉकीजचा बोर्ड लावायचा! लायसेन्स जसं मिळेल, तसे बोर्ड बदलायचे!'

कंठजोईसांनी दोन वेळा आपली बैठक बदलली. रामदासप्पाही मांडी बदलत पुढं म्हणाले,

'त्यातही पुढं एक गंमत झाली. थोरल्या रुद्रप्पांचा स्वभाव शौकीन! पिक्चर आणायला बेंगळूरला जावोत, लायसेन्सच्या कामासाठी हासनला जावोत- कुठंही गेले, तरी त्यांचं एखादं प्रेमपत्र हजर! एकदा काय झालं- कायिमंडी चन्नवीरप्पा नावाचा एक म्हातारा-म्हणजे असेल पंचावन्न-साठ वर्षांचा. पाठीवर हे एवढालं कुबड होतं. त्यानं एक बाई ठेवली होती. शंभर गावच्या उकिरड्यांवर लोळून आलेली गावभवानी ती! असेल चाळिशीच्या पुढची. थोरले रुद्रप्पा पन्नाशीच्या घरातले. त्या दोघांचे चोरटे संबंध होते. पण पादणं आणि असली भानगड लपून कुठून राहणार? मग एक दिवस चन्नवीरप्पानं सिनेमा कंपनीला काडी ओढून लावली. मग काय? सगळी फिल्म जळून राख झाली. सगळं जळून गेल्यानंतर पोलीस आले. आतल्या आत कुजबूज सुरू झाली. 'हे टॉकीज याच गावात केव्हापासून आहे' वगैरे प्रश्न पुढं येऊ लागले. इथल्या मशीनचा नंबर काय? हे खरोखरच टूरिंग टॉकीज आहे काय? वगैरे प्रश्नही पाठोपाठ उठले. मग काय? मुकाट्यानं थोरले रुद्रप्पा दुसरं लायसेन्स घेऊन गावाबाहेर पडले. अरसीकेरेचा स्वभावच हा! भांडणं आणि भानगडी! तुमचं चन्नरायपट्टण कसं आहे?'

मांडी मोडून पाय सरळ करत ते म्हणाले,

'काय सांगत होतो मी? हं- तिथं विश्व नावाचा एक मुलगा गेट-कीपर म्हणून काम बघायचा. मला तो भेटला, त्या वेळी तीन दिवसांचा उपाशी होता. उपाशी म्हणजे कडकडीत उपवास! त्यानं मला सगळं सांगितलं. तेव्हा तो हायस्कूलची दोन वर्षं संपवून एस. एस. एल. सी. च्या वर्गात गेला होता. उन्हाळ्याची सुटी संपली होती. खायचं काय आणि शिकायचं कसं, हे त्याच्या पुढचे प्रश्न होते. म्हटलं, 'घाबरू नकोस. देव आहे जगात. तू तुझ्या हेडमास्तरांकडून 'हा गरीब हुशार मुलगा आहे- याला श्रीमंतांनी मदत करावी' या अर्थाचं एक सर्टिफिकेट लिहून घेऊन ये.' त्यानं तसं आणलं. आम्ही ते एका वहीत डाव्या बाजूला चिकटवलं आणि त्याखाली मी मुगूतिहळ्ळी रामदासप्पा- ५ रुपये म्हणून लिहिलं. या एकाच गावात मी त्याला सोळा रुपये मिळवून दिले. त्यानंतर चिंगनहळ्ळी-सासनहळ्ळीलाही जाऊन साडेबारा रुपये मिळवून आला. त्यानंतर त्याला म्हटलं- आजूबाजूच्या खेड्यांमध्ये फिरलास, तर पन्नास रुपये सहज जमतील. ते दसऱ्याच्या सुटीपर्यंत पुरतील. भांडंभर तांदूळ घरी शिजवायचे आणि हॉटेलमधून एक आण्याचं सांबार आणायचं नंतर खोबऱ्याचा

सीझन येईल. त्या वेळी इकडे होन्नवळ्ळी किंवा तिकडं मेटीकूटला जाऊन आलं, की एस. एस. एल. सी. संपून गेलं असतं. खरं, की नाही? तुम्हीच सांगा.'

'अगदी खरं आहे...'

'इथून तो निघून गेला, त्या घटनेला साडेपाच वर्षं झाली. का निघून गेला, कुठं गेला, कसा आहे, जिवंत तरी आहे, की नाही- सगळं फक्त त्या परमेश्वराला ठाऊक!'

एकाएकी कंठीजोईसांचा चेहरा रक्तहीन होऊन गेला. त्यांनी मोठा सुस्कारा सोडला. काही बोलायचं म्हटलं, तर घशापाशी वेदना घुटमळत असल्याचं जाणवलं. रामदासप्पा आपल्याकडे पाहत असल्याचं त्यांना जाणवलं. आपण काहीच बोललो नाही, तर ते तसेच पाहत राहतील- त्यांनी घसा खाकरून विचारलं,

'त्याचा गंगण्णा नावाचा कुणी मित्र होता ना?'

'बिचारा! त्याचीही एक कथाच आहे. मघाशी मी टॉकीज चालवणाऱ्या थोरल्या रुद्रप्पाची हकीकत सांगितली ना? त्याला तेव्हा मूल-बाळ नव्हतं. गंगण्णा त्याचा नात्यानं मावसभाऊ. रुद्रप्पाची धाकटी मावशी- म्हणजे गंगण्णाची आई गंगण्णा दोन-अडीच वर्षांचा असताना गेली होती. त्याच्या वडलांनी दुसरं लग्न केलं. या मुलाला थोरल्या रुद्रप्पाच्या आईनंच लहानाचा मोठा केला. रुद्रप्पाला मूल नसल्यामुळं तो घरात वाढणाऱ्या गंगण्णालाच दत्तक घेणार म्हणत होता. गंगण्णाचे सगळे मित्र त्याला 'दत्त' 'दत्त' म्हणून चिडवायचे. पण हे थोरल्या रुद्रप्पाच्या बायकोला मुळीच पसंत नव्हतं. गंगण्णा त्या घरी घरच्या मुलासारखा, कशाचीही फिकीर न करता राबत होता. अरसीकेरेचं टॉकीज तोच पाहत होता. तो विश्वनाथाच्या वर्गात शिकतही होता. वयानं तो विश्वनाथापेक्षा तीन-चार वर्षांनी मोठा असेल. मैत्रीपायी त्यानं विश्वनाथाला टॉकीजमध्ये कामही दिलं होतं. वरच्या कमाईतला वाटाही द्यायचा. चन्नवीरप्पाच्या बाईचं प्रकरण थोरल्या रुद्रप्पाच्या बायकोलाही समजलं. तिनं नवऱ्याला चांगलाच फैलावर घेतला! खरं सांगायचं, तर थोरल्या रुद्रप्पाचा डोळा चन्नवीरप्पाच्या बाईवर-चलुवम्मावर नव्हता, तिची सोळा वर्षांची मुलगी कांतामणी म्हणून होती- तिच्यावर होता! हे जाणून त्याच्या बायकोनं वाद घातला, 'मी म्हातारी झाले, म्हणून तुला तरणीताठी मुलगी पाहिजे' तर मग माझ्या धाकट्या बहिणीशी लग्न कर-' आधीच बरीच बदनामी झाली होती-त्यामुळं हा पडत्या फळाची आज्ञा म्हणत मेहुणीशी लग्नाला उभा राहिला. लग्न झालं- नव्या नवरीला दिवसही राहिले. मग या 'दत्त' म्हणवणाऱ्या गंगण्णाची काय गत?

'टॉकीज अरकलगूडला जातंय्- तू जा' म्हणून त्याला सांगितलं. गंगण्णालाही आपल्या परिस्थितीची कल्पना आली होती. त्या वेळी माझं त्याच्याशी बोलणं झालं. मी त्याला माझ्या ओळखीच्या एका शिंप्यापाशी पाठवून दिलं. खेड्यातल्या लोकांना आवडतील, असे कपडे शिवणं त्यानं आत्मसात केलं. आता त्यानं बाजारात स्वतःचं

शिलाईचं दुकान घातलं आहे. दोन वेळच्या अन्नाची व्यवस्था झालीय् त्याच्या-'

'तो आणि विश्व—'

'परस्परांचे उत्तम मित्र! यात शंका नाहीच. आजही त्याच्या आठवणीनं गंगण्णा गहिवरतो-'

'त्याला काही ठाऊक नसेल याच्याविषयी?'

'ठाऊक असतं, तर तो माझ्यापाशी बोलल्याशिवाय राहिला नसता. परवाच संध्याकाळी तो भेटला होता. त्याला हॉटेलमध्ये नेऊन मी खाऊ-पिऊ घातलं-'

पुढं काय विचारावं, त्यांना समजेना. डोकं आतून रिकामं-किंवा थिजलेल्या चिकट तेलानं भरलं असावं, असं जाणवत होतं.

तीन दिवसांपासून हेच जाणवतंय्, रामसंद्र-तिपटूर काहीही समजत नाही. मनात एकही आकार सुस्पष्ट होत नाही. डोळे आणि कान यातलं काही बाहेर आणि बाहेरचं आत जाऊ देत नाहीत. डोक्यात डिंक भरलाय्- हा कसला आजार म्हणायचा? समोर रामदासप्पा बसलेत. माझ्याकडे पाहत. का पाहताहेत ते?

एवढ्यात सकाळचा छोटा मुलगा आवाज न करता त्या दोघांपाशी येऊन उभा राहिला. त्यानं रामदासप्पांच्या कानात काही तरी सांगितलं. ते म्हणाले,

चला, उठा. हात-पाय धुऊन घ्या-'

मऊ, नरम, शुभ्र बारीक तांदळाचा भात, विरघळून एकजीव झालेल्या तुरीच्या डाळीचं सार सपक होतं. तरीही गिळताना घशात दुखतंय्. दुपारचं जेवण न झाल्यामुळं जबरदस्त भूक लागली होती. प्रत्येक घास अनेक वेळा चावून त्यांनी जेवण संपवलं. ताक- भात खाताना मात्र भाताचा नरमपणा कमी झाल्यासारखा जाणवत होता.

एका रात्रीत पाच रेल्वे गाड्या जातात, हे त्यांना समजलं होतं. इथं बांधलं, तर घोडा भेदरेल, म्हणून रामदासप्पांनी त्याला परसात नेऊन बांधलं- गवत टाकलं. कंठीजोईस पलंगावर पालथे झोपले. घरातली इतर सगळीजणं आत कुठं कुठं झोपली असावी. बाहेरच्या मोठ्या सोप्यात ते एकटेच झोपले होते.

थोड्या वेळात गाढ झोप आली.

एक रेल्वे धडधडत गेली. त्यांना जाग आली.

पाठीच दुखणं... हा... हा ठणका! आतला दाब वाढून फुटेल, की काय, कोण जाणे. औषध लावलं, तर? आतून- अगदी आतून संपूर्ण शरीरातून वेदना वाढतेय्. फक्त वरून औषध लावलं, तर काय होणार आहे? दुपारी उताणं झोपल्यामुळं हे वाढलं असेल? आतली वेदना आणि मस्तकातली ठसठस छे! मन आणखी कुठं जायलाच तयार नाही.

ते उठून बसले. 'मी कंठी-' म्हणावंसं वाटलं, तरी मन उद्गारलं नाही.

आणखी एक गाडी धडाडत गेली- पहिल्यापेक्षा अधिक उद्दामपणे!

किती वाजले, कोण जाणे. आणखी किती वेळ असेल उजाडायला? पण उजाडल्यावर तरी काय करायचं? आता अरसीकेरेला तरी कशाला जायचं? तोच तिथं नाही म्हटल्यावर तिथं जाऊन काय करायचं?

ते शिरा सैल सोडून वेदनेचा जोर कमी करायचा प्रयत्न करू लागले. पुन्हा पालथे झोपले- मेंदूमध्ये वंगण भरल्यागत झालं होतं.

अरसीकेरे सोडून आणखी कुठं जायचं?

आजवर कधीही न पडलेला प्रश्न त्यांच्या मनात उभा राहिला-

अमुक ठिकाणी का जायचं?

विश्वनाथाला शोधण्यासाठी घराबाहेर पडलो. आता तो भेटणार नाही, हे तर निश्चित! मला चन्नरायपट्टणच्या माझ्या भुताच्या घरी परतायला पाहिजे. त्या घरात पूर्वी कुणीही राहत नव्हतं, म्हणून भुताच घर मानलं जात होतं. भूत असलं, तर असू दे- बघू, मला काय करतं, म्हणत त्या घराचं कुलूप तोडून मी तिथं राहू लागलो. त्या वेळी मी तीन महिन्यांच्या आत निश्चित मरणार, याविषयी सगळ्यांची खात्री होती. बारा वर्षं होऊन गेली त्याला. आता त्या भुताच्या घरी जाऊन तरी काय करायचं? भूत असतं, तर तेवढीच सोबत झाली असती-

तीन-चार-पाचवी गाडी गेल्यानंतर थोड्या वेळानं उजाडलं. जिवात जीव आला. ते तळ्याकाठी गेले. येताना अंघोळ करूनच घराकडे परतले. आल्या आल्या त्यांनी रामदासप्पांना विचारलं,

'गंगण्णाचं दुकान नेमकं कुठं आहे? जवळपास खूण एखादी-'

'पण सांगितलं ना? गंगण्णाला काहीही ठाऊक नाही.' ते ठामपणे म्हणाले.

'ते तर खरंच! मला नाही तरी वेगळ्या कामासाठी अरसीकेरेला जायचंच आहे. अनायासे भेट झाली, तर बघायचं-'

'बाजाराच्या रस्त्यावर बेळ्ळी सुब्बय्या शेट्टींचं दुकान आहे ना? त्याच्या शेजारीच काळ्या खापरांचं घर आहे. तिथं लहान खोली आहे त्याची. बोर्डही आहे. तिकडं चौकशी केली, तर कुणी तरी दाखवून देईल.'

कॉफी-खाण्याची वाट न पाहता कंठीजोईस तिथून बाहेर पडले.

तिपटूरच्या शरबण्णाप्रमाणेच गंगण्णानंही त्यांचं अत्यंत आदरानं स्वागत केलं.

सव्वापाच फूट उंचीची पंचविशीची किरकोळ शरीरयष्टी, सावळा वर्ण, गोल चेहरा, डावीकडे भांग, कपाळावर तीन विभूतीचे आडवे पट्टे, त्यावर मधोमध कुंकू, पांढरा पायजमा, निम्म्या बाह्या दुमडलेला भगवा शर्ट.

आठ बाय् बारा फूट एवढं दुकान. दारापाशी शिलाई मशीन. कपडा बेतण्याचा पाट, कपडे ठेवण्यासाठी लाकडी कपाट, समोर लाकडी बाक. आतल्या बाजूला आणखी एक छोटी खोली, स्वयंपाक करण्यासाठी कोळशाची शेगडी. त्यामागचा

दरवाजा उघडला, की मागच्या बाजूला संडास आणि छोटं परसू.

कंठीजोईसांनी त्याला पाठीच्या दुखण्याविषयी सांगितलं. ते पुढं म्हणाले,

'सतत घोडेसवारी करताना मानेपासून कमरेपर्यंत कळ धावत होती. आधी घटकाभर विश्रांती घेतो.'

गंगण्णानं आतल्या खोलीतल्या खाटेवर कांबळं अंथरून उशी दिली. त्यानंच मागच्या परसात घोडा नेऊन त्याला पाणी पाजलं. गवत दिलं.

खाटेवर आडवं होताच त्यांना झोप लागली.

साडेतीन तासांची झोप संपवून ते उठले, तेव्हा दीड वाजला होता

'बरं वाटलं! गेल्या तीन दिवसांत एवढी झोप लागली नव्हती-' म्हणत ते उठून बसले.

'आता ब्राह्मणाच्या हाटेलातून जेवण मागवू?'

'तू हातानं करूनच खातोस ना? मला चालेल. भात मात्र मऊ कर.'

मऊ भात रटरटत असताना गंगण्णानं त्याचा शर्ट वर करून पाहिलं,

'बरंच सुजलंय् हे! गळू असलं, तर कुठं तरी तोंड दिसायला पाहिजे, की नाही?'

'गळू कसलं? राजफणी रोग आहे. मला घेऊनच जाणार, हा रोग! फार लोळवत न ठेवता घेऊन जावं, हीच इच्छा!'

बोलताना त्यांचं लक्ष भिंतीवरच्या काकवाहन शनीच्या पटाकडे गेलं. खालच्या बाजूला उदबत्तीही टोचलेली दिसत होती.

जेवताना ते प्रत्येक घास शक्य तितक्या वेळा चावून, मऊ करून, गिळत होते.

तोंडातला घास गिळत गंगण्णा म्हणाला,

'विचार करून- करून थकून गेलोय् बघा. मुगूतिहळ्ळीहून कुठं गेला असेल हा? स्वत:चं गाव नाही- घर नाही, माझ्याशिवाय याचा आणखी कुणी मित्र नाही. मला तर वाटतं, यानं कुठं तरी जीव दिला असेल...'

'छे:! तो नाही जीव देणार! सिंहाचा छावा...'

'तसं नव्हे- या आधीही दोन वेळा जीव द्यायचा प्रयल केला होता, म्हणून त्यानं स्वत:च मला सांगितलं होतं. एकदा दहा-बारा वर्षांचा असताना सापाच्या बिळात हात घातला होता..'

'ते ठाऊक आहे. रामसंद्रच्या नरसम्मानं सांगितलं होतं-'

'आणखीही एकदा तसा प्रयत्न केला होता त्यानं. पहिल्यांदा तो तिपटूरहून अरसीकेरेला आला होता- गावात कुणी वारानं जेवायला घालतंय् काय, ते बघायला. येताना तो रेल्वेरुळांवरून चालत आला होता. रेल्वेवर त्याचा पराकोटीचा जीव! कोनेहळ्ळी स्टेशन मागं पडलं. मैलभर पुढं आल्यावर त्याला एकाएकी वाटलं-

माझ्यासारख्यानं उगाच का जगत राहायचं? त्याच वेळी पुणे-एक्स्प्रेस आली. हा रुळांवरून बाजूला उभा राहिला. धाड-धाड गाडी निघून गेली. त्यानंतर मनात आलं- गाडीखाली डोकं ठेवायला पाहिजे होतं! याच विचारात रुळांवरून बॅलन्स करत तो चालत राहिला. मुगूतिहळ्ळी येईपर्यंत मनात आलं, जीवच द्यायचा, म्हटल्यावर पुढं का चालायचं? गावाच्या अलीकडे एक वडाचं झाड होतं. त्याच्या पारावर काही माणसं बसली होती. त्यांना यानं विचारलं- रेल्वेगाडी केव्हा येते? त्यांनी विचारलं-कुठली? हा म्हणाला- कुठलीही. त्यांनी सांगितलं- आता अरसीकेरेची तर इथं थांबणार नाही. यानं विचारलं- रेल्वेरुळांवरून चालत गेलं, तर चालेल काय?त्यांनी सांगितलं-खुशाल जा, इथली माणसं अशीच अरसीकेरेला जात-येत असतात. हाही तिथं काही वेळ बसून राहिला. एवढ्यात एक बेंगळूर-गाडीही गेली. जीव द्यायचा, म्हटल्यावर मनाची तयारी नको का करायला? पाच वाजता एक मालगाडी गेली, की त्यानंतर रात्रीपर्यंत कुठलीही गाडी नाही, म्हणून समजलं. पारावरची माणसं हळूहळू पांगली. मालगाडी कुठल्याही परिस्थितीत सोडायची नाही, असं ठरवून तो एकटाच पारावर बसून राहिला.'

'मग?' घास चावायचं विसरून त्यांनी विचारलं.

'गाडीला अजून दोन-अडीच तास वेळ होता. वेळा जाता जाईना. तळ्यात भरपूर पाणी होतं. त्या वेळेपर्यंत पोहून घेऊ या, असा विचार करून तो पाण्यात शिरला. विश्वच पोहणं!- व्वा! काय सांगू मी! त्यानंच मला पोहायला शिकवलं, पाण्यावर उताणं पडून, मानेखाली हात दुमडून, छाती फुगवून झोपला, की भेंडासारखा हलका होऊन तरंगत राहतो. मीही शिकलोय् त्याच्याकडून हे! डोळ्यांत पाणी भरून समोरचं दृश्य थेंबा-थेंबात पसरत जातं. आकाशाचे रंग तर इतके बदलत राहतात- निळ्या रंगाच्या किती तरी छटा! कधी जवळ येतं- कधी लांब जातं- खाली-वर, खाली-वर होत राहतं. वेळ तर कसा गेला, कळत नाही. हे अनुभव तो खूप छान सांगतो- त्याच्या तोंडूनच ते ऐकायला पाहिजेत. तो असाच पोहत तळ्याच्या मध्यापर्यंत गेला. त्या दिवशी त्यानं दुपारला फक्त भाकरी खाल्ली होती. शिवाय चालणंही खूप झालं होतं. काठावर येऊन त्यानं कपडे चढवले. त्याचवेळी मालगाडी आली. तिचा आवाज तबल्यासारखा ऐकू येत होता, म्हणून सांगत होता तो. धावत जाऊन रुळांवर पडायचा विसरच पडला त्याला! नंतर त्याच्या मनात आलं, जीव देऊन तरी काय करायचं? अरसीकेरेला जाऊन वारासाठी घरं मिळतात, की काय, तेच बघू या- म्हणत तो पुन्हा पाय ओढत रुळांवरून चालू लागला.'

जेवण थांबवून कंठीजोईस मुकाट्यान त्याच्या चेहऱ्याकडे पाहत बसले होते. आपल्या पानातल्या दहीभाताचे भुरके मारून झाल्यावर गंगण्णा म्हणाला,

'फार वैताग आल्यामुळं त्यानं जीव दिला असेल, हे नक्की. पाच वर्षं होऊन गेली नां?'

हात धुतल्यावर चूळ भरून ते मशीनजवळच्या खुर्चीवर खाली पाय सोडून बसले. पाठीचा ठणका अजूनही जाणवत होता. पाठीवरची माशी हाकलताना हात मानेच्या मधल्या भागाला लागला. स्पर्श केल्यावर सुखावह वाटणारी थोडी सौम्य वेदना जाणवली.

हा मानेचा भाग एरवी असाच असतो, की आताच फुगीर वाटतोय्?

पाठोपाठ आठवलं- पाठीच्या दुखण्याचंही आधी असंच वाटलं होतं. थोडी सूज, थोडी सुखावह वाटणारी वेदना, ती अनुभवण्याची इच्छा होऊन तो भाग पुन:पुन्हा गोंजारण्याचा मोह होत होता.

पाठीचा आणि मानेचा काय संबंध असावा?

ते या विचारात असताना आतलं आवरून गंगण्णा घरी आला. मशीनपुढच्या स्टुलावर बसून त्यानं जांभई दिली. स्वतःची सुख-दु:खं, आशा-आकांशा आणि भावी जीवनाच्या स्वप्नाविषयी ज्याच्याशी मनमोकळ्या गप्पा कराव्यात, असा त्याचा मित्र तर निघूनच गेला होता! ते दोघंही एकाच वर्गात शिकत होते, तो दुसऱ्या टर्मच्या सुरुवातीला वर्गात दाखल झाला होता. त्या वेळी त्याच्या डोक्यावर टीचभर केस होते. त्यामुळं तो डोक्यावर सतत काळी टोपी घालायचा. वर्गातली सगळी मुलं त्यावरून त्याची चेष्टा करायची. त्याच्या टोपीचा वर्गात व्हॉलीबॉल व्हायचा. त्याचे केसही ओढत. मी त्याला विचारलं, तू का गप्प बसतोस? तो म्हणाला- एवढी मुलं आहेत, विरोध केला, तर पाय मोडून ठेवतील! मी त्याला सांगितलं- तू गप्प बसू नकोस, मी तुझ्या मागं आहे. त्यानंतर त्यानं एका चेष्टा करणाऱ्या मुलाला चांगलं ठेचून काढलं- एका मुलाच्या दंडावर दात रुतवले. त्यानंतर मात्र कुणीही त्याच्या नादाला गेलं नाही, की त्याच्या डोक्यावरून 'अम्मा-' म्हणून हातही फिरवला नाही. ही घटना घडल्यानंतर तो मला आपल्या घरी घेऊन गेला. त्या दिवशी तो खूप मोकळेपणानं बोलत होता. स्वतःची सगळी हकीकत त्यानं त्या दिवशी सांगितली-'

तो पुढं सांगत होता,

'गल्लीत अगदी टोकाला त्याची खोली होती. बारा आणे भाडं. पाय न दुमडता एक माणूस जेमतेम झोपू शकेल, एवढी जागा होती. भिंतीला एक कोनाडा. मलाही आई नाही. वडील असून-नसून सारखेच. आम्ही दोघंही मित्र झालो. मी सिनेमाला फुकट सोडू शकेन, म्हणून बरीच मुलं माझ्याशी मैत्री करायला धडपडत. पण यानं एकदाही मला विचारलं नाही. एकदा मीच आग्रह करून त्याला 'चंद्रलेखा' बघायला घेऊन गेलो होतो.'

कंठीजोईस उठून आत गेले. गंगण्णा म्हणाला.

'आता तुम्ही झोपा. बसून-बसून पाठ दुखायला लागली असेल.'

ते झोपले.

थोड्या वेळात त्यांनी आतून विचारलं,

'इथं तुळईला एकतारी बांधली आहे- तू वाजवतोस?'

'नाही. विश्वला सांभाळलं होतं, त्या म्हादेवय्यांची आहे ती. या गावी तो ती घेऊन आला होता. रोज संध्याकाळी ती वाजवून गाणीही म्हणायचा. त्याचा आवाज काय आहे, म्हणून सांगू! तो निघून गेल्यावर मीच त्याच्या खोलीतलं सगळं सामान सोडवून आणलं. एकतारी, पाण्याचा लोटा, अल्युमिनची ताटली आणि तो शनिदेवाचा पट...'

त्यांनी जांभई दिली. पालथं झोपणं-असहाय स्थिती-

पाच वर्षं- त्या आधीही दोनदा त्यानं जीव द्यायचा प्रयत्न केला होता, म्हणे. आता तो हयात नसेल, हेच खरं. त्यानं जिवंत तरी का राहावं? मी त्याचा आजा. मी तरी कुठं कधी त्याची खुशाली पाहिली? तो जिवंत आहे, की नाही, हेही पाहिलं नाही. भुताच्या घरात फरशीखाली साडेपाच हजार रुपये आहेत. घोड्याला पाणी पाजायला हवं होतं, की काय, कोण जाणे!

त्यांनी उठून जाऊन पाहिलं. गंगण्णानं पाणी पाजलं होतं. आता तो गवत खात होता. गंगण्णाला पैसे देऊन बाजरीच्या कण्या आणायला सांगून ते पुन्हा झोपले.

जख्ख म्हातारा महादेवय्या. ना जातीचा, ना नात्याचा. त्यानं भीक मागून विश्वला मोठं केलं-शाळेला पाठवलं. नातू कुणाचा आणि वात्सल्य कुणाला!

गंगण्णानं कण्या आणल्या आणि निम्म्या भिजत टाकल्या.

चांगला मुलगा आहे हा!

बाहेरच दुकानात बसून तो कापड शिवू लागला.

पाच वर्षं झाली- पण मेलाच असेल कशावरून? मी नाही आलो बारा वर्षांनी काशीहून? पण त्यानं माघारी तरी कुणासाठी यायचं? कुणाचं तोंड बघायला?

आखडलेल्या शिरा आणखी आखडून त्यांनी बुबुळं आत जातील, अशा प्रकारे डोळे घट्ट मिटून घेतले. त्यांनी पाठीवरचं दुखणं कुरवाळलं.

हे कमी होणार नाही. उगाच औषध लावण्यात काय अर्थ आहे?

ते उठून बाहेर बाकावर येऊन बसले. त्यांनी विचारलं,

'टॉकीजमध्ये किती पगार द्यायचे?'

'महिन्याला पाच रुपये.'

'एवढेच? दोन वेळा गेट सांभाळलं, तरी एवढेच?'

'मग? आमचे थोरले रुद्रप्पा यासाठी बरे पैसे खर्च करतील! तुम्हांला सांगतो...' म्हणत त्यानं मशीन बंद करून कपडा नीट बाहेर काढला आणि म्हणाला, 'आई गेली, तेव्हा मी अडीच वर्षांचा होतो. थोरल्या रुद्रप्पांच्या आईनं-माझ्या थोरल्या मावशीनं मला कट्टेपूरला नेलं. त्या वेळीच थोरल्या रुद्रप्पांचं लग्नही झालं होतं. मी आठ वर्षांचा झालो, तरी त्यांना मूल-बाळ झालं नव्हतं. त्यामुळं तेव्हाच रुद्रप्पा

'याला मी दत्तक घेईन' म्हणू लागले. पण त्यांच्या बायकोनं मात्र मला गुलामासारखं वागवलं. अरसीकेरेला टॉकीजचा मुक्काम पडला, तेव्हा मॅनेजरची जबाबदारी माझ्यावर टाकली. पण कधी कॉफीसाठी चार आणे माझ्या हातावर ठेवले नाहीत! थोरल्या रुद्रप्पांनी वापरून जीर्ण केलेली धोतरं आणि शर्ट ठिगळं लावून माझ्या वाट्याला यायची. एकीकडे सावकाराचा मुलगा म्हणून घ्यायचं आणि कुणाला एक विडी द्यायची ऐपत नव्हती. त्याची बायको पुट्टीरव्वा शिळं-पाकं वाढायची. एक अक्षर बोलायची सोय नव्हती. इकडे आमचे हे हाल चालले होते आणि तिकडं थोरले रुद्रपा रस्त्यावरच्या कुत्रीलाही सोन्याची साखळी करून देत होते.

याच दिवसांत विश्वचे सगळे वार सुटले आणि त्याला उपवास घडू लागले.'

'होय. ते सगळं सांगितलं रामदासप्पांनी...'

'त्यांना सगळं ठाऊक आहे. विश्वला टॉकीजमध्ये नोकरीला घेण्यात माझाही एक प्लॅन होता. बायकांच्या बाजूला दोन गेटं होती. एक तीन आणि दुसरं पाच आण्यांचं. आठ आण्यांचं पॉईंट. तीन आण्यांच्या गेटवर शिवराय नावाचा एक होता. त्याचं माझ्याशी फारसं पटत नसे. बायका-मुलींशी आचरटासारखा वागतो, म्हणून तो बदनामही झाला होता. आम्ही हिकमती लढवून त्याला पुरुषांच्या गेटवर पाठवायला भाग पाडलं! त्यामुळं बायकांचं तीन आण्यांचं गेटही आमच्याकडे आलं. बुकिंग-ऑफिस पुढच्या बाजूला होतं. बुरख्यावाल्या किंवा खेड्यातून येणाऱ्या अडाणी बायका नेहमी मागच्या बाजूला यायच्या. म्हणायच्या 'आमी तिकडं जाणार न्हाय-गोशा आहे- आम्हाला इकडंच तिकिट आणून दे.' मी विश्वपाशी जाऊन त्याला म्हणे, 'यांना अमुक इतकी तिकिटं आणून द्या, बघू!' यावर तो म्हणे, 'ही काही आमची ड्युटी नाही!' मग मी त्याला गयावया करून सांगे, 'अरे, बायामाणसांचं काम आहे! एवढं कर-पुण्य लागेल-' वगैरे. तो मोठ्या नाराजीनं तिकिटाचे पैसे घेऊन पलीकडे गेल्यासारखं दाखवत असे आणि मी इकडं या बायकांना 'तुम्ही आत चला बघू- आता तिकीट येईल' म्हणून सांगत असे. त्या बायका काय-लगबगीनं आत जाऊन बसत. त्यानंतर थोड्या वेळानं अंधारात त्या बायकांना कुठली तरी जुनी तिकिटं देत असे. दिवसाकाठी असे अडीच-तीन रुपये हाती लागत. त्यावर विश्वचं जेवण आणि आमचं चहा-खाणं निघत असे. हे सगळं अगदी खासगी! आजवर मी हे कुणालाच सांगितलं नव्हतं'

एवढ्यात दुमडलेली नवी छत्री घेऊन एक शेतकरी आला. त्याची क्षमा मागत गंगण्णा म्हणाला,

'परवाच्या दिवशी नक्की देतो. मशीनचा क्लच मोडला होता. तो हासनहून मागवावा लागला. काल-परवा काही कामच करता आलं नाही त्यामुळं. हे काय- आता तुमचंच शिवतोय्!'

'ह्ये आसलं शेकंडह्यँड मशीन ठिवून बोरड कशापायी लावतोस, रं?' त्यानं जोरात विचारलं.

'नवं मशीन घ्यायला सगळे तुमच्यागत सावकार कुठून असणार?' गंगण्णा हसतमुखानं म्हणाला.

शेतकरी निरुत्तर झाला.

गंगण्णाच पुढं म्हणाला,

'तुम्हीच पाच-सहाशे रुपये द्या. म्हणजे हायस्पीड सिंगर मशीन घेईन आणि तुमचे पैसे व्याजासकट परत देईन! पण तुम्हांला वाटतय्, गंगण्णा डबोलं घेऊन पळून गेला, तर काय करायचं!'

पुढं काय बोलायचं, ते न समजल्यामुळं 'परवाच्या दिवशी दिला नाहीस, तर सोडणार न्हाय, बग-' म्हणत तो शेतकरी निघून गेला.

गंगण्णा घाईनं मशीन चालवू लागला.

कंठीजोईस पुन्हा आत जाऊन झोपले.

नाटक-सिनेमा-हॉटेल या काही चांगल्या गोष्टी नव्हेत. या मार्गानं जाणारा चांगला राहणार नाही, म्हणतात. तिपटूरमध्ये असतानाही कुठल्याशा दासरहळ्ळी नाटक कंपनीबरोबर हा निघून गेला होता, म्हणे. इथं सिनेमाच्या थिएटरात काम. तेही जळून गेलं, म्हणे, कुठल्या तरी रांडेच्या पायात!

गंगण्णाच्या मशीनचा क्लक-क्लक आवाज ऐकू येत होता. ते पालथे झोपले होते. छातीच्या बरगड्या दुखू लागल्या. ते पुन्हा उठून बाहेरच्या बाकावर बसले.

'टॉकीज पेटवून दिलं ना कुठल्या तरी बयेच्या नादात? काय घडलं ते?'

'ती? अजूनही आहे ती. तिची मुलगी कांतामणी. अगदी महाराणीसारखी आहे! शिंदीच्या कॉंट्रॅक्टरानं तिच्या नावावर एक मळा आणि माडीची बंगली बांधून दिलीय्! तिथली मागची बाजू मोकळीच होती. शिवाय दोनेक शेर सोनं आहे अंगावर!'

'त्या वेळी काय झालं?'

'तेव्हा ती गल्लीत शेवटच्या घरी राहायची. तिथली मागची बाजू रिकामीच होती. पुढं गाव नव्हतंच. तिथंच वरच्या खोलीत विश्व भाड्यानं राहायचा. सहा फूट बाय् तीन फूट. बारा आणे भाडं-'

कंठीजोईसांनी मध्येच विचारलं,

'त्या घरी हा का गेला राहायला?'

'आधी त्याला, हे असलं घर आहे, म्हणून ठाऊक नव्हतं. नंतर समजल्यावर तरी काय करणार? बारा आण्यांत आणखी कुठं जागा मिळणार? शिवाय हा आपल्यापुरता राहायचा.'

'मग?'

पुढं काय आणि कसं सांगावं, हे गंगण्णाला समजलं नाही. आपल्याला जे ठाऊक आहे, ते नेमकं कसं सांगावं, याचा त्याला प्रश्न पडला होता. तो त्यांच्या रोखलेल्या नजरेनं अस्वस्थ झाला. शेवटी त्यात काय लपवायचं, असा विचार करून तो सांगू लागला,

'चेलुवम्मा मूळची कणकट्टी गावची. भर वयात फार सुंदर दिसायची, म्हणे. मुलगी वयात आल्यावर आईच्या रूपाला ओहोटी लागणारच. चेलुवम्मा कायिमंडी चन्नवीरची रखेली. तो पंचावन्न-साठीच्या घरातला आणि ही चाळिशीतली! त्याच वेळी एक घटना घडली. विश्व बराच आजारी पडला. तेव्हा तिनं त्याची बरीच शुश्रूषा केली-'

'कसला आजार?'

गंगण्णा चांगलाच गडबडला.

'हे बघ! काहीही लपवून ठेवू नकोस! सांग-' कंठीजोईस म्हणाले.

त्यांच्या तीक्ष्ण नजरेतून काहीही लपणं कठीण असल्याचं त्याला जाणवलं. त्यात काय चुकलं, अशा विचारानं तो म्हणाला,

'विश्वच्या चेहऱ्यावर मुरुमं उठली होती. मी त्याला हजार वेळा सांगितलं, तरी त्यानं ती नखानं फोडली. 'तू माझं तोंड फोडलंस-मी तुझं तोंड फोडते' म्हणत ती मुरुमं चेहराभर पसरली. चेहरा एवढाला सुजला! त्या वेळी तिनंच शेकणं, मिरे उगाळून लावणं, पेज शिजवून खाऊ घालणं वगैरं सगळं केलं. त्यातच एक दिवस 'मुरुमं का उठतात, ठाऊक आहे?' म्हणत त्याच्या मांडीला चिमटाही काढला, म्हणे! ती चाळिशीची म्हातारी- हा तर मुलीसारखा लालबुंद व्हायचा! तो मला सगळं सांगायचा. तेवढं सोडलं, तर बाकी बाई अतिशय चांगली! तिच्याऐवजी कांतामणीशी चान्स मिळाला असता, तर- सोळा वर्षांचं वय -' गंगण्णानं स्वत:ला बोलता बोलता आवरलं.

तिकडं फारसं लक्ष न देता त्यांनी विचारलं,

'त्यानं तसलं काही नाही ना केलं?'

'नाही.' गंगण्णा तत्काळ उत्तरला, 'तिची आई त्यासाठी तयार व्हायला हवी ना! उलट, मी रुद्रप्पांचा दत्तक मुलगा, म्हणून तिनं मलाच निरोप पाठवला होता लेकीसाठी. तिला त्याच समजुतीत ठेवून, मला दोन दिवस मजा मारणं सहज शक्य होतं. पण वस्तुस्थिती समजल्यावर तिनं मला रस्त्यावर खेचून मारलं असतं आणि हेच निमित्त करून पुट्टीरव्वानं मला घराबाहेर काढलं असतं-' म्हणत गंगण्णा पुन्हा मशीन मारू लागला.

कंठीजोईस त्याच्या चेहऱ्याकडे एकटक पाहत होते.

दोन मिनिटं शिवल्यानंतर तो पुढं सांगू लागला,

'विश्व टॉकीजमध्ये नोकरीला लागून सहा... अं... आठ-नऊ महिने झाले असतील त्यानंतरची गोष्ट. मुरुमं उठली आणि तिनं औषध-पाणी केलं, ती त्याच वेळची हकीकत. एक दिवस तिनं त्याच्या हातात एक पत्र देऊन 'तुझ्या सावकाराला दे-' म्हणून सांगितलं. ते कांतामणीनं लिहिलेलं पत्र होतं. 'राजराजेश्वर थोरले रुद्रप्पा यांचे पायाशी-' वगैरे लिहिलं होतं. पुढं लिहिलं होतं, 'हे पत्र घेऊन येणारा ईस्वण्णा आमचं कूळ आहे- त्याच्याकडून आपला निरोप पाठवावा-' वगैरे. विश्वनं हे पत्र मला दाखवलं. त्याला ते थोरल्या रुद्रप्पांना दाखवायची भीती वाटली. असल्या बायांची मला पत्रं आणून देतोस- म्हणून त्यांनी आपल्याला नोकरीवरून काढून टाकलं, तर काय करायचं, याची त्याला भीती वाटत होती. त्या वेळी त्याचा शाळेत अभ्यास चांगला चालला होता- अक्षर तर अगदी मोत्यांसारखं होतं. पण माणसांची पारख मात्र नव्हती. मी त्याला काय करायचं, ते सांगितलं. तिसरे दिवशी थोरले रुद्रप्पा गावाहून आले. ते ऑफिसमध्ये एकटे असताना त्यानं चिठ्ठी नेऊन दिली. ती वाचून पाहतच 'या चेलुवम्माची ही हिंमत!' म्हणून राग व्यक्त केला. विश्वची घाबरगुंडी उडाली. 'तुझं ऐकलं-आता माझी नोकरी जाईल' म्हणून माझ्यावरही उखडत होता! पण दुसरे दिवशी रुद्रप्पांनी विश्वला बोलावून घेतलं आणि हसत हसत 'कुणाला सांगशील, तर बघ!' असा दम भरत चेलुवम्माला निरोप पाठवला. त्यानंतर विश्वनं पुन्हा तिचा निरोप आणला, रात्री नऊनंतर चन्नवीरय्या कधीही येत नाही- अकस्मात आला, तरी मागच्या दारानं जाता येईल- आज रात्री दहानंतर या'

बोलणं थांबवून तो शिवू लागला. पण हातभर शिवून होण्याआधी तो शिवणं थांबवून सांगू लागला,

'एक महिना असाच गेला. मीच त्याला सांगितलं- नाही तर त्याच्या कुठून लक्षात यायला?- सावकारांपाशी जा आणि पगार वाढवून माग. महिन्याला तीस रुपये तरी द्या, म्हणावं. सुरुवातीला रुद्रप्पानं नाही म्हणूनच सांगितलं. नंतर खाजगीत बोलावून सांगितलं- 'ऑफिसच्या हिशेबातून पाच रुपयेच घे- मी तुला वेगळे वीस रुपये देत जाईन- पण इतर कुणाला समजलं, तर बघ!' म्हणजे गरीब हुशार विद्यार्थी शिकतोय्, म्हणून दोन रुपयेही वाढवले नाहीत यानं!'

तो घसा खाकरून थोडा वेळ गप्प बसला. पण बोलण्याचं दडपण कमी झालं नव्हतं. तो पुढं सांगू लागला,

'सतत फिरतीवर राहणारे थोरले रुद्रप्पा आता चेलुवीच्या आशेनं गावातच राहू लागले. इकडं त्यांच्या बायकोला-पुट्टीरव्वाला आनंद झाला. ती दररोज साबणाची वडी घासून-घासून तोंड धुवायला लागली. पण इकडं वेगळंच प्रकरण चाललं होतं. महिन्याभरात थोरल्या रुद्रप्पांनी आपली शिकार साधली! इकडं चेलुवी पाच आण्यांच्या

तिकिटावर सिनेमा बघायला आली, की हे मागच्या दारानं कांतामणीपाशी! एकूण काय वयापेक्षा पैसा महत्त्वाचा!'

गंगण्णा लघवीला जाऊन आला. येताना त्यानं पाहिलं, घोडा झोपला होता. बादलीतलं पाणी संपलं होतं. बादलीत आणखी थोडं पाणी ओतून तो आत आला, तेव्हा कंठीजोईस झोपले होते. अंगात शर्ट नव्हता. पाठीवरचं दुखणं चांगलंच रसरसलेलं होतं. तो पुन्हा शिवत बसला.

दहा मिनिटांनी ते उठले. अंगात शर्ट चढवला, 'थोडा वेळ फिरून येतो-' म्हणत ते बाहेर पडले.

तिपटूर रस्त्यानं काही अंतर तरातरा गेल्यावर आपल्याला संताप आल्याचं त्यांच्या लक्षात आलं. पाठीचा ठणका जाणवल्यावर त्यांनी वेग कमी केला.

पोटी एखादं पोर- बाळ झालं असतं, तर वाईट सवयी कमी झाल्या असत्या याच्या - गावातल्या आणि गावाबाहेरच्या रांडांभोवती गोंडा घोळतो - स्वतःच्या बायकोवर वजन ठेवायची ताकत नाही याच्या अंगात? वंश तरी वाढला असता- तळ्यात एवढं शेवाळं वाढलंय्. या तळ्यात हा पोहत होता? कुठं तरी पाय अडकून जीव गेला असता, म्हणजे?

त्यांचा जीव कातर झाला.

हा नको तिथं हुंगेगिरी करत हिंडतोय्. म्हणूनच याची शक्ती वठून मुलं झाली नसतील काय? हेच खरं असेल. माझा वंश नष्ट झाला. पुरुषानं नेहमी लंगोट कसून बांधायला पाहिजे, म्हणून सांगतात, ते खोटं नाही!ते माघारी वळले.

एवढ्या लहान वयात अशा बायकांशी परिचय चांगला नव्हे. हा जिवंत असला, तरी असाच कुठं तरी भरकटत गेला असेल-

ते दुकानात पोहोचले, तेव्हा गंगण्णानं विचारलं,

'या अवेळी फिरून आलात?'

ते काहीही उत्तरले नाहीत.

गंगण्णा अजूनही तोच शर्ट शिवत होता. काम करता-करता त्यानं विचारलं, 'विश्व तुमच्याविषयी खूप सांगायचा. आजोबा फार चांगले आहेत- फार उदार- फार शूर- घोडा म्हणजे त्यांच्या शरीराचाच एक भाग आहे- खूप बोलायचा.'

ते गंगण्णाचं बोलणं मुकाट्यानं ऐकत होते. यावर काय बोलावं, हे त्यांना सुचलं नाही. शिवण थांबवून त्यानं विचारलं,

'ते असू दे, पण तो तुम्हाला एकदाही भेटायला का गेला नाही? महादेवय्यांच्या माघारी तो तुमच्याकडे येऊ शकला असता. इथली टॉकीजमधली नोकरी गेल्यानंतर तरी तो तुमच्याकडे का आला नाही? तुम्ही आज दहा वर्षांनंतर त्याला शोधायला आला आहात! त्या वेळी एकदाही का आला नाही?'

ते काही बोलले नाहीत.

बसून-बसून कंटाळा आला. पाठही दुखल्यासारखी झाली होती. ते आत जाऊन पालथे झोपले.

पाठीचा तेवढाच भाग कापून काढता आला, तर किती छान होईल! मी त्याला त्याच वेळी शोधायला- पण तो तरी आपण होऊन का आला नाही? आजोबांचं कौतुक करायचा, म्हणे! आजोबा म्हणजे केवळ आठवणीच काय? का आला नाही? भीती? महादेवय्या वारले, तेव्हा त्यांच्या समाधीपाशी बसून रडला, म्हणे.

घोडा खिंकाळला.

इथं आल्यापासून त्याचं सगळं गंगण्णाच बघतोय्. मी त्याला कुरवाळलं नाही, म्हणून-

ते उठून घोड्यापाशी गेले. त्याचं तोंड कुरवाळून मानेखाली हात चोळताच तो त्यांचा दंड हुंगू लागला.

घोडा म्हणजे माझ्या शरीराचा भागच! किती खरं सागितलंय् विश्वनं! मी मेल्यावर तेवढं नाही- थोडं तरी रडेल काय हा? कुणी रडलं, तर तोच तेवढा रडेल. आणखी कोण रडणार? रडणारं कुणी राहिलंच नाही. नंजा जिवंत असती, तर खूप रडली असती.

घोड्याचं नाक दंडाला लागत होतं.

हाच तेवढा माझा आहे!

ते त्याला खोगीर न घालता बाहेर घेऊन आले आणि 'आलोच-' म्हणून गंगण्णाला सांगून हुलीयारच्या रस्त्यानं निघाले. पण फार दूर न जाता ते शंकराच्या देवळापाशी येऊन घोड्यावरून उतरले आणि बेलाच्या झाडाला त्याला बांधून ठेवून देवळाच्या दारापाशी बसून राहिले.

देवळात काही रिकामटेकडी मंडळी पत्त्याचा डाव टाकून बसली होती. शरीराचा भार एकदा या बाजूला, तर थोड्या वेळानं त्या बाजूला टाकत, मधूनच पाय लांब सोडत ते काही वेळ बसून राहिले. असं बसून तरी काय करणार? भरपूर मनसोक्त चालणं शक्य नाही- दौडणं शक्य नाही. संध्याकाळपर्यंत तसाच वेळ काढून ते रात्री गंगण्णाकडे परतले.

गंगण्णाचं मशीन सुरूच होतं. आत चुलीवर भाताला कढ आला होता.

त्यांची तळमळ बघून गंगण्णा अस्वस्थ झाला. तो त्यांना जवळच्या खाजगी दवाखान्यात घेऊन गेला. डॉक्टरांनी तपासून इंजेक्शन दिलं आणि 'उद्या-परवा दोन दिवस इंजेक्शन्स घ्यायला हवीत' म्हणून बजावलं.

त्या रात्री त्यांना वेदना कमी झाल्याचं जाणवलं. सतत डोळ्यांवर झापड येत होती. रात्रीही गाढ झोप लागली. पण सकाळी पुन्हा वेदनेनं हजेरी लावली होती.

त्याचा विसर पडावा आणि विश्वविषयी आणखी थोडं समजावून घ्यावं, म्हणून किंवा आणखी वेगळं काय बोलावं, ते न सुचल्यामुळं त्यानी गंगण्णाला विचारलं,

'इथं आल्यानंतर तो आईची आठवण काढायचा?'

गंगण्णा त्यांच्यासाठी पेज शिजवत होता. तो म्हणाला,

'त्यामुळंच तर त्याची-माझी ओळख झाली. मी खूप लहान असताना आई गेल्यामुळं मला तर तिला पाहिल्याचं काहीच आठवत नाही. कुणाला विचारलं, तर सांगायचे, बुटकी, काळी, शुभ्र डोळे- वगैरे काही तरी! पण यावरून काय कळणार? आता तर सिद्दम्मा या तिच्या नावाव्यतिरिक्त मला तिचं काहीही ठाऊक नाही. पण विश्वचं मात्र तसं नव्हतं. आई गेली, तेव्हा तो दहा-अकरा वर्षांचा होता. टॉकीजच्या गेटापाशी उभा असतानाही मधूनच एखाद्या बाईकडे लक्ष वेधायचा आणि म्हणायचा, 'माझी आई अशीच होती- पण उंची आणखी थोडी जास्त होती.' आणखी एखादी बाई दाखवून म्हणायचा, 'ती कुंकू असं लावायची, अशी पाठीमागून दिसायची-' म्हणून एखादी बाई दाखवायचा. शानभोगवस्तीतली एक बाई न चुकता प्रत्येक सिनेमाला यायची. तिला बघितलं, की हा न चुकता म्हणायचा, 'तिला बघितलं, की आईची आठवण येते, बघ!' म्हादेवय्या वारल्यावर ओळखदेखील नसलेल्या तिपटूरच्या बशेटय्यांच्या बायकोच्या कुशीत खूप रडला. त्यानंतर हा त्यांना आईच मानायचा. त्याही याच्याशी खूप मायेनं वागायच्या. इथं आल्यानंतरही त्यांना जाऊन भेटायचा. एक दिवस एकाएकी त्याला त्यांना भेटायची सणक आली. फळं-फुलं घेऊन दुपारी दोन वाजता त्यांच्या घरी हा जाऊन पोहोचला. त्या वेळी त्या जेवून नुकत्याच आडव्या झाल्या होत्या. दार उघडून त्याला आत घेत त्या म्हणाल्या, 'केव्हा आलास? बैस हं आत. मी एक झोप काढून येते' आणि आत निघून गेल्या. हा थोडा वेळ तिथं बसला होता. पण अंतर्यामी तो फार दुखावला. त्याच्या मनात आलं, 'माझी खरी आई असती, तर अशी आत निघून गेली असती का? माझंच चुकलं. मला आई नाही. नाही ते मनात घेऊन मी अवास्तव अपेक्षा ठेवली!'- तिथं कुणालाही न सांगता तो अरसीकेरेला निघून आला. त्यानंतर मात्र तो तिपटूरला गेला नाही. मात्र ही घटना घडल्यावर तो सतत त्याविषयीच बोलत होता.'

ते मुकाट्यानं ऐकत होते.

तो पुढं म्हणाला,

'टॉकीज जळलं, त्या आधी तीन महिने त्याचे काका त्याला शोधत इथं आले होते. राखाडी धोतर, फाटका शर्ट, खाकोटीला एक गोणीची पिशवी. ते टॉकीजवर शोधत आले. त्यांना बघताच विश्वला काय आनंद झाला, म्हणून सांगू! 'आमचे काका' 'आमचे काका' म्हणून सगळ्यांना सांगत होता. त्यांना आपल्या खोलीवर घेऊन गेला. त्या वेळेपर्यंत त्याच्या आईचं श्राद्ध तेच करायचे, म्हणे. ते याला

घेऊन, हासनला धर्मादाय मुंजी लावतात ना, तिथं गेले. त्यानंतर त्यांनी आईचं श्राद्ध करायची जबाबदारी त्याच्यावर सोपवली. मुंज झाल्यानंतर येणाऱ्या तिथीला विश्वनं आईचं श्राद्ध केलं. जमवलेले पंधरा-सोळा रुपये त्यानं खर्च करून पुट्टय्या जोईसांच्या घरी आईचं श्राद्ध केलं. त्यानंतर त्याच्या मनाचं समाधान झालं. आईची आठवण छळायची- त्याचं प्रमाणही कमी झालं, म्हणे.'

पेजेच्या भांड्याचा तळ गार पाण्यात बुडवून, थंड झाल्यावर एका ग्लासात पेज ओतून त्यानं ती त्यांच्या हातात दिली. ती पितानाही त्यांचा चेहरा वेदनेनं पिळवटून निघत होता. त्यानं त्यांच्याकडून घोरपडीच्या चरबीची कुबट वासाच्या औषधाची डबी घेऊन त्यातलं औषध पाठीबरोबरच मानेलाही लावलं. त्यानंतर ते पुन्हा पालथे झोपले.

गंगण्णानं त्यांना विचारलं,

'मशीन चालवलं, तर झोपमोड होईल?'

'झोप कसली? चालव मशीन. तेवढंच ऐकत पडेन.'

त्यानंतर दोन नव्हे, चार दिवस त्यांनी इंजेक्शनं घेतली. संध्याकाळी इंजेक्शन घेतलं, की रात्री छान झोप लागायची. तरी दुखणं मात्र मागं सरायला तयार नव्हतं. सूज वाढली नाही, तशी कमीही झाली नाही. मानेला मात्र मधूनच ठणका जाणवत होता.

सहाव्या-सातव्या दिवशी सकाळी तळ्यावरून अंघोळ करून आल्यावर पेज पिऊन त्यांनी विचारलं,

'नवं हायस्पीड मशीन घ्यायचं म्हटलं, तर किती पैसे पडतात?'

'साडेचारशे.'

'तुझ्याकडे किती पैसे आहेत?'

'दोनशे साठलेत.'

ते उठले आणि आपल्या हिरवी पिशवीपाशी अडकवलेल्या कोटाच्या खिशातून एक कापडी पुरचुंडी काढली. ती सोडून त्यातल्या पंचवीस नोटा पळसाच्या पानांसारख्या वेगळ्या काढून त्याची चवड रचून त्याच्या पुढ्यात धरत ते म्हणाले,

'घे. आजच्या आज नवं मशीन घेऊन ये.'

गंगण्णा कासावीस झाला. तो घाबऱ्या-घाबऱ्या म्हणाला,

'नको. मी हप्त्यांवर घेईन. आधी दोनशे देऊन, उरलेले नंतर दिले, तरी चालतात.'

'असू दे- ठेव हे- ऐक माझं-' म्हणत त्यांनी त्या नोटा बळेच त्याच्या खिशात कोंबल्या.

गंगण्णा गप्प बसला. पण गेल्या सात दिवसांत त्यांच्या सहवासातून जी सिग्धता त्याच्या मनात निर्माण झाली होती, ती नष्ट झाल्यासारखं त्याला वाटलं.

त्याचा चेहरा लाल झाला. ते आणखी काही तरी बोलतीत, या अपेक्षेनं तो उभा राहिला. पण ते काहीच बोलले नाहीत. ते मुकाट्यानं आपलं सामान पिशव्यांमध्ये भरू लागले. तो त्यांच्या पुढ्यात उभा राहत म्हणाला,

'मला, माझं ऐक म्हणता आणि इकडं कपडे पिशवीत का भरताहात?'

काहीही न बोलता ते, दोन्ही पिशव्यांमध्ये सारखं वजन होईल, अशा प्रकारे तोलून पाहत दोन्ही पिशव्या भरत राहिले. नंतर दमून खाटेवर बसले. गंगण्णा त्यांच्याजवळ बसला. किती तरी वेळ गेल्यावर ते घसा खाकरून म्हणाले,

'आजवर मी कुठंही हरलो नाही. पण मी केलेलं कुठलंही काम नीट झालं नाही. आता समजतंय् मला-'

गंगण्णाला त्यांच्या बोलण्याचा नेमका संदर्भ लागला नाही. तो त्यांच्याकडे पाहत राहिला. ते पुढं म्हणाले,

'तू नवं मशीन आणून शिवायला सुरुवात केलीस, तर चांगलं होईल.'

कुठून तरी विषय हाताला लागल्यामुळं गंगण्णाला पोहताना जमीन पायाला लागावी, तसं झालं. तो म्हणाला,

'तुम्ही कपडे का गोळा केलेत?'

'हे दुखणं मला सोडणार नाही, हे माझ्या लक्षात आलं आहे. राजरोग आहे हा! आता असाच मी चन्नरायपट्टणला जाणार आणि भुताच्या घरात पाय पसरून, मरणाची वाट बघत पडून राहणार. इथं तुझ्याबरोबर कितीही दिवस राहिलो, तरी उपयोग काय?'

तो त्यांचं बोलणं ऐकत राहिला.

ते पुढं म्हणाले,

'किती दिवस ही वेदना सहन केल्यानंतर मरण येणार आहे, कोण जाणे! तीन दिवसांपासून मनात येत होतं, त्यापेक्षा रेल्वेखाली, एखाद्या पडक्या विहिरीत किंवा गळफास लावून क्षणार्धात सगळ्या वेदनांना निरोप का देऊ नये? पण असं घडणार नाही. आपण होऊन जीव जाईपर्यंत मी त्याला हाकलू शकणार नाही. एवढ्यात जर विश्व इथं आला, तर त्याला लगोलग गावाकडे पाठवून दे. त्याच्यासाठी साडेपाच हजार रुपये काढून ठेवले आहेत. तो आला, की त्याला देईन, म्हणतो. तुला काय वाटतं, तो येईल?'

'ते कसं सांगता येईल?'

'नाही. तो येणार नाही. उगाच भ्रमात राहण्यात काही अर्थ नाही-' म्हणत ते पिशव्या उचलत उठले.

'हे एवढं दुखणं आहे! तीस मैल घोडदौड करायला कसं जमेल?'

'मग काय करायचं?'

'तुम्ही बसनं जा. पाहिजे, तर मी नंतर येऊन घोडा पोहोचवून जाईन.'
हे कंठीजोईसांना पटलं. तो पुढं म्हणाला,
'तर मग आताच का जाता? सकाळी शेरीफ सर्व्हिसची बस इथूनच सुटते. आधी गेलं, तर नीट बसायलाही जागा मिळेल. शिवाय कंडक्टरही माझ्या ओळखीचा आहे. मागं न टेकता बसता येण्याजोगी नीट जागाही पाहता येईल.'
ते थोडा वेळ बाकावर वरचेवर मांडी बदलत बसून राहिले. नंतर दोन्ही पिशव्या बाजूला सारून खाटेवर पालथे झोपले.
दुपारी पेज प्यायल्यावर घोड्यापाशी जाऊन त्याच्या पाठीवर, पोटावर, आयाळीतून घसाघसा हात घासू लागले. नंतर त्याच्या कपाळावरचे केस खाजवून तोंडावरून हात फिरवू लागले. पुन्हा आत येऊन ते काही वेळ पालथे झोपून राहिले. एवढा वेळ शिलाई करत असलेल्या गंगण्णानं आत येऊन म्हटलं,
'चला, इंजेक्शन घेऊन येऊ या...'
'नको. त्यानं गुण येणार नाही. अफूच्या धुंदीत असल्यासारखं राहण्यासाठी ते घ्यायचं? मी वेदना सहन करत मरेन!'
'पण का?...' त्यानं बळजबरी करायचा प्रयत्न केला, तरी ते उठले नाहीत.
रात्री पेज पायल्यावर ते म्हणाले,
'तू घोडा गावापर्यंत आणून सोडलास, तरी यानंतर मी त्यावर घोडेसवारी करणार नाही. यानंतर त्याची निगा राखणंही माझ्याकडून होणार नाही. इकडं कुठं तो विकायचा, म्हणून ठरवलं, तरी सहजासहजी योग्य गिऱ्हाईक मिळणार नाही. हल्ली सगळे सायकलीच वापरतात. तू एक काम कर- याला चन्नापूरच्या मठात घेऊन जा. तिथल्या स्वामींचा घोड्यांवर फार जीव आहे. त्यांना जाणही आहे. हा जातिवंत घोडा आहे. वयही कमी आहे. ते खुशीनं पाचशे रुपये सुद्धा देतील, मागितले, तर. पण तू मागू नकोस. मी पाठवलाय, म्हणून सांग. ते मला ओळखतात.'
त्या रात्री कंठीजोईसांना गाढ झोप आली नाही. ते रात्रभर जागेच होते.
ते कण्हले-तळमळले नाहीत. वरचेवर उठून त्यांनी गंगण्णाच्या झोपेतही व्यत्यय आणला नाही. पण गंगण्णालाही त्या रात्री झोप लागली नाही.
पहाटे लवकर उठून, अंघोळ करून गंगण्णानं करून दिलेली पेज पिऊन, ते स्टँडवर गेले. दोन तिकिटं काढल्यामुळं जागा सोयीची ऐसपैस होती. पुढच्या सीटचा मागचा भाग धरून ते वाकून बसले होते. गंगण्णानं त्यांच्या पिशव्या त्यांच्या शेजारी आणून ठेवल्या. बस निघायची वेळ आली. ते म्हणाले,
'सांगायचं सगळं सांगून संपलंय्, गंगण्णा-आणखी काय सांगू?'

दोन

'पण कुणी तरी वकील असला, तर बरं होईल, रे...' नारंगी म्हणाला.

यळवट्टी जमिनीवरचे आणि खुर्चीवरचे केस झटकून ते हलकेच गोळा करत म्हणाला,

'पण ते पैसे मागतील, त्याचं काय?' तो रेझर, कात्री आणि मशीन पुसून स्वच्छ करत पुढं म्हणाला, 'या गावंढळ लोकांची हजामत करायची, म्हणजे काय वैताग आहे! एवढी धूळ साचते मशीनमध्ये! आधी शिकेकाईनं डोकं घसाघसा धुऊन या, म्हणून सांगायला पायजे आणि पैसे घेऊन तरी काम करतील कशावरून?'

समोरच असलेल्या आपल्या फळांच्या दुकानात गिऱ्हाईक आल्याचं बघून नारंगी पळून गेला. केस आणि केर गोळा करून टाकल्यानंतर, पुन्हा एकदा झाडू फिरवून झाल्यावर यळवट्टीनं पुन्हा रस्त्यापलीकडच्या आपल्या दुकानात बसलेल्या नारंगीला हाक मारली.

नारंगी आल्या आल्या म्हणाला,

'हॉटेलांना मुंबई-सरकारनं सकाळ-संध्याकाळी वेळा नेमून दिल्यात, म्हणं! हजामतीच्या आणि फळांच्या दुकानाला पण अशा वेळा बांधून दिल्या, तर काय करायचं, रे? - तसं काय करणार नाहीत, म्हणा!'

त्यानं बोलता बोलता खिशातून काड्यापेडी आणि बिडीबंडल बाहेर काढलं. दोघांनीही तीन-चार झुरके मारले.

समोरच्या आरशात धुरकटपणा भरल्याचं दिसल्यावर त्याला सुचलं. तो म्हणाला,

'काय बी म्हण! या राणेबिन्नुरात खऱ्या बापाचा म्हणजे फक्त एक आहे. तो म्हणजे देशपांडे वकील! फक्त राणेबिन्नुरात नव्हे- धारवाड जिल्ह्यात नव्हे- सगळ्या कर्नाटकात! काय? खरं, की नाही?'

'होय?'

'तर? त्यांच्या घरी जायचं- हात जोडायचे- सांगायचं, 'साहेब, असं असं झालंय्.

तुम्हाला द्यायला आमच्याकडे पैसे नाहीत. पण धर्माची बाब आहे. तुम्ही नुस्ते येऊन उभे राहिला, तरी ते सुटेल!' तुला माहीत आहे? अरे, देशपांडे वकिलांना जज्जसाहेबही घाबरतात!'

यळवट्टीची दृष्टी आरशातल्या धुराच्या वेटोळ्यांवर खिळली होती. तो म्हणाला,

'पण भारी संतापी हाय, न्हवं तो? अशिलावरच गुरकावतोय्, म्हणं! शिवाय ते हल्ली केसही घेत नाहीत, म्हणं. पैसा बक्कळ हाय! धंदा सोडलाय्, म्हणून सांगतात सगळे. पण काय, गव्हर्नरसारखा थाट हाय त्याचा!'

'ते रागावले, तरी हात जोडून सांगू या, आम्ही वाईट कामासाठी आलो नाही- रागवा, पण न्याय बघा, म्हणून सांगायचं-'

शेवटचा तुकडाही न सोडता यळवट्टी विडीचा शेवटचा झुरका मारण्यात गढून गेला होता. नारंगीनं पुन्हा विचारलं,

'मग? काय म्हणतोस?'

यळवट्टीनं मान हलवली आणि दुकान बंद केलं. नारंगीही आपलं दुकान बंद करायला धावला. नंतर दोघंही काही अंतर सरळ गेले. उजवीकडे वळले. यळवट्टीला देशपांडे वकिलांचं घर ठाऊक नव्हतं. नारंगीनं दाखवल्यावर दोघंही त्यांच्या दारापाशी उभे राहिले. तरीही यळवट्टी म्हणाला,

'आपलं चुकलंच, गड्या! आपण चन्नप्पाला बरोबर आणायला पायजे होतं. त्याच्यावर देशपांडे वकिलांचा लई जीव आहे, म्हणं-'

नारंगीनं त्याला समजावलं,

'आता तेवढ्यासाठी याला कुठून आणायचं बेळगावला जाऊन? कशाला घाबरतोस? मी बोलतो की!'

दोघंही दबकतच आत शिरले.

उंच ओसरी, उंच, भव्य दुमजली घर. उजवीकडे दारावर इंग्लिशमध्ये लिहिलेला बोर्ड. तो दरवाजा बंद होता. दोघांनाही बोर्डावर लिहिलेलं समजलं नाही. शेजारीच मोठा दरवाजा होता- तोही बंद होता. नारंगीनं दरवाजा वाजवला. पाठोपाठ हाकही मारली,

'साहेब...'

त्याची हाक शांत झाली, तरी बाहेर कुणी आलं नाही, आतून -कुठून तरी गुर्र आवाज येत होता. त्यानं पुन्हा दार वाजवून हाक मारली. दोन-तीन हाका मारेपर्यंत मनातली भीतीही कमी झाली होती. आवाज चढवून जोरात हाक मारून 'ही नक्की ऐकू जाईल', या विश्वासानं ते वाट पाहू लागले. पन्नास आकडे मोजेपर्यंत दार उघडलं. दोघंही हात जोडून तयार होते. पण त्यांनी चटकन हात मागं घेतले. दारात मध्यम वयाची एक स्त्री उभी होती. हात-मान- गळा सोन्याच्या दागिन्यांनी मढलेला, गोल भरलेला चेहरा, कुंकूविरहित कपाळावर भस्माचे आडवे पट्टे ओढलेले, अंगावर इरकली लुगडं, डोक्यावर काळेभोर केस, सुरकुत्या नसलेला नितळ-गरगरीत चेहरा.

'वकीलसाहेबांना भेटायचं व्हंत...'

'पन ते सैपाक करत्यात...'

'तोवर आमी बसतो की मग...'

ती आत गेली. उघड्या दारातून आतलं दृश्य दिसत होतं.

भल्या मोठ्या झोपाळ्यापलीकडे भिंतीवर थोरल्या ताटाएवढं घड्याळ होतं. त्यात बारा वाजून पंधरा मिनिटं झाल्याचं दिसत होतं. समोरच्या खिडक्यांना दीड बोट जाडीच्या सळ्या लावल्या होत्या. त्या पलीकडे चौक.

डावीकडच्या खोलीतून वकील बाहेर आले.

पांढरे केस, गोरी उघडी छाती, पांढरं धोतर. दारात आतल्या बाजूला ते येऊन उभे राहिले. एकही प्रश्न न विचारता! तीक्ष्ण दृष्टी, सरळ लांब नाक, रुंद कान-चेहऱ्यावर 'जे काही सांगायचंय्, ते लवकर भुंक-' म्हटल्यासारखा भाव!

एव्हाना नारंगी घामेजून गेला होता. कसाबसा घसा खाकरून तो मोठ्यानं म्हणाला,

'साहेब! खोटं नाय- अगदी खरं सांगतो! तुमच्या योग्यतेएवढे द्यायला आमच्याकडे पैसेच नाहीत! त्याच्याकडेही नाहीत. त्याच्यावर फार अन्याय झालाय्! अनाथ मुलगा! आम्हाला खरं काय, ते ठाऊक आहे, म्हणून तुमच्याकडे आलो-'

देशपांडे वकील तसेच उभे होते. पुढं काय बोलावं, हे नारंगीला समजलं नाही.

काही क्षण तसेच गेल्यावर त्यांनी या दोघांनाही आत यायची खूण केली. ते मधल्या झोपाळ्यावर बसले आणि त्या दोघांना समोरच्या बाकावर बसायची खूण केली. तरीही ते दोघं उभेच होते.

त्यांनी विचारलं,

'काय झालं?'

नारंगीच्या अंगात धैर्य आलं. तो सांगू लागला,

'तुम्ही कधीकधी नारायण भट्टांच्या हॉटेलात जेवायला जाता, नाही काय? त्या हॉटेलमध्ये तो सप्लायवाला मुलगा- तो उंच मुलगा- त्याला पोलिसांनी उगीच पकडून नेऊन ठाण्यात टाकलंय्. त्याला सोडवायला पाहिजे-'

'उगाच कोण कशाला पकडून नेईल? काही तरी कारण असणार त्याच्यामागे...'

'आम्हाला ठाऊक आहे, खरं काय आहे ते! तो तसला मुलगा नाही. एक आमच्या ओळखीचा पोलीस आहे. तो सांगत होता- त्यानं चोरी केली, असं समजूनच इन्स्पेक्टर त्याला प्रश्न विचारतो, म्हणे. पण तो तसला मुलगा नाही-'

'तर मग त्याच्यावर संशय तरी का येईल?'

आता यळवट्टीलाही धैर्य आलं. तो म्हणाला,

'अरसीकेरेच्या हॉटेलवाल्यांचा कामगार संघ करायचा, म्हणून हा हुबळीला जाऊन आला होता. राणेबिन्नूर आणि भोवतालच्या हॉटेल-पोऱ्यांची त्यानं मीटिंगही

घेतली होती. पद्मा कॅफेच्या मालकानं डोकं चालवून पोलिसांना काही तरी सांगितलंय्- तुम्हांला ठाऊक आहे, साहेब- ही हलकट माणसं-' म्हणत त्यानं जीभ चावली. वकिलांपुढं असलं बोलणं योग्य नव्हे, म्हणून नारंगीनंही त्याला आवरलं.

काही क्षण तसेच गेल्यानंतर देशपांडे वकिलांनी विचारलं,

'केव्हा नेलं त्याला?'

'परवा संध्याकाळी चार वाजता.'

'नाव काय त्याचं?'

'अरसीकेरे.'

'पूर्ण नाव-'

'विश्वनाथ अरसीकेरे.'

'तुम्ही दोघं काय करता?'

'माझं सलून आहे- नारायण भट्टांच्या प्रशांतभवन जवळ. समोरच याचं फळांचं दुकान आहे- 'अफगाण फ्रूट स्टॉल.' मी यळवट्टी आणि हा नारंगी.'

'तुमचा त्यांच्याशी काय संबंध?'

'म्हणजे?' यळवट्टी गडबडला.

'तुमची त्याच्याशी मैत्री कशी झाली? खरं उत्तर द्यायचं!'

यळवट्टीचं धैर्य ओसरून गेलं. नारंगी कसाबसा म्हणाला,

'खरं सांगतो! आम्ही दोघंही कधीकधी नारायण भट्टांच्या हॉटेलात जातो. तिथली आमची ओळख. तोही आम्हाला छान चहा करून देत होता. वेळ असेल, तेव्हा तो गप्पा मारायला येऊन बसायचा. राणेबिन्नूरमध्ये कुस्तीचा फड असेल, तर आम्ही सगळे मिळून जात होतो. हा त्याचा फुकटात कट मारून द्यायचा. एवढंच. खरं, की नाही, रे? बोल की...'

'होय-होय.'

'म्हणजे स्पेशल चहा देऊन साध्या चहाचं बिल लावत होता!'

नारंगीची वाचाच बसली. हे एकदम वाकड्यात शिरतात की! त्यानं स्वत:ला समजावलं- यात घाबरण्यासारखं काहीही नाही. तो म्हणाला,

'खरं सांगतो- आम्ही स्पेशल चहा कधीच पीत नाही. साधा चहाच तो नीटपणे थोडा कडक करून देत होता, एवढंच! साधा म्हणून स्पेशल चहा दिला, तर भट्ट बरा गप्प बसेल? तुम्हाला ठाऊक आहे, तो कसा आहे, ते!'

काही वेळ ते बोलले नाहीत. काही तरी आठवून त्यानं विचारलं,

'तो आधी जेवायला वाढायचा. गेल्या महिन्या-दीड महिन्यात त्याला पाहिलं नाही. ते कसं?'

'आधी दहा महिने तो दररोज चौदा तास राबायचा. सात ते अकरा सप्लाय,

अकरा ते एक जेवण वाढणं, तीन ते सात सप्लाय- पुन्हा रात्री अकरा वाजेपर्यंत जेवण वाढणं. दर महिन्याला आठ रुपये पगार. गेले दोन महिने फक्त आठ तास ड्यूटी करेन, म्हणून फक्त सप्लायची ड्यूटी तेवढीच करत होता. उरलेल्या वेळात दुर्गव्वाच्या माळापाशी वाचनालय आहे- तिकडं जाऊन वाचत बसायचा.'

'काय वाचायचा?'

'त्याला इंग्लिश येतंय् की! मुंबईकडची सगळी पेपरं वाचत होता तो.'

देशपांडे वकिलांच्या मनात कुतूहल निर्माण झालं. पायजमा, शर्ट, सडपातळ अंगाचा, कोवळी मिशांची लव- चार-चार कपबश्या नेताना किंवा गरमागरम भाकरी वाढताना दिसायचा तो. इंग्लिश पेपर्स वाचतो, म्हणे! आत स्टोव्हचा भर्र आवाज- परवा संध्याकाळी त्याला पकडून घेऊन गेले.

त्याच वेळी ती बाहेर आली. त्यांच्यामागं उभी राहून मृदू आवाजात ती म्हणाली,

'भाजी करपायला लागलीय्-'

ते उठून आत गेले. चिमट्यानं स्टोव्हवरचं पातेलं उचलून ठेवत त्यांनी स्टोव्ह बंद केला. पाठोपाठ तिनं येऊन विचारलं,

'-आन् भाकर टाकायची व्हती, ती?'

ते काहीच बोलले नाहीत. ती काड्यापेटी पुढं करत होती, तिकडंही त्यांचं लक्ष नव्हतं. ते उठून बाहेर आले. दोघंही बाहेरच उभे होते. देशपांडे वकील आपल्या खोलीत गेले आणि कपडे बदलून बाहेर आले. तलम शुभ्र धोतर, पांढरा शुभ्र शर्ट, लांब काळा कोट, काळी टोपी- हातात छत्री घेऊन ते बाहेर आले. पायांत दारामागचे पंप शूज चढवून या दोघांना 'चला' म्हणत बाहेर निघाले. दारापाशी आलेल्या त्या स्त्रीला 'येतो' म्हणून सांगून ते बाहेर पडले. काळ्या कोटाआडच्या पाठीवर नजर खिळवून, त्यांच्या विशिष्ट लयीत पडणाऱ्या पावलांनुसार हलणारं धोतर आणि काळ्या छत्रीत सावलीकडे पाहत दहा पावलांचं अंतर ठेवून ते दोघंही चालू लागले. आधी डावीकडे वळले- काही अंतर चालून उजवीकडे- हे पोलिस-स्टेशनवर चालल्याचं त्या दोघांनीही जाणलं होतं.

पोलिस ठाण्याबाहेरच्या शिपायानं त्यांना सलाम ठोकला. देशपांडे वकिलांनी त्याला विचारलं,

'कोण आहे?'

'शिरहट्टी आहेत, साहेब!'

'कोण शिरहट्टी?'

'फौजदार, साहेब!'

'बोलाव त्यांना-' म्हणत ते आत गेले.

आत एक बाक होता. टेबलावर 'इन्स्पेक्टर पाटील' म्हणून बोर्ड होता.

छत्री ठेवून ते खुर्चीवर बसेपर्यंत फौजदार शिरहट्टी धावत आला. त्याचा सॅल्यूट स्वीकारल्या- न स्वीकारल्यासारखं करत देशपांडे वकिलांनी विचारलं,

'नारायण भट्टांच्या हॉटेलातून विश्वनाथ अरसीकेरेला पकडून आणलंय् ना? कुणी आणलं त्याला? तुम्ही, की इन्स्पेक्टरांनी?'

'का ? काय झालं, साहेब?'

'कुणी आणलं, याचं उत्तर द्या. मी त्याचा वकील आहे. तो माझा अशील आहे.'

'इन्स्पेक्टर साहेबांनाच बोलावतो-'

'दोन मिनिटांच्या आत यायला सांगा!'

फौजदारानं बाहेर येऊन शिपायाला हलक्या आवाजात सांगितलं, 'लवकर!' म्हटल्यावर तो सायकलवर बसून निघून गेला. फौजदार मुकाट्यानं आत येऊन उभा राहिला. वकील काहीही न बोलता ताठ पाठ ठेवून, पायावर पाय टाकून हातातल्या सोन्याच्या रिस्टवॉचवर नजर खिळवून बसले होते.

थोड्या वेळानं भिंतीवरच्या घड्याळात एक टोला पडला. घड्याळावरची त्यांची नजर हलली नाही. दहा मिनिटांत बाहेर सायकलीचा आवाज आला. पाठोपाठ बुटांचा आवाज- त्यामागे फौजदाराचा सॅल्यूटही ऐकू आला. ते मनगटावरच्या घड्याळातल्या वेगानं धावणाऱ्या सेकंद-काट्यावर दृष्टी रोवून बसले होते. इन्स्पेक्टर शेजारची खुर्ची ओढून बसले. सेकंद काटा त्याच वेगानं धावत होता. फौजदार म्हणाला,

'साहेब आलेत-'

देशपांडे वकिलांनी नजर वर केली. समोरच्या खुर्चीवर बसलेल्या इन्स्पेक्टरांवर तिची झडप पडली. क्षणभर शांतता सगळ्या वातावरणाला आवळत राहिली.

'मिस्टर इन्स्पेक्टर! आय् वॉंट टु नो अँड सी द कंप्लेंट, ऑन द बेसिस ऑन विच यू केप्ट माय क्लायंट इन द लॉक-अप.'

'थेफ्ट-केस!' इन्स्पेक्टर! तत्काळ उत्तरले.

पोलिस-ठाण्यात बराच उकाडा होता. सायकलवरून वेगानं आल्यामुळं आलेला गळ्या-मानेवरचा घाम ते पुसू लागले.

'आय् वॉंट टु सी द डीटेल्स-'

'थेफ्ट-केस म्हणून सांगितल ना?'

वकिलांनी त्यांच्यावर आपली कठोर नजर राखली.

पंचेचाळिशीचं वय, गरगरीत चेहरा, भरघोस मिशा, स्टार्च केलेले कडक इस्त्रीचे कपडे-'

'आय् वॉंट यू टु अंडरस्टँड दॅट यू आर् रिप्लाईंग टु देशपांडे! प्रत्येक शब्दाचा अर्थ नीट समजून वापरा. कंप्लेंट कुठं आहे? कुणी लिहिलीय् ती? त्याच्या डीटेल्स काय आहेत? ही एक बाजू झाली. तू त्याला ठाण्यावर केव्हा आणलंस? किती

वाजता? इथं आणल्यावर किती वेळानं तू त्याला मॅजिस्ट्रेटपुढे उभं केलंस? मॅजिस्ट्रेटच्या काय डायरेक्शन्स आहेत? आय् वाँट आन्सर्स टु ऑल दीज पॉईंटस्'

इन्स्पेक्टरांनी काहीही उत्तर दिलं नाही. ते आपलं धैर्य टिकवू पाहत होते. पण तरीही मुखवटा एका बाजूनं उकलला जात होता.

'या सगळ्या पॉइंट्स्सकट मी कोर्टात प्रश्न विचारेन याशिवायही शंभर पॉइंट्स् आहेत. यानंतर केस दाखल करून मुंबईच्या हायकोर्टापर्यंत लढवणार आहे. किती दिवस झाले तुला प्रमोशन मिळून?'

वकीलसाहेब एकेरीवर उतरले, तसं इन्स्पेक्टरांचं धैर्य आणखी खचू लागलं.

टेबलावर हात ठेवत देशपांडे वकील म्हणाले,

'आय् वाँट टु सी माय क्लायंट! इमीजिएटली-' त्यांच्या आवाजाव्यतिरिक्त सगळीकडे निःस्तब्ध शांतता होती.

'जा - त्याला घेऊन ये-' म्हणत इन्स्पेक्टर स्वतःच उभे राहिले

फौजदार चालू लागले.

'आय् वाँट टु सी हिम... इन विच् कंडिशन ही वॉज अँड हॅज बीन केप्ट-' म्हणत वकीलसाहेब फौजदाराच्या मागोमाग निघाले.

पाठोपाठ इन्स्पेक्टरही निघाले.

ते तिघंही एका काळोख्या खोलीत जाऊन पोहोचले.

समोरचा लोखंडी सळ्यांचा दरवाजा बंद होता. पुढचा अंधार आणखी वाढला होता. पाच-सहा पावलं पुढं गेल्यावर डावीकडे आणखी एक खोली लागली. लोखंडी सळ्यांचा दरवाजा. दृष्टी थोडी-फार सरावल्यावर आतलं थोडं-फार दिसू लागलं. त्या खोलीला खिडकी नव्हती. आत कुबट दुर्गंधी भरली होती. लघवीला जायच्या मोरीपाशी पाणी नसल्यानं सुकलेला संडास. त्यावर घोंघावणाऱ्या गलिच्छ माश्या. आत पाऊल टाकताच बूट आणि धोतर यांमधल्या पायांवर तुटून पडणारे डासांचे थवे!

सळ्यांच्या दारापाशी एक सोळा-सतरा वर्षांचा मुलगा उघडा उताणा झोपला होता. पडल्या-पडल्या त्यानं आपला हट्टी चेहरा त्यांच्याकडे वळवला. शरीराचा कुठलाही भाग शरमेनं न झाकून घेता त्यानं पुन्हा दृष्टी छताकडे वळवली. कुलूप उघडल्याचा- दार खोलल्याचा आवाज आला, तरी तो तसाच पडून होता.

फौजदारानं सांगितलं,

'ए-ऊठ-'

इन्स्पेक्टरही म्हणाले,

'ऊठ-बाहेर चल.'

वकीलही म्हणाले,

‘ऊठ-बाहेर चल. याचे कपडे का काढले?’

‘सेफ्टीमेजर म्हणून. अरे-याचे कपडे दे, रे-’ इन्स्पेक्टरांनी शांतपणे सांगितलं.

तो मुलगा कुशीवर वळला-उठून उभा राहिला. त्यानं विचारलं,

‘तूच काढलेस, आणि आता नाटक करतोस?’ एवढ्या बोलण्यानंही तो दमला.

‘ए-तुझे वकील आलेत. हे घे कपडे-’ म्हणून शिपायानं त्याचे चड्डी- बनियन आणि शर्ट-पायजमा त्याच्या पुढ्यात धरला.

‘मी कुणाही वकिलाला बोलावलं नाही. उगाच कुणाला तरी वकील म्हणत सही कर म्हटलं, तर मी करणार नाही.’ त्यानं शक्ती एकवटून सांगितलं.

वकीलच म्हणाले,

‘अरे, मी देशपांडे वकील. मला ओळखलंस, की नाही?’

त्यानं तिकडं वळून पाहिलं. देशपांडे वकील नाक दाबून उभे होते. त्यांना पाहताच तो शरमला आणि त्यानं कपड्यांसाठी हात पुढं केला. कपडे घेऊन त्यानं पुढं जायचा प्रयत्न केला. पण ते अशक्य झाल्यामुळं तो पुन्हा जमिनीवर बसला.

बाहेर पडत वकिलांनी शिपायाला सांगितलं,

‘कपडे गुंडाळून त्याला बाहेर घेऊन ये.’

इन्स्पेक्टर तिथंच उभे राहिले. त्यांना लगेच वकिलांनी बजावलं,

‘हे पाहा, मी इथं नसताना त्याच्याशी काहीही बोलायचं नाही- फौजदार, तूही चल...’

दोघांनाही पुढं घेऊन फक्त शिपायाला त्याच्यापाशी ठेवून ते बाहेर आले. पुन्हा आपल्या जागी येऊन बसत त्यांनी बजावलं,

‘जर तो डी-हायड्रेशननं मेला, तर तुझी फाशी चुकणार नाही, हे लक्षात ठेव! आताच्याआत्ता डॉक्टरांना बोलवा- थंड पाणी, साखर, मीठ, लिंबू मागवा-’

‘डॉक्टर नको- बाकी सगळं मागवतो-’ आता इन्स्पेक्टरांच्या आवाजात नरमाई आली होती.

दोन-तीन मिनिटांत तो मुलगा हळूहळू चालत बाहेर आला. त्याला त्यांनी समोरच्या बाकावर झोपायला सांगितलं. नंतर ते स्वत: उठून त्याच्यापाशी आले आणि शर्टची बटणं खोलून त्यांनी निरखून पाहिलं. चेहरा, छाती, मान- डास चावल्यामुळं सर्वांग लालबुंद झालं होतं. शिपायानं आणून दिलेलं सरबत त्यांनी त्याला हळू हळू प्यायला सांगितलं. थोडं सरबत पोटात गेल्यानंतर त्याला थोडी तरतरी आली. हळूहळू लोटा रिकामा झाला. नंतर त्यांनी विचारलं,

‘पोटात अन्न कधी गेलंय्?’

‘परवा दुपारी जेवला होता.’

वकिलांनी घड्याळ पाहिलं,

'टु ओ' क्लॉक. फॉर्टीएट अवर्स! इन्स्पेक्टर, या सगळ्याची उत्तरं द्यावी लागतील!'

'तो-तो आज सकाळी चहा द्यायला गेलं, तर तुझ्या तोंडात मुततो म्हणाला, सर!'

'म्हणजे काल दिवसभर त्याला काहीही दिलं नाही!'

इन्स्पेक्टर काही बोलले नाहीत. तो मुलगा म्हणाला,

'माझी चूक काय आहे- मला इथं का आणून डांबलय्, हे समजल्याशिवाय मी चहा पिणार नाही, म्हणालो मी.'

'काय-काय घडलं, त्यांनी तुला काय केलं, ते सगळं हळू हळू सांग. एक शब्दही खोटं बोलायचं नाही. येईल ना सांगता? की अजून थोडी विश्रांती हवी?'

'सांगतो-' म्हणत तो उठून बसला

'मला यानं हलकट लेकाचा म्हणून शिवी दिली-' इन्स्पेक्टरनं सांगितलं.

'यू कीप क्वाएट! याचं संपल्यावर तू सांग-' म्हणत खिशातून दोन पांढरे कागद काढून त्यावर टिपणं काढू लागले.

मुलगा सांगू लागला,

'मी खोटं बोलत नाही. परवा संध्याकाळी चार वाजता मी हॉटेलमध्ये सप्लाय करत होतो. तेव्हा एक माणूस-' त्यानं ठाण्यातल्या सगळ्यांकडे नजर फिरवून पुढं सांगितलं, 'यांच्यापैकी कुणी नव्हे. पण तो शिपाई असावा. पायजमा-शर्ट घातलेला माणूस होता. त्यानं येऊन 'अरसीकेरे तुम्हीच काय?' म्हणून विचारलं. मी होय म्हटल्यावर सांगितलं, 'तुमच्या गावचे एक जण आलेत-तुम्हांला शोधताहेत.' मी त्यांचं नाव - ते कुठं आहेत वगैरे विचारलं, तरी त्यानं काही उत्तर दिलं नाही. उलट, 'तुम्ही लवकर चला, म्हणजे समजेल,' म्हणून घाई करायला लागला. मला वाटलं, आमच्यापैकी कुणी संकटात सापडलं असावं. मला ते सरळ इथं घेऊन आले, आतल्या अंधाऱ्या खोलीत घेऊन गेले. या इन्स्पेक्टरनं मला लाथा मारल्या- बुटाच्या पायानं! मी काही केलं नाही, म्हणून सांगायला गेलो, तर नाजूक जागी दाबायला आला. झोपवून माझे गुडघे तुडवले. जबरदस्तीनं तोंड उघडून माझ्या तोंडात थुंकला! मला राग आला- म्हणून मी शिवी दिली. मी 'हलकट तुझ्यायला' म्हणालो, हे खरं आहे.'

'ते जाऊ द्या-' इन्स्पेक्टर म्हणाले.

'कीप क्वाएट-' वकिलांनी इन्स्पेक्टरांना दम दिला आणि मुलाला खूण केली.

तो पुढं सांगू लागला,

'अंधाऱ्या खोलीत डास भरले होते. मला संडासला जायचं होतं. लघवीलाही जायचं होतं. पण इथं कुणीच नव्हतं. अंधारात रात्र आणि दिवसातला फरकही

समजत नव्हता. काल हा आला-' फौजदाराकडे बोट दाखवून तो पुढं म्हणाला, '-हा सारखा म्हणत होता- कबूल कर, म्हणजे तुला वाचवतो. आज सकाळी तोच जबरदस्तीनं तोंडात चहा ओतायला आला. अशी जबरदस्ती केलीस, तर तोंडात मुतेन, म्हणालो, तेही खरं!'

'बस्स? आणखी काही सांगायचं आहे? बरं. हं - आता तुम्ही सांगा, कुठल्या कंप्लेटवर तुम्ही याला अटक केलीत?' वकिलांनी इन्स्पेक्टरांना विचारलं.

'जाऊ द्या- घेऊन जा त्याला. तुमचा माणूस आहे, म्हणून त्यानं सांगितलं असतं, तर त्याच क्षणी त्याला सोडलं असतं. तुमचा सपोर्ट आहे, म्हणून हा एवढी मस्ती करतोय्, हे तेव्हा माझ्या लक्षात आलं नाही.'

'त्याला कुठून ठाऊक असणार माझा सपोर्ट? हॉटेल-मालकाकडून किती पैसे घेतलेस?' आता देशपांडे वकिलांच्या नजरेचा फास इन्स्पेक्टरांभोवती आवळला गेला.

त्यांचा चेहरा घामानं थबथबला होता.

'फौजदार, आताच्या आता नारायणभट्टाला इथं आणून हजर कर. मी बोलावलंय्, म्हणून सांग. तू त्याच्याशी काही कमी-जास्त बोललास, तर उद्या तुझ्यावरही कोर्टात केस घालेन!'

फौजदार इन्स्पेक्टरांकडे पाहू लागला. त्यांची दृष्टी जमिनीवर खिळली होती. फौजदारानं शिपायाला पाठवून दिलं आणि तो स्वत: छत्रीपाशी उभा राहिला. ठाण्यात शांतता भरून राहिली होती. एक प्रकारचं अवघडलेपण सगळ्या वातावरणात भरून राहिलं होतं. पण देशपांडे वकील मात्र सहजस्थिती असल्याप्रमाणे मनगटावरच्या सेकंद- काट्यावर दृष्टी खिळवून बसले होते. भिंतीवरचं घड्याळ श्वास ओढत टिकटिकत होतं.

पंधरा मिनिटांत दोघंही माघारी आले. उंबरा ओलांडून आत येताच त्यांनाही या स्तब्धतेनं झपाटलं. विश्वनाथ अरसीकेरे बसलेल्या बाकावर चौघं बसण्याइतकी जागा असली, तरी विटाळाची भीती असल्याप्रमाणे लांब उभे राहिले.

वकिलांनी आपली दृष्टी भट्टांकडे वळवली.

'हे पाहा, मी या मुलाचा वकील म्हणून इथं आलोय. यानं तुमच्याकडे कधी, काय, कसं चोरलं? तुम्ही इथं काय कंप्लेंट दिली आहे, ते सगळं स्पष्टपणे सांगा.'

गोरा रंग, गोल चेहरा, मागच्या बाजूला अर्धवर्तुळाकार केस-शुभ्र धोतर आणि खादीचा शुभ्र आखूड अंगरखा घातलेले भट्ट काहीच बोलले नाहीत. त्यांच्याबरोबर आलेल्या दणकट शरीरयष्टी, सिल्कचा नेहरू शर्ट अशा थाटातल्या माणसानं म्हटलं,

'हॉटेलात कामं करणारी मुलं म्हटल्यावर, चोरीमारी काय नवी आहे? '

'तुम्ही कोण? '

'बाजारात पद्मा कॅफे आहे ना? त्याचा मालक-'

'यानं चोरी यांच्याकडे केली, की तुमच्याकडे? '

'नाही. आमच्याकडे नाही ...'

'मग मध्ये का बोलताय्? मी अरसीकेरेचं वकीलपत्र घेतलंय्- तसं तुम्ही नारायणभट्टांचं घेतलंय् काय?'

'छे: ! तसं नव्हे-'

'मग' हे पाहा, भट्ट! मी विचारतोय्, त्याचं तू उत्तर दे. खोटं बोललास, तर मुंबईच्या कोर्टात खेचून तीन वर्षांची शिक्षा होईल, एवढं नक्की बघेन. यानं तुझ्याकडे चोरी केली, हे खरं आहे काय? कधी चोरी केली? यानंच चोरी केली, याला पुरावा काय? बोल-'

एकवचनी संबोधनानं भट्टांची निम्मी हवाच निघून गेली होती.

अधून-मधून आपल्या हॉटेलात जेवायला येणारे वकील. आपण त्यांना श्रद्धा-भक्तीनं जेवायला वाढतो. अवाक्षर न बोलता, जेवण झालं, की निघून जातात एरवी आणि आज मात्र तू-मी कोर्ट-शिक्षा म्हणताहेत! हट्टाला पेटले, तर ते काहीही करतील! केवळ राणेबिन्नुरातच नव्हे-हावेरीतही यांचं नाव काढताच थरकाप उडतो!

'चोरी नाही केली त्यानं! वाईट मुलांच्या संगतीत असतो तो हल्ली. उद्या कदाचित चोरीही करेल. म्हणून थोडी शिस्त लावायला सांगितलं, एवढंच. कंप्लेंट दिली नाही...'

'तू याला किती पैसे दिलेस? '

'नाही, दिले मी पैसे-'

'खोटं बोललं, तर काय होईल, ठाऊक आहे ना? '

'खोटं बोलणाऱ्यांपैकी मी नाही. या वयात मी कशाला खोटं बोलू? देवाची पूजा झाल्याशिवाय तोंडात पाण्याचा थेंब घालत नाही मी! तुम्हालाही ठाऊक आहे'

'तू किती रक्कम दिलीस सांग. सगळं ठाऊक आहे तुला! '

'माझे फक्त वीस!'

'सगळ्या हॉटेल-मालकांनी मिळून दिले ना? मला ठाऊक आहे! एकूण किती दिले?'

'दोनशे-'

वकील इन्स्पेक्टरांकडे वळले.

इन्स्पेक्टरांची नजर जमिनीवर कोलमडली होती.

पुन्हा ठाण्यात नि:शब्दता पसरली. घड्याळाची टिक्-टिक् आणखी जोरात ऐकू येऊ लागली.

काही वेळ गेल्यावर ते इन्स्पेक्टरांना म्हणाले,

'ब्रायबरी, डीटेन्शन ऑफ इनोसंट पर्सन गिव्हन ए कंप्लेंट, थर्ड डिग्री ट्रीटमेंट, प्रोड्यूसिंग द सस्पेक्ट बिफोर द मॅजेस्ट्री- हे सगळं मिळून काय होईल, ठाऊक आहे ना?

इन्स्पेक्टरांनी नजर उचलली नाही.

'हे बघ-माझ्या अशिलाची माफी माग! समजलं?' त्यांच्या आवाजात जरब होती.

इन्स्पेक्टरची मान आणखी खाली गेली.

'तुला दोन मिनिटं वेळ देतोय्. तेवढ्या वेळात तू तुझं नशीब ठरव '

काही क्षण अस्वस्थ शांततेत गेले. त्यानंतर इन्स्पेक्टर उठून उभे राहिले आणि बाकाकडे वळून तो 'एक्स्क्यूज मी, सर-' म्हणाले. नंतर वकिलांकडेही वळून 'प्लीज एक्स्क्यूज मी, सर!' म्हणाले.

देशपांडे वकील उठले. बाकाकडे वळून त्यांनी विश्वनाथाला निघून जायला सांगितलं आणि आपली छत्री उचलून ते बाहेर आले.

बाहेर आल्यावर त्यानं सभोवताली दृष्टी टाकली. तिथं कुणीही नव्हतं.

काय त्यांची नावं? यळवट्टी आणि नारंगी- दोघांचाही पत्ता नव्हता. आपल्याला कुणी पोलिस-ठाण्यापाशी पाहू नये, म्हणून पळाले, वाटतं!

देशपांडे वकिलांच्या चेहऱ्यावर मंद हसू पसरलं. एकीकडे तिरस्कारही उमटला. छत्री उघडून त्यांनी नेहमीप्रमाणे प्रमाणबद्ध आणि लयबद्ध पावलं टाकायला सुरुवात केली.

चन्नव्वा, दार उघड-'

देशपांडे वकिलांनी हाक मारताक्षणीच आधी वाट पाहत असल्याप्रमाणे तिनं दार उघडलं.

तीन वाजून गेले होते. कपडे बदलून त्यांनी पुन्हा हात-पाय धुऊन रेशमी सोवळं नेसलं आणि सुकून गेलेलं पीठ मळू लागले. चन्नव्वानं पेटवून दिलेल्या स्टोव्हवर तवा ठेवून त्यांनी दोन भाकऱ्या टाकल्या. उरलेल्या पिठाच्या तिला भाकऱ्या करायला सांगून ते आपलं ताट वाढून घेऊन जेवायला बसले. जेवायला बसायच्या वेळी तिनं भाकऱ्या संपवून स्टोव्ह बंद केला. नेहमीप्रमाणे ते नि:शब्दपणे जेवू लागले. तीही नेहमीप्रमाणे त्यांच्यासमोर मुकाट्यानं बसून राहिली. त्यांचं जेवण झाल्याशिवाय तिनं जेवायचा प्रश्नच नव्हता. त्यांनी विचारल्याशिवाय तिनं काही बोलणंही शक्य नव्हतं ते आपण होऊन काही तरी बोलंण म्हणजे विशेषच घटना होती! कधी अर्धं वाक्य-तर कधी संपूर्ण एक वाक्य! क्वचित कधी तरी भरपूर बोलायचा मूड लागायचा. आता चन्नव्वानं दिलेला विडा दाढेखाली ठेवून ते आपल्या खोलीत गेले. तिचं जेवण झाल्यावर 'निघते मी- दार बंद करून घ्या- म्हशीचं

आंबोण दिलंय-' वगैरे सांगून ती निघून गेली, तेव्हा चाडेचार वाजले होते.

वामकुक्षीची वेळ टळून गेली होती. ते नुसतेच आडवे झाले होते.

अरसीकेरे रेल्वे-जंक्शन आहे नाही काय हे? रात्रीच्या वेळी केव्हा तरी येऊन जातं ते. गांधी उपवास करताना पाणी प्यायचा- डी-हायड्रेशन होऊ नये, म्हणून. या मुलाला ते ठाऊक नाही. अठ्ठेचाळीस तास. या काळात नीट झोप व्हायला पाहिजे. दुपारची अर्धातास झोप अत्यंत महत्त्वाची आहे.

त्यांनी डोळे मिटून घेतले. झोप आणण्यासाठी निश्चित केलेली शरीराची आणि मनाची स्थिती आणली- निःशब्द.

आता रेल्वेचा आवाज येईल-नको. आता प्रयत्न करण्यात अर्थ नाही. कितीही खटपट केली, तरी झोप येणार नाही.

त्यांनी कूस बदलून जांभई दिली.

त्या बाजूला आडनाव असं नसतंच. अरसीकेरे त्याचं गाव असलं पाहिजे. आपलं गाव सोडून केवळ हॉटेल-सप्लायर व्हायला एवढ्या लांब का आला असेल हा? इंग्लिश पेपर्स वाचतो म्हणे. सतरा-अठरा वर्षांचा असेल. मिशी-हॉटेल-हजामत-स्टाईल- ॲनॉमली- नो-ॲनॉक्रॉमिझम- आजचा टाइम्समधला मधल्या पानावरचा लेख वाचला नाही.

चश्मा चढवून ते वर्तमानपत्र उघडून झोपाळ्यावर बसले. कापड कारखान्यातल्या कामगारांचा संप- कारणे आणि परिणाम-

'हलकट तुझ्यायला!' 'माझ्या तोंडात चहा ओतला, तर तुझ्या तोंडात मुतेन!'-

दहा तासांचा लॉक-अप आणि उपवासानंतर ही मस्ती! खरा मर्द गडी! जवळपास माझ्याएवढीच उंची. आता मी वाकलोय्, म्हणा! बाकी अंगलट-हरकत नाही! संघटनेचा लाभ मिळवता येईल, हे इतर कामगारांनाही समजायला लागलय्, म्हणायचं! मालक- पोलिस-लाच-राजकारण-

चन्नव्वा आली. वर्तमानपत्र हातांत घेऊनच त्यांनी दरवाजा उघडला. चहाची वेळ टळून गेली होती. तिनं स्टोव्ह पेटवून दिल्यावर त्यांनी चहा करून घेतला.

अठ्ठेचाळीस तासांचा उपवास! तरी पोटात लिंबाचं सरबत जाताच पाठ ताठ ठेवून बाकावर बसला होता! करेक्ट पोश्चर! तरी 'हलकट-' ऑलराईट! पण 'तोंडात मुतेन- अन्कल्चर्ड !

'चन्नव्वा, हे बघ, रात्रीसाठी भाकरी वगैरे नको. दूध-ब्रेड पुरे. फळं घरात आहेत, की नाही, ते पाहा-'

पोलिसांना कल्चर्ड शिव्या तरी कुठं समजतात, म्हणा!

रात्री लवकर झोप आली नाही.

धैर्य वगैरे ठीक आहे. ब्रूटल शक्ती. पण असहाय धैर्य काय करणार आहे? पोलिस ठाण्यात किती तरी जणांना ठार करून प्रकरण दडपून टाकतात! त्या वेळी या मुलाचा विरोध म्हणजे अविचारी धैर्य- एवढंच! न्हावी आणि फळवाला पोलिस ठाण्यापर्यंत तरी आले, की तीन गल्ल्यांपलीकडेच राहिले?

दुसऱ्या दिवशीही त्या मुलाची आठवण मनात भरून राहिली होती. दुपारचं जेवण संपत आलं, त्या वेळी मनात आलं,

यानं एकदा भेटायला का येऊ नये?

पाठोपाठ वाटलं,

का यावं त्यानं? काय काम? इट ईज मीन इन माय पार्ट टु एक्स्पेक्ट इट. काल दुपारपासून आपल्या मनालाही एक प्रकारचा आनंद जाणवलाय् ना? अशा प्रकारची केस घेऊन कोर्टात किंवा ठाण्यावर जाऊन किती तरी दिवस झाले होते. देशपांडे वकील काय चीज आहे, हे अलीकडच्या किरकोळ वकिलांना ठाऊक नाही. पण काल नाव सांगितल्यावर फौजदार सरळ आला! इन्स्पेक्टरला मात्र लवकर कळालं नाही. म्हणजे काल पुन्हा एकदा मी स्वत:ला स्थापित केल्यासारखं झालं! आनंद झालाय्, हे नाकारण्यात अर्थ नाही- पण त्या मुलाची आठवण मात्र होते. वकिली म्हणजे धंदा केलाय् अलीकडच्या वकिलांनी! काही डिग्निटीच ठेवली नाही या व्यवसायाची!

रात्री झोपताना त्याच्या मनात आलं,

त्या मुलाला बोलावून घ्यावं आणि पुढं काय झालं, याची चौकशीही करावी. पण त्यानं तरी भेटून पुढं असं-असं झालं, म्हणून का सांगू नये? कुठं राहतो हा? एवढं सगळं घडल्यावर पुन्हा भट्टांच्या हॉटेलात राहणं तरी शक्य नाही. इतर हॉटेल-मालकांपैकीही कुणी ठेवून घेणार नाहीत. कदाचित कालच संध्याकाळी बस पकडून-नाही तरी चहाच्या दुकानातली पोरं कायम कुठं राहतात? गेला असेल हाही निघून! म्हणजे त्या सगळ्यांनी इन्स्पेक्टरला पैसे दिले, ते सार्थकी लागले, म्हणायचे! हा वाकला नाही-याला नरम केलं नाही, तर इन्स्पेक्टराची तरी काय किंमत राहील? अंगावर खाकी वर्दी असताना एका हॉटेलमधल्या पोऱ्याला नरम केलं नाही, तर लोक काय म्हणतील त्याला? नंतर त्याच्या हातांखालचे शिपाईही त्याला नीट मान देणार नाहीत. म्हणून थर्ड- फोर्थ-फिफ्थ डिग्री- पण म्हणून पोलिस म्हणतील, ते काहीही विरोध न करता कबूल करून मोकळं व्हायच? नो! बॉय वॉज करेक्ट. सगळ्यांनीच असा विरोध करायला पाहिजे. लाच खाऊन निरपराध्याला पकडून आणायचं- छे: !

रात्री गाढ झोप लागली नाही. रात्री दोन-तीन वेळा उठून त्यांना लघवीला जाऊन यावं लागलं. घरात आणखी कुणी नाही, हे त्यांना तीव्रपणे जाणवलं.

रात्री दहाच्या आतच झोप लागली असती, तर गाढ झोप लागली असती. नाही म्हटलं, तरी दोन दिवस मन अस्वस्थ आहे, हे मान्य करायला पाहिजे-

सकाळी सावकाश जाग आली.

सातच्या सुमारास चन्नव्वा दुधाचा तांब्या घेऊन आली. चहा करून घेतल्यावर ते फिरायला जाऊन आले. आल्यावर त्यांना पुन्हा थोडा चहा घ्यावासा वाटला. चन्नव्वानं विचारलं,

'बरं नाही?'

'का? बरं न वाटायला काय झालं?'

सूर्य उगवल्यावर-अंहं-लोकांचा वावर सुरू झाल्यावर त्यांना फिरायला जायला मुळीच आवडत नव्हतं. त्यांनी चार कप चहाचं आधण ठेवलं. आपल्याला दोन कप, एक कप चन्नव्वाला आणि एक कप ठीक आठ वाजता येणाऱ्या कारकुनांना. ते आल्यावर अर्धा तास काम पाहत आणि त्यानंतर 'निघू?' अशी परवानगी विचारून ते निघून जात. गेल्या दहा वर्षांत तसं काही कामही नसेच. तरीही दरमहा पन्नास रुपये त्यांना दिले जात. वकिली चालवत असताना दीडशे रुपये दिले जात. त्या वेळी हावेरी- धारवाडपर्यंत पोर्टेबल टाईपरायटर घेऊन प्रवास चाले. त्या वेळी ते वकिलांबरोबर चार- पाच वेळा मुंबईलाही जाऊन आले होते. अलीकडे खूप जुनी अशिलं सोडली, तर नवे खटले ते घेतच नव्हते. बोर्डही काढून टाकावा, असं पाच-सहा वेळा मनात येऊन गेलं, तरी वकिलांना कसला मोह पडला होता, कोण जाणे! कारकुनांची परिस्थितीही तशी व्यवस्थित होती. त्याची मुलं-बाळं स्थिरावली होती. तरीही देशपांडे वकील ही काय चीज आहे, हे जाणून त्यांच्याविषयी आदर बाळगणाऱ्यांपैकी ते एक होते.

त्या दिवशी नऊ वाजताच त्यांनी स्वयंपाक करायला सुरुवात केली. पावणे अकरा वाजता त्यांचं जेवणही झालं. हातात 'टाइम्स' घेऊन ते झोपाळ्यावर बसले. पानाचा विडा दुमडून देत नेहमीप्रमाणे चन्नव्वा खांबाला टेकून बसली. नेहमीप्रमाणे नि:शब्दता होती. ते मधल्या पानापर्यंत येऊन पोहोचले. चन्नव्वा उठली आणि त्यांनी केलेल्या स्वयंपाकाची खरकटी भांडी आणि जेवल्याचं ताट वगैरे घासण्यासाठी ती आत गेली.

दुसरं संपादकीय वाचत असताना कुणी तरी दारावर टक-टक केली. बहुतेक चन्नव्वा घरात असताना तीच दरवाजा उघडायची. पण तिला बहुधा आवाज ऐकू आला नसावा. त्यांनी उठून दरवाजा उघडला.

दारात तोच मुलगा-अरसीकेरे- उभा होता.

त्याचे हात अत्यंत आदरानं जोडले होते. डोळे आणि चेहऱ्यावर कृतज्ञतेचा संकोच स्पष्ट उमटला होता.

त्यांनी त्याला आत यायला सांगितलं. तो समोरच्या बाकावर बसल्यावर ते पुन्हा आपल्या झोपाळ्यावरीत नेहमीच्या जागेवर बसले. त्यांनी त्याला विचारलं,

'आता कुठं असतोस?'

'तिथंच. त्याच हॉटेलात.'

'पण नारायणभट्टांनी तुला कामावर घेतलं?'

'ते जा म्हणत होते. पण मी सांगितलं, मी काहीही चूक केली नाही- मी जाणार नाही!'

ही इज डी-मॉरलाईज्ड! हा निघून गेला असता, तर ती याची हार आणि त्याची जीत असती. ही खरी हक्क-स्थापना!

शेवटच्या पानावरच्या बातम्यांवरून पुन्हा एकदा नीट नजर फिरवून त्यांनी वर्तमानपत्र बाजूला काढून ठेवलं.

नंतर त्यांनी त्याला विचारलं,

'काय म्हणतोय् हॉटेल-कामगार संघ? तुला पकडून ठेवलं, म्हणून ते पोलिसांविरुद्ध कोर्टात जाणार नाहीत?'

तो काहीच बोलला नाही. त्याची मान आणखी खाली गेली.

'का, रे?'

'काय सांगू? लाज वाटते. आता एकटा पडलोय् मी.'

'ते कसं काय?'

'कुठलेही हॉटेलवाले कधीही वेळेवर पगार देत नाहीत. हे बरोबर नाही-आपण संघटना करू या, असं सगळेच म्हणत होते. तुला इंग्लिश येतं- पेपर वाचतोस, तूच पुढाकार घे-' म्हणून सगळ्यांनी मला बळेच घोड्यावर बसवलं. हुबळीमध्ये एक संघटना आहे. तिचं मार्गदर्शन घेऊन ये, म्हणून गाडीखर्च देऊन मला पाठवून दिलं होतं. मीही जाऊन आलो. हे आमच्या भट्टांना आणि इतर हॉटेलमालकांना समजलं. तुम्ही मला सोडवल्यावर मी झोपलो, तो काल दुपारी झोपेतून उठलो. त्यानंतर एकेका हॉटेलात जाऊन प्रत्येकाला भेटू लागलो, तर कुणी माझ्याशी बोलायलाच तयार नाही! दूर पळताहेत! त्या वेळी मोठ्या मर्दासारख्या गप्पा मारणारे आता म्हणताहेत,- 'मी उजिरेचा आहे, आमचे मालक उडिपीचे, आमच्या वडलांनी मला इथं नोकरीला लावून दिलं- मी यात पडलो, तर वडील गप्प बसणार नाहीत! मी म्हटलं, 'असं होतं, तर माझ्याकडे का आलात तेव्हा?' तर म्हणताहेत, 'आम्ही कुठं आलो होतो? तुलाच पुढारीपण पाहिजे होतं, म्हणून पुढं-पुढं करत होतास!' खरं सांगतो- मला पुढारीपण मुळीच नको होतं. अडचण सगळ्यांचीच आहे, म्हटल्यावर सगळ्यांना न्याय मिळावा, म्हणून मी पुढं झालो. हॉटेलमध्ये मला रोज चौदा तास काम करावं लागे. ते अशक्य आहे- मी आठ तास काम करेन,

म्हटल्यावर मालकानं मलाही काढून टाकायची धमकी दिली होती. संघटना असेल, तर त्याला धडा शिकवता येईल, असं मला वाटलं.'

'संघटनेचा विचार कुणी सुचवला तुला?'

'मलाच सुचला-'

'तो कसा?'

'मुंबई-मिल-मजूर संघापुढं शेवटी मालकांना हार मानावी लागली ना? वर्तमानपत्रात ते दररोज वाचत होतो मी. इतरांशीही त्या विषयी बोलत होतो. सगळेच उत्साह दाखवू लागले. तेव्हा मलाही वाटलं-'

'पण आता सगळे मागं सरले!'

त्यानं खाली घातलेली मान डोलावली.

त्यांनी पेपरमधल्या काही ओळींवरून नजर फिरवली.

त्यांची नजर सवयीनं रिस्टवॉचमधल्या सेकंदकाट्यावरून फिरली. नंतर ते त्याला म्हणाले,

'अरे मूर्खा, मुंबईचे कामगार एका जातीचे नाहीत, एका भाषेचे नाहीत आणि मुख्य म्हणजे, मालकांचे कुणी नातेवाईक नाहीत! त्यांना कधी आपण गिरणीचे मालक होऊ शकू, अशी आशाही नाही. इथल्या लोकांची पार्श्वभूमीच वेगळी आहे. हे सगळं नीट समजावून घेतल्याशिवाय तू यात पडायला नको होतंस. आय मीन, हे इथं यशस्वी होणं शक्य नाही. प्युअर इकॉनॉमिक लॉस डू नॉट ऑपरेट इन इंडिया- इंग्लिश समजंत? '

'थोडं-थोडं!'

'काय शिकलास? '

'हायस्कूलमधली दोन वर्षं झालीत.'

'शिक्षण का सोडलंस? '

'आई-वडील नाहीत. शिकणं अशक्य झालं.'

वकिलांनी पुढं काही विचारलं नाही. काही वेळ तोही बसून राहिला. त्यानंतर 'निघतो मी-' म्हणत उठून उभा राहिला. थोडं जवळ येऊन, त्यांच्या पावलांपासून काही अंतरावर जमिनीला स्पर्श करून नमस्कार केला. त्यांनी संकोचून 'अरे, हे काय-' म्हणत पाय मागं घेतले. तरी पुन्हा एकदा नमस्कार करून तो निघून गेला.

त्यांची दारावर खिळलेली नजर किती तरी वेळ तशीच होती.

चन्नव्वानं आत येऊन खांबापाशी बसत विचारलं,

'कोण तो मुलगा?'

त्यांनी सगळी हकीकत तिला सांगितली. सांगता-सांगता त्याची कथा एका चौकटीत बद्ध झाल्याचा त्यांना अनुभव आला आणि कुठं तरी अंतर्यामी समाधान वाटलं.

दुपारच्या वामकुक्षीची हुकमी जांभई आली. ते उठून आपल्या खोलीत झोपायला गेले. कामं उरकून मागच्या दाराला कुलूप लावून चन्नव्वाही निघून गेली.

चार वाजता नेहमीप्रमाणे येऊन त्यांनी दिलेला चहा पीत असताना काही तरी आठवून ती म्हणाली,

'तुमच्या अरसीकेरेनं पोलिस-ठाण्यातून बाहेर पडल्यावर काय केलं, माहीताय्?' - आणि ती हसू लागली.

'काय केलं?'

'आमच्या चन्नप्पाच्या ओळखीचा, आहे, म्हणं तो!-' अनावर झालेलं हसू संपल्यावर ती सांगू लागली, 'राणेबिन्नूरला कुठलीही कुस्ती झाली, तरी हा बघायला जातो, म्हणे, यळवट्टी-नारंगीबरोबर! ठाण्यामधून बाहेर पडल्यावर यानं समोरच्या हॉटेलमध्ये जाऊन एक तांब्याभर पाणी प्यायला मागितलं. नंतर अंघोळ केली-' तिला पुन्हा हसू आवरेना. हातातला चहाचा कप खाली ठेवत ती हसत पुढं सांगू लागली, त्यानंतर त्यानं एका लोट्यात लघवी केली अन् हॉटेलमालक भट्टाच्या डोक्यावर नेऊन ओतली, म्हणं! दहा-पंधरा गिऱ्हाइकांच्या पुढ्यात एवढं करून म्हणाला, म्हणं- 'दोन दिवस पोटात अन्न नाही, म्हणून संडास झाली नाही. नाही तर, ती बी डोक्यावर थापली असती!'

'पुढं?'

'पुढं भट्टानं मुकाट्यानं अंघोळ केली. काही बोलला नाही गिऱ्हाइकं बी मजा बगत बसली होती, म्हणं! ही हाटेलातली पोरं म्हणजे-' म्हणत ती पुन्हा हसत राहिली.

'हसायला काय झालं? ' त्यांनी गंभीरपणे विचारलं,

त्यांचं मन गंभीर झालं होतं. परवा इन्स्पेक्टराला असंच काही तरी बोलला होता- पण इथं त्यानं तसंच केलं. अरसीकेरे म्हणजे दीडशे मैलांपलीकडचं गाव. म्हणजे जवळ-जवळ वेगळं राज्यच. आई-वडील नाहीत आणि हे वेड्यासारखं धैर्य!

ते ठरलेल्या वेळी उठले. शर्ट-कोट-टोपी चढवून हातात काठी घेऊन ते फिरायला बाहेर पडले. रोजच्यापेक्षा तासभर आधी.

त्याच्या गावाविषयी आणखी चौकशी करायला पाहिजे. हा असा गाढवासारखा वागत राहिला, तर अडचणीत यायला वेळ लागणार नाही. अन्कल्चर्ड आहे हे! तो पुन्हा येईल, तेव्हा त्याच्या गावाची चौकशी करता येईल. हा मालकाशी असा वागला अन् तरीही अजून तिथंच आहे, म्हणून सांगतो. असं कसं शक्य आहे? मालक कसा गप्प बसेल? बहुतेक मालक घाबरला असेल- मी याच्या मागं आहे, म्हटल्यावर! आधी असं काही घडेल, हे त्यांच्या लक्षातच आलं नसेल. बेवारशी मुलामागं कोण असणार, अशाच समजुतीत ते असतील, आता हा मुलगा असा

परिशोध । ६७

वागला! हा नारंगी-यळवट्टीबरोबर कुस्ती बघायलाही जातो, म्हणे! धैर्यही आहे याच्या अंगात!

मध्ये आठवडा गेला. संध्याकाळी फिरून सातच्या सुमारास ते घरी आले. कपडे बदलून, हात-पाय धुऊन झोपाळ्यावर बसून घड्याळाला चावी देत असताना तो आला. दाराबाहेर उभा रहिला- नि:शब्द. आत येण्याची परवानगी मागत! त्यांच्या चेहऱ्यावरचे भाव आणि नजरेतील अनुमती पाहून तो आत आला आणि बाकावर बसला.

'तिथंच आहेस?'

'होय-' तो विनम्रपणे उत्तरला.

'तुझं त्यांच्याशी पटतं?'

'ते कसं शक्य आहे? एकमेकाशी संभाषण नाही. त्यांनी मला जायला सांगितलंय्. मी नाही म्हणून सांगितलंय्. माझी ड्यूटी मी करत राहतो.'

'तू मालकाच्या डोक्यावर लघवी ओतलीस, म्हणे!'

तो काही बोलला नाही. दृष्टी जमिनीवर खिळवून बसून राहिला.

त्यांनीच विचारलं,

'तुझं चुकलं, असं तुला वाटत नाही?'

'वाटतं. पण मी लॉक-अपमध्ये किती कष्ट काढले! ते वागले, ते तरी बरोबर आहे काय?'

वकील गप्प बसले. घड्याळ मनगटावर बांधल्यावर त्यांनी विचारलं,

'आणखी किती दिवस तिथं थांबणार आहेस?'

'दुसरा एखादा मार्ग दिसेपर्यंत. मी तरी काय करणार? मलाही कंटाळा आलाय्. तिथला हेबरी नावाचा स्वयंपाकी आहे. त्याचंही मालकांशी पटत नव्हतं. तोही मला मालकांविरुद्ध खूप काही सांगायचा. संघटना बांधायची, म्हटल्यावर त्यानं भरपूर प्रोत्साहन दिलं होतं. आता तोही माझ्याशी नीट वागत नाही. उलट, मलाच म्हणतो- मालकांशी असा का वागलास? मी म्हटलं- त्यानं माझ्यावर खोटे आरोप का करावेत? तर तो म्हणतो- लहान मुलगा आहेस, दोन दिवस लॉकअपमध्ये राहिलास, म्हणून काय बिघडलं? अहो, हाच दररोज मालकाची नजर चुकवून तेल-तूप-बेसन बाहेर विकतो. नोकरी जाईल, या भीतीनं नायर नावाचा क्लीनर आहे- तोही लांबच असतो. तिथं मी एकटाच आहे. इतर हॉटेल-कामगारांनी माझ्यावर बहिष्कार टाकला आहे.'

'आणखी एखाद्या गावी जावं. इथं कसा आलास?'

'याच गावात यायचं, असं काही निश्चचत ठरलं नव्हत. या गावाचं मी आधी नावही ऐकलं नव्हतं. मी मुंबईला जायचं, म्हणून निघालो होतो. इथून सहा मैलांवर

तोळगुंद म्हणून गाव आहे ना? तिथं येईपर्यंत अंगात ताप भरला. देवळात जाऊन झोपलो. देवळात जोशी नावाचे एक भटजी होते. त्यांनी दोन दिवस अन्न आणि औषध दिलं. तेच म्हणाले,- 'मुंबईला पैसे मिळवण्यासाठीच जाणार ना? त्याऐवजी इथंच राणेबिन्नूरला जा- केवळ लोटा घेऊन आलेल्यांनी तिकडं आता बंगले बांधले आहेत- तूही थोडा-फार अनुभव घेऊन हॉटेलच्या व्यवसायात पड.' त्यांनीच मला इथं येण्यासाठी बसचे पैसे आणि वर एक पावली दिली. इथं आलो- भट्टांच्या हॉटेलात लागलो. चौदा तास काम आणि आठ रुपये पगार यालाही तयार झालो. हॉटेलचं काम शिकायला मिळेल म्हणून. एवढं काम करता- करता हेबरींनाही मदत करत होतो. त्याच वेळी अमुक कसं करायचं, वगैरे विचारून शिकूनही घेत होतो. मी मदत करत होतो, म्हणून ते शिकवत होते. मी नुसतंच तुमचं कसब शिकवा, म्हटलं असतं, तर त्यांनी शिकवलं नसतं. तिथलं एक वैशिष्ट्य तुम्हालाही ठाऊक आहे. भट्ट अत्यंत शिस्तीचे आणि स्वच्छताप्रिय! त्यामुळं मला तिथं शिकायलाही मिळालं. दहा महिने मी एवढे कष्ट घेतले, म्हणून सांगू! आता मला शेव-गाठी, वडे, दोसा, उप्पीट, शिरा, सार-भात, सांबार, भाज्या करायला जमतात. म्हैसूरपाक मात्र अजून जमत नाही. त्याच्या पाकाचं नीट कळलं नाही. भाकऱ्याही अजून म्हणाव्या तशा जमत नाहीत. पण एवढं राबून हातात एक आणाही शिल्लक नाही. सगळा पैसा कपडे आणि साबणातच संपून जातो. मी कसलं स्वत:चं हॉटेल काढणार?'

'तूही हेबरीसारखी चोरी केलीस, तर?'

'अगदी चोरी नव्हे, जास्त खाणं देऊन, कमी बिल लावून गिऱ्हाइकांकडून नियमित भत्ता घेणारे काही सप्लायर्स आहेतच. पण तसं करणं माझ्या मनाला पटत नाही'क

'का? काय होईल त्यांनी ' त्यांनी मुद्दामच विचारलं.

'का, कोण जाणे! मला आवडत नाही, हे मात्र खरं!'

हिरड्या आवळून त्यांनी एकवार त्याच्याकडे रोखून पाहिलं. नंतर दोन्ही पाय वर घेऊन मांडी घालत विचारलं,

'तोळगुंदाला का उतरलास? ते काय स्टेशन आहे?'

'उतरलो नाही. पायीच चालली होतो. वाटेत ताप आला-'

'मुंबईला पायी निघाला होतास?'

'होय.'

'कुठून?'

'तुमकूरहून'

'तू तुमकूरचा काय?'

'नाही. अरसीकेरेचा. बेंगळूरहून मुंबईला जायला निघालो होतो. तिकिटासाठी

पैसे नव्हते. रात्री पावणे अकरा वाजता मेल सुटते ना, तीत बसलो. गाडी सुटल्यावर अर्ध्या तासात तिकीट तपासणारे आले. गाडी तुमकूरला आल्यावर त्यांनी मला तिथल्या स्टेशन- मास्तरांकडे नेलं. ते शिक्षा करतील, असं मला वाटलं होतं. त्यांना म्हटलं- 'शिकायला पैसे नाहीत, पोट भरायला मुंबईला चाललोय् - तिकिटासाठी कुठून पैसे आणू?' यावर त्यांनी 'चोरून फुकटचा प्रवास करायला लाज वाटत नाही? ' म्हणून विचारलं आणि सोडून दिलं. मला शरम वाटली. पायांत शक्ती असताना रेल्वेनं का जायचं, असा विचार करून पायीच मुंबईला जायचा निश्चय केला. रेल्वेरुळांवरून चालत निघालो. दररोज वीस मैल चालत राहिलो. तोळगुंदला येईपर्यंत ताप आला-'

'बेंगळूरला का गेला होतास?'

ते हा प्रश्न विचारत असतानाच चन्नव्वा आली आणि म्हणाली,

'गवार मोडून ठेवलीय्. स्टोव्ह पेटवू?'

वकिलांनी विचार केला आणि म्हणाले,

'हे बघ, गवार ओल्या फडक्यात गुंडाळून ठेव- उद्या सकाळी भाजी करेन. रात्री दूध-ब्रेड घेईन. केळी नसतील, तर आणून ठेव-' एवढं तिला सांगून पुन्हा अरसीकेरेकडे वळून त्यांनी तोच प्रश्न विचारला, 'बेंगळूरला का गेला होतास? आई- वडील वारल्यावर शिकायला मिळालं नाही, म्हणालास. शिक्षण सोडल्यानंतर कुठं गेलास? नीट क्रमानं सांग. आय् वॉट इंपॉर्टंट पॉईंटस्.'

'अरसीकेरेत एका टूरिंग टॉकीजमध्ये गेटकीपर म्हणून काम करता- करता शिकत होतो मी. त्या टॉकीजच्या मालकानं दुसऱ्या एका श्रीमंत माणसाच्या बाईवर हात टाकता. त्या रागानं त्या श्रीमंत माणसानं टॉकीज जाळलं. सावकाराला गाव सोडून जावं लागलं. करायला काम नाही-खायला अन्न नाही, अशी माझी परिस्थिती झाली. शिक्षण सोडावंसं वाटलं-काय करावं, ते समजेना. त्या वेळी माझ्या ओळखीचे एक वकील- वकील म्हणजे किरकोळ वकील असतात ना, तसले- लक्षात आलं ना?'

'आलं. पुढं?'

'त्यांनी मला एक मार्ग सुचवला. हेडमास्तरांकडून 'हा हुशार विद्यार्थी आहे-' वगैरे सर्टिफिकेट लिहून आणायला लावलं आणि ते दाखवून आपल्या गावात एकवीस रुपये मिळवून दिले. तसंच, त्यांनी आणखी काही गावांमध्येही फिरून पैसे मिळवायला सांगितलं. त्याप्रमाणे मी गावोगावी फिरू लागलो. एकेका गावात शिरायचं- श्रीमंतांची घरं हेरायची-गरीब विद्यार्थी आहे-आई-वडील नाहीत, म्हणून सांगायचं. मग काही जण पैसे द्यायचे-तर काही जण नकार द्यायचे. काही जण म्हणायचे,- 'चांगला धडधाकट दिसतोस-राबून खायला येत नाही?' असंच सात-

आठ दिवस फिरल्यावर पंच्याण्णव रुपये जमले. आणखी दोन-तीन दिवस फिरल्यावर पुन्हा अरसीकेरेला जायचं ठरवलं होतं. असं हात पसरणं, म्हणजे मला प्रत्येक वेळी जीव संकोचल्यासारखं होत होतं...'

तो सांगण्यात बुडून गेला होता. तेही लक्ष देऊन ऐकत होते. तो पुढं म्हणाला, 'एक दिवस असाच त्या गावातल्या एका मोठ्या जमीनदाराकडे गेलो. ते आमदारही होते, म्हणे. खूप मोठा वाडा होता. मागच्या बाजूला खोबरं साठवण्यासाठी दोन मोठ्या खोल्या होत्या. पुढच्या बाजूला खूप मोठी ओसरी. दारात त्यांचा मुलगा उभा होता. असेल माझ्याच वयाचा- पण आकारानं माझ्या चौपट! वुलनची पँट, सिल्कचा शर्ट आणि पायांत बूट असा थाट होता. त्याला मी 'गौडा आहेत का' म्हणून विचारलं. त्यानं आत खूण करत, का म्हणून विचारलं. मी त्याला वही दाखवली. त्याच्या चेहऱ्यावर जो तिरस्कार उमटला, तो मी जन्मात विसणार नाही. त्यानं जिन्याकडे बोट दाखवून वही माझ्या हातात दिली. वर खूप मोठा दिवाणखाना होता. भरपूर सजवलेला. जमिनीवर गालिचा अंथरला होता. समोरच्या सोफ्यावर खादीचा नेहरू-शर्ट आणि पायजमा घालून थोरले आमदार बसले होते. खाली तीन-चार शेतकरी बसले होते. त्यांच्याशी आमदार शेतकऱ्यांच्या जागृतीविषयी काही तरी बोलत होते. मी तिथं गेलो आणि हात जोडून उभा राहिलो. एकदा माझ्याकडे बघून ते पुन्हा बोलू लागले. मग मीही समोरच्या बाकावर बसलो. त्यांचं माझ्याकडे लक्ष होतं. सुमारे दहा मिनिटांनंतर त्यांनी मला जवळ बोलावलं. मी त्यांच्या जवळ जाऊन त्यांना वही दाखवली. ते वाचून ते म्हणाले, गरीब असशील, तर राबून खा. मी सांगितलं-, मी राबूनच शिकत होतो, पण परिस्थिती अशी झाली, म्हणून भीक मागायची पाळी आली. ते म्हणाले, 'माझ्या घरात केरवारे कर, पोटापुरतं देईन.' मी म्हटलं, पोटापुरतं मिळेल, पण शिकायचं कसं? यावर ते उसळले, माझ्यापुढं उलट उत्तर देतोस? माझ्यापुढं बाकावर बसतोस? एवढी मस्ती तुझी? असं म्हणत त्यांनी माझ्या थोबाडीत मारली. एवढ्या जोरात, की मी कोलमडलोचा'

'केव्हाची गोष्ट ही?'

'वर्ष होऊन गेलं'

स्वातंत्र्य मिळाल्यानंतर दोन वर्षांतच- व्वा ! त्यांनी पाय खाली सोडत विचारलं, 'बरं, पुढं काय झालं?'

'मला शुद्ध आली, तेव्हा तिथं बसलेल्या शेतकऱ्यांनी माझ्या डोक्यावर पाणी थापलं. आमदारसाहेब म्हणाले, 'चार शहाणपणाच्या गोष्टी सांगून, एक थप्पड दिली, तर ही नाटकं करतोस काय? हे घे-' म्हणत आठ आण्याचं नाणं त्यांनी समोर टाकलं. ते न उचलता मी खाली निघून आलो. त्याला त्याच वेळी उलटून का मारलं नाही, याचं आजही मला आश्चर्य वाटतं. कदाचित तो मारेल, हे मला

अपेक्षितच नसावं. शिवाय मी शुद्धीवर आलो, तेव्हा सगळं गमावल्यासारखं वाटत होतं. तिथून बाहेर पडल्यावर एका पळसाच्या झाडाखाली भ्रमिष्टासारखा बसून राहिलो. का जगावं? अशा जगण्याला अर्थ तर काय आहे? मनात किती तरी प्रश्न उमटू लागले. जीव देऊन मोकळं व्हावंसं तीव्रपणे वाटू लागलं. पाच मिनिटांत तसा निश्चयही झाला. पण मरायचं कसं? उत्तम पोहता येतं - त्यामुळं पाण्यात जीव देणं शक्य नव्हतं. गळफास- तो बायकीपणा वाटला मला. रेल्वेच्या इंजिनाखाली मस्तक ठेवायचा विचार मला पटला. त्यात रेल्वेचं माझ्या मनाला पाहिल्यापासून आकर्षण! या विचारानं मी उठून गावापाशी आलो. इथून रेल्वेरूळ किती अंतरावर आहे, याची चौकशी केली. कुणी तरी सांगितलं, बाणसंद्र स्टेशन इथून दहा मैलांवर आहे. दिशा विचारून मी चालायला सुरुवात केली. हातात पिशवी, पायांत चपला, डोक्यावर उन्ह. भुतानं झपाटावं, तसा मी तरातरा निघालो. उन्हात लखलखणारे रूळ, समोरून धडाडत येणारं रेल्वेचं इंजीन, त्याची खटाक्-खटाक् चाकं- मृत्यूचं हे चित्र मला इतकं लोभस वाटलं, की ते कुरवाळत मी चाललो होतो. रस्त्यात-'

आतून कुणी तरी ब्रेक दाबावा, तसा तो थांबला. त्यानी विचारलं,

'हं- पुढं?'-

थोडं घुटमळून तो म्हणाला,

'बाणसंद्र येईपर्यंत माझं मन बदललं.'

'पण ते कसं? काय घडलं, तिथं असं?'

'काही नाही-'

'तू काही तरी लपवत आहेस. तुला सांगायचं नसेल, तर सांगू नकोस. बरं- मन बदललं-पुढं?'

कासावीस झाल्याप्रमाणे त्यानं खाली मान घातली. काही क्षण गेले. नंतर तो म्हणाला,

'नाही जमणार मला ते सांगायला! पुढचं सांगतो-' त्यांनी 'बरं' म्हटल्यावर तो म्हणाला, 'संध्याकाळी पाच वाजता बाणसंद्रला जाऊन पोहोचलो.'

वकील मध्येच म्हणाले,

'सकाळी निघालास-धावत. संध्याकाळी पाच वाजता दहा मैल अंतर चालणं झालं. म्हणजे या मधल्या घटनेमध्ये तुझे पाच-सहा तास गेले. ऑलराईट! पुढं?'

काही वेळ गळ्यात काही तरी अडकावं, तसा तो अस्वस्थ झाला. नंतर हळूहळू मनातले विचार आणि भावना एकत्र जुळवून तो पुढं सांगू लागला,

'बाणसंद्र म्हणजे मोठं खेडं किंवा लहान शहर म्हणता येईल. स्टेशनाच्या मागच्या बाजूला रस्त्यावर एक लहान दुकान होतं. हजामतीचं दुकान. त्यातल्या उन्हाची तिरीप डोळ्यांवर येऊन माझं तिकडं लक्ष गेलं. आत एक मिलिटरीमधला

माणूस हजामत करून घेत होता. मी तिथं रेंगाळल्यावर न्हाव्यानं मला आत बोलावलं. माझेही केस वाढले होते, त्यामुळं मीही आत गेलो. त्या जवानाची हजामत झाल्यावर मीही त्या खुर्चीवर बसलो. कसला कट करायचा, म्हणून विचारल्यावर मी मिलिटरी कट म्हणून सांगून मोकळा झालो. त्याचा वेष मला खूप आकर्षक वाटला. त्याच्या मिशांचंही मला आकर्षण वाटलं. माझ्या चेहऱ्यावर तर फारशी लवही नव्हती. वय सोळा वर्षं होतं. न्हाव्यानं उगाच थोडे कल्ले ठेवले आणि असलेली लव थोडी आकारात आणून दिली. विहिरीवर अंघोळ केली. शेजारच्या हॉटेलात जेवायला गेलो. तो जवानही तिथंच होता. त्याला पाहताच मला आनंद झाला. तोही इकडच्या भागातल्या एका खेड्यातला होता. त्याची काश्मीरमध्ये ड्यूटी होती, म्हणे रात्री दोघंही एकत्र जेवलो. त्याची रेल्वे येईपर्यंत मी त्याच्याशी गप्पा मारत होतो. युद्ध कसं चालतं? मशीनगन कशी असते? टॅंक म्हणजे कसा असतो? बॉंब कसा टाकतात- वगैरे मी त्याला विचारत होतो. तोही माझ्या डोळ्यांसमोर स्पष्ट उभं राहील, असं वर्णन करत होता!'

अरसीकेरे रंगून जाऊन सांगत होता.

'एकाएकी माझ्या मनात आलं- आपण विमानात बसून, आकाशात जाऊन, बॉंब टाकायला पाहिजे! रेल्वे-स्टेशन, घरं, फॅक्टरी-कारखाने- बॉंब टाकून सगळं धाड-धाड उडवून द्यायचं! आग-धूर-सगळं वरून बघायचं! मी त्याला विचारलं, सैन्यात कसं शिरता येईल? त्यानं बेंगळूरला रिक्रूटिंग ऑफिस असल्याचं सांगितलं. मी उत्सुकतेनं विचारलं, मला घेतील? माझ्याकडे बघून त्यानं सांगितलं, गुड पर्सनॅलिटी! त्या रात्री मी त्याच्याबरोबर बेंगळूरला गेलो. तो पुढं लगोलग मद्रास-मेल पकडून निघून गेला. त्या दिवशी रविवार होता. दिवसभर गावात भटकलो- रात्री स्टेशनवर झोपलो आणि सकाळी रिक्रूटमेंट-ऑफिसला गेलो. तिथं कपडे उतरवून माझी तपासणी झाली. पर्सनॅलिटी फिटनेसचा प्रश्न नव्हता. पण त्यांनी मॅट्रिक व्हायला पाहिजे, म्हणून सांगितलं. मीही तेवढ्या अवधीत सैनिकांना जनावरांप्रमाणे ट्रकमध्ये कोंबून नेल्याचं पाहिलं होतं. त्यामुळं माझ्या मनातलं त्याचं आकर्षणही बरंच ओसरलं होतं. मी माझी पिशवी घेऊन निघालो. त्याच वेळी लक्षात आलं, पायजम्याच्या खिशातले पैसे कुणी तरी मारले होते. माघारी येऊन मी खूप आरडाओरडा केला; पण काहीही उपयोग झाला नाही. नंतर बेंगळूरमध्ये नोकरी मिळेल काय, म्हणून मी प्रत्येक दुकानात चौकशी करत सुटलो. नोकरी काही मिळाली नाही. शेवटी कुणी तरी म्हणालं, 'हे काही फार मोठं गाव नाही- तू मुंबईला जा. तिथं रिकाम्या हातानं गेलेली माणसंही लक्षाधीश होतात. तुझंही कदाचित नशीब उघडेल.' त्यानं अशा साताठ जणांच्या कथाही सांगितल्या. बेंगळूरमध्ये दोन दिवस उपाशी राहावं लागलं. त्यामुळंही मुंबईला जावं, असं वाटू लागलं. पण वाटेत

तिकीट तपासनिसानं पकडलं, म्हणून सांगितलं ना? त्या सगळ्या गोंधळात माझी पिशवी गाडीतच राहिली. फक्त अंगावरचा पायजमा-शर्ट तेवढे कपडे राहिले. तिथून पुढं पायी आलो-'

त्यांची एकटक नजर त्याच्यावर खिळली होती.

आताही त्याच्या अंगावर तोच वेष होता. मागं वळवलेले केस, नीट न वाढलेल्या कोवळ्या मिशा. त्यांनी विचारलं,

'चालत असताना रस्त्यात जेवायचं काय केलंस?'

त्याचा चेहरा संकोचत गेला,

'भीक न मागायचा मी निश्चय केला होता. मागं वारानं जेवत होतो- पण तीही एक प्रकारची भिक्षाच! पण रस्त्यानं चालताना मात्र माझा निरुपाय झाला आणि 'वाटसरू आहे-जेवायला वाढा' म्हणून दिवस काढणं भाग पडलं. मन तळमळत होतं. पण मीच त्याला ताकीद दिली होती-'

'कुठल्या जातीचा तू?'

'ब्राह्मण.'

'इतर हलक्या जातीच्या लोकांकडे अन्न मागताना मनाला क्लेश नाही झाले?'

'मला त्यातला फरक जाणवण्याआधीच मला एका वेगळ्या जातीतल्या व्यक्तीनं सांभाळलं होतं. तेही घरोघरी भिक्षा मागून. मी अरसीकेरेला यायच्या आधीची ती गोष्ट.'

त्यांनी पुढं काही विचारलं नाही. पुढं काय बोलायचं, ते न समजून तोही मुकाट्यानं उभा राहिला.

त्यांनी एकदा नि:श्वास सोडला. पाय वर घेऊन पद्मासन घालत त्यांनी आपली दृष्टी त्याच्या चेहऱ्यावरून काढून हातावरच्या जाड पांढऱ्या रेषांवर खिळवली.

थोड्या वेळानं त्याला काय वाटलं, कोण जाणे! तो म्हणाला,

'हे मी आणखी कुणालाही सांगितलं नव्हतं...'

'का?'

'सांगितलेलं समजावून घ्यायला हवं ना!'

त्यांनी मान वर करून त्याच्याकडे पाहिलं.

ही आपल्या मनातली भावना व्यक्त करायची पद्धत, की त्याला आणखी काही सांगायचं आहे? वीस वर्षांपूर्वीची एखादी आपलीच कथा तीच समस्या घेऊन वेगळा तपशील घेऊन सामोरी येत नाही ना?

घड्याळात नवाचे टोले पडले. तो उठून उभा राहिला आणि 'निघतो-उशीर झाला, तर जेवण मिळणार नाही' म्हणत दाराबाहेर ठेवलेल्या चपला चढवून तो निघून गेला.

तेही उठले.

दूध-ब्रेड-केळी खाल्ल्यावर त्यांना विडा देऊन त्यांच्या परवानगीनं चन्नव्वा घरी गेली.

गेले आठ दिवस तो आला नव्हता. रात्री नीट झोप लागली नाही.

अरसीकेरेला पोलिस ठाण्यातून सोडवल्यापासून हे असंच चाललंय्. आता तो एकटा पडलाय्. अंहं- हॉटेलात काम करतानाही तो तसा एकटाच असावा. नाही तर त्याच्या 'सांगितलेलं समजायला हवं ना! ' या वाक्याचा काय अर्थ? ' लोकांना काय समजतंय्? आपलं आपण समजावून घ्यायला पाहिजे! या निष्कर्षापर्यंत आपण येऊन पोहोचलो, त्याला किती वर्षं झाली? वीस वर्षं - डायरी लिहूनही चार-पाच वर्षं झाली. कपाटात खालच्या कप्प्यात पडली असेल.

सरला आठ वर्षांची होती तेव्हा. मी चाळिशीचा. ही चन्नव्वा- बाहेर अशिलं- धारवाड- हावेरीच्या चकरा-

उठून डायरी पाहावीसं तीव्रपणे वाटलं. त्यांनी कपाटाचं कुलूप उघडलं.

होय. लाल पुठ्ठ्याचं कव्हर- आत रेषांचा कागद.

सगळं स्पष्टपणे आठवतं :

'आपल्या मनात चालतं, ते कुणालाही पूर्णपणे उलगडून सांगणं शक्य नसतं. सांगितलं, तरी ते समजावून घेणं सगळ्यांना शक्य नसतं. त्यातही विचित्र गोष्ट अशी, की इतरांना सांगताना आपणच नेमकेपणानं सांगत नाही- वाढवून सांगतो किंवा कमी करून सांगतो. ऐकणाऱ्याची सहानभूती मिळवण्यासाठी किंवा आपल्या बाजूचं समर्थन करण्यासाठी आपण ते संपूर्ण चित्र कोरूनकोरून रंगवतो. क्वचित कधी तरी आपल्या अगदी जवळच्या मित्रापुढं आपण आपल्या मनाचा कमकुवतपणा व्यक्तही करू. पण त्यामागं तरी आपल्या मनाचं यथार्थ चित्रण करण्याची इच्छा असते, की त्याचं अंतर्मन जिंकायची इच्छा असते? आपण इतरांना सत्य सांगणं शक्य नाही. फक्त स्वत:लाच ते आपण सांगू शकतो. त्यामुळं जेव्हा आतून काही तरी दाटून येईल, ते एखाद्या वहीत किंवा डायरीत टिपून ठेवणं सुज्ञपणाचं आहे. ही डायरी नंतर कुणाच्या तरी हाती लागेल- कुणी तरी वाचेलही. पण कुणी तरी वाचावं, या हेतूनं लिहिलेली डायरीही असत्याचं लिखाण होऊन जातं. कुणीही कधीही आपली डायरी प्रसिद्ध करू नये. मरायच्या आधी ती जाळून तिची राख नदीत सोडून यायला पाहिजे-'

पुढं तारीखही स्पष्टपणे लिहिली आहे- वीस वर्षं झाली- एकोणीसशे एकतीस.

उघडलेली वही तशीच झोपाळ्यावर ठेवून ते जळणाऱ्या दिव्याकडे पाहत राहिले. नंतर तीच दृष्टी दरवाज्यावरून फिरली.

पत्नीच्या माघारी दुसरं लग्न नको, म्हटलं, तर सगळं विचारत होते- का

नको? पस्तीस म्हणजे काही फार मोठं वय नव्हे! शिवाय एवढं मोठं घर- दार, शेत, वकिली! मी मुळीच लग्न करणार नाही, म्हणून सांगितलं, तर म्हणतात- केवढं प्रचंड प्रेम होतं बायकोवर! लोकांनाही त्यांच्या सवयीचं काही तरी एक कारण लागतं. काहीच कारण नसलं, तर ते मनाचीच कथा रचायला सुरुवात करतात!

सरलाच्या आईवर माझं कधीच प्रेम नव्हतं. बड्या देसायांच्या घरची ते लेक! सोनं- नाणं आणि रेशमी साड्या घेऊन आली. घरात होती- गर्भार राहिली- मुलगी झाली. रंग गोरा होता- बाधांही बरा होता. पण म्हणून प्रेम बसायलाच पाहिजे, म्हणून कुणी सांगितलं? मला समजावून घ्यायची शक्ती तिच्यामध्ये नव्हती. मुख्य म्हणजे, तसा तिनं प्रयत्नही केला नाही. तिच्या मृत्यूनंतर दुसरं लग्न केलं असतं, तर तशीच आणखी एक बायको मिळाली असती. पण तिच्या मृत्यूनंतर मला प्रकर्षानं जाणवलं- ती असतानाही मी एकटाच होतो.

त्यांनी दारावरची दृष्टी काढून घेतली. डोकं रिकामं जाणवलं. ते पुढं डायरी चाळू लागले. आपल्या मनातले विचार- स्वत:साठीच लिहून ठेवलेले. त्यांतली वाक्यं आजही जशीच्या तशी आठवतात. ऐंशी- पंच्याऐंशी पानं उलटल्यावर चव्वेचाळीस साली- म्हणजे चौदा वर्षांनंतर लिहिलेलं दिसलं- आठवलंही.

'आपण निदान स्वत:ला तरी सत्य सांगू शकू, असा विश्वास वाटला होता. पण तेही पूर्ण खरं नाही. डायरी लिहिताना आपण आपलंच एक चित्र रेखाटत असतो. आपलं चित्र निकृष्ट दर्जाचं होऊ नये, म्हणून आपल्या नकळत आपलं मन त्यात आडकाठी घालत असतं. इथं स्वत:शीच सूक्ष्मपणे फसवणूक होत जाते. आतून काही समर्थने आपोआप सुचू लागतात. इतरांची फसवणूक राहू दे- माणूस स्वत:लाच निखळ सत्य सांगू शकला, तरी तो एका पातळीवर पोहोचला, म्हणावं लागेल!'

हे मी का लिहिलं असावं?

त्यांना या मागचा तपशील आठवला नाही. दिवा बंद करून ते अंथरुणावर आडवे झाले.

पोटासाठी वकिली करायची आवश्यकता नव्हती. कायद्याची पुस्तकं वाचून समजावून घेण्याची इच्छा मात्र जबरदस्त होती. युरोप-अमेरिका- भारत इथं कायद्याची वाढ कशी झाली- तिथली राजकीय, सामाजिक आणि आर्थिक पार्श्वभूमी कशी होती- त्यांनी वेगवेगळे पैलू जाणून घेण्यासाठी किती तरी पुस्तकं मागवून घेतली होती. मोठाली सहा कपाटं भरतील, एवढी पुस्तकं! संपूर्ण जिल्ह्यात एवढी पुस्तकं विकत घेऊन वाचणारा दुसरा वकील नाही! लग्न झालं, तेव्हा तिशीचं वय. पैसे मिळवण्यासाठी केस चालवायची- या दृष्टिकोनाचाच पहिल्यापासून मनात तिटकारा बसला होता. न्याय हवा. सत्य शोधायला पाहिजे. अशील हरला, म्हणून काय

झालं? जास्तीची अशिलं येणार नाहीत. न का येईनात! 'माझ्या वडलांच्या घरातल्या संडासा एवढंही नाही तुमचं घर!' म्हणाली होती एकदा संतापाच्या भरात. पाच वर्षांचा संसार- कुठून कुठं चाललीय् आठवण! त्या मुलामुळं हे सगळं का आठवावं?

त्यांनी कूस बदलली. पण झोप आली नाही.

सकाळी फिरायला जायला जमलं नाही.

ते चहा पीत असताना चन्नव्वा भाजी निवडत म्हणाली,

'रात्री फक्त ब्रेड खाल्लात. आता लवकर सैंपाक जेवून घ्या. लवकर अंघोळ करा आधी...'

अंघोळ करताना पुन्हा त्या मुलाची आठवण झाली.

ब्राह्मण मुलगा. लहानपणापासून इतर जातींच्या लोकांबरोबर जेवण वाढल्यामुळं त्याचा त्रास होत नाही, म्हणून सांगत होता. यात नवं असं काय आहे? मुंबईला कामानिमित्त गेलो, की मी नाही का इराणी हॉटेलात नाश्ता करत? रेल्वेत जेवण घेतो. त्यात काय विशेष?

अंघोळ करून ते न्हाणीघरातून बाहेर आले, तेव्हा चन्नव्वानं स्टोव्ह पेटवून ठेवला होता. तिनं धुऊन ठेवलेल्या तपेलीत महिन्याला दोन रुपये घेऊन पाणी भरणाऱ्या पुरुषोत्तमाचार्यानं आणलेल्या पाण्यातलं पाणी घेऊन स्टोव्हवर आधण चढवलं. 'त्यात अमुक घाला- असं करा- ढवळून ठेवा- एवढा तिखट-मीठ-मसाला घाला' वगैरे सांगायचं काम चन्नव्वाचं. आधी घरात स्वयंपाकाची बाई होती. नंतर सरला करायची. ती लग्न होऊन सासरी गेल्यापासून असा स्वयंपाक सुरू झाला.

दोन स्टोव्ह एका स्वरात घरघरत होते. डोकं गरगरतंय् असं त्यांना वाटू लागलं. उठून बाहेर झोपाळ्यावर जाऊन बसावंसं वाटत होतं.

चन्नव्वा आजवर क्षणभरही अप्रामाणिक झाली नव्हती. पण आपल्या मस्तकात चाललेले विचार तिला समजणं शक्य नाही. तरीही गेली वीस वर्षं हा देशपांडे वकील म्हणजे काय चीज आहे, ते ती जाणून आहे! आज तिचं तारुण्य पहिल्यासारखं राहिलं नाही- मीही तेवढा तरुण राहिलो नाही. तिचा नवरा गेलाय्- मला बायको नाही. माझ्यापेक्षा ती पंधरा वर्षांनी लहान आहे. गल्लीत सगळ्यांना सगळं ठाऊक आहे. यात काय चुकलं?- अशा अर्थानं सगळे त्यावर गप्प आहेत. सावत्र आई आणली असती, तर तिनंही सरलाला एवढ्या ममतेनं वाढवलं नसतं. सरलाही आपल्या पत्राच्या अखेरीस तिला आदरानं नमस्कार लिहिते.

भाकऱ्या थापत असताना त्यांच्या मनात आलं-

चन्नव्वाला स्वयंपाक करायला का सांगू नये?

इतके दिवस हा मुद्दाच मनात आला नव्हता.

लग्न करून जाताना सरला म्हणाली होती-

'एक स्वयंपाकी पाहा.'

त्या वेळी कुणी मिळालं नाही. मीही तेव्हा चन्नव्वाला 'तूच स्वयंपाक कर-' का म्हणालो नाही? इतका साधा-सरळ विचार मला का सुचला नाही?

जेवण झाल्यावर तिनं दिलेला विडा खात टाइम्स चाळताना आठवलं,

तो मुलगा म्हणाला होता- त्यातला फरक कळण्याआधी इतर जातींतल्या माणसांच्या हातचं जेवायची सवय झाली होती, म्हणे. कसला फरक? मला सवय होण्याआधी हा फरक कळला होता? छे:! हे काही पटणारं विवेचन नाही. मला तेव्हा सुचलं नाही, हेच खरं. या व्यवस्थेहून वेगळी कुठली तरी व्यवस्था शक्य आहे, हेच सुचलं नाही मला! गेली सात वर्षं हाताला चटके घेत स्वयंपाक करतोय् मी-

त्यांना काही तरी आठवलं. ते उठून बाहेर आले आणि झोपाळ्यावरची डायरी घेऊन, डोळ्यांवर चश्मा चढवून पुन्हा वाचू लागले-

मध्ये सरला चौदा वर्षांची झाल्यावर तिची पाळी आली, तेव्हा तिला चन्नव्वानं खोबऱ्याची चिगळी करून खाऊ घातली होती- अजून पुढं असावं ते - हं- इथं आहे.

'मानवी संबंध आपण जसे वाढवू तसे वाढतील. ते एक प्रकारचं स्पष्ट ॲग्रीमेंट आहे. सगळे संबंधित प्रामाणिकपणे वागले, की पुरेसं आहे. चन्नव्वा सरलाच्या दृष्टीनं कदाचित जन्मदात्या आईपेक्षा कमी असेल- पण सावत्र आईपेक्षा निश्चित जवळची आहे. तिच्या मनात सरलाविषयी मत्सर किंवा द्वेष नाही- प्रेम आणि वात्सल्यच आहे. मी तिच्याशी लग्न केलं असतं, तर? तर मात्र ही मत्सराला बळी पडली असती. आपल्या पोटी जन्मलेल्या मुलांना जास्तीचा वाटा मिळावा- वगैरे तिच्याही डोक्यात आल असतं. कुठल्याही प्रकारचं कन्सिडरेशन नसलेलं मानवी नातंच अधिक शुद्ध!'त्यांनी थोडा वेळ मागच्या-पुढच्या पानांवर नजर फिरवली झोप आलीसं वाटलं, झोपल्यावर छान झोप लागली.

चार वाजता चहा करायच्या वेळी त्यांनी तिला सांगितलं,

'आज रात्रीपासून तूच मला स्वयंपाक करून वाढ.'

'का, हो? ' तिनं आश्चर्यानं विचारलं.

'बायको म्हटल्यावर करायला नको? '

'गप ऱ्हावा तुमी! ' म्हणताना तिचा चेहरा फुलला होता. तीच पुढं म्हणाली, 'कालधरनं माझ्या मनात येत होतं- त्या हॉटेलातल्या मुलाला बी तिकडची जागा सोडावी लागणार. त्यालाच हिकडं बलावून सैंपाक करायला सांगितलं, तर कसं म्हन्ता? तुमी बी सात रुपये दिले, की झालं...'

तिनं त्यांच्या बोलण्याला वेगळच वळण दिलं! पण त्यांनाही तीव्रपणे वाटलं- खरंच-काय हरकत आहे?

पाठोपाठ तिनं आपल्या प्रश्नाला बगल दिल्याचं जाणवून त्यांनी सागितलं,

'तू सैंपाक करून वाढ, म्हटलं मी! '

कायतरीचा तुमच्यावर भार टाकून हाय, म्हणून या आळीतली मानसं माझ्याशी नीट वागतात. आता सैंपाक शिजवून वाढाया लागले, तर शापल्याबिगर ऱ्हातील काय?'

'त्यांच्या शापाची तुला का भीती?'

'असं कसं! बाईमान्साचा जन्म म्हणजे चार जणांना घाबरून ऱ्हायला पायजे!' म्हणत तिनं बिस्किटांचा डबा उघडून त्यांच्या पुढ्यात ठेवला.

त्यांचं त्या मुलावर लांबून लक्ष होतं.

ते पहाटे फिरायला जायच्या वेळी तो त्यांना चहा करून देत होता. फिरून आल्यावर पुन्हा चहा. दुपारी पोहे- रात्री स्वयंपाक अत्यंत श्रद्धेन काम करायचा आणि अतिशय स्वच्छ! चन्नव्वा त्यालाही चवीचं काही-काही सांगत होती. तो काहीही न बोलता मनापासून काम करत होता. दिवसभर गुंतून राहावं, इतकं घरातही काम नसायचं. त्याचाही उरलेला वेळ कसा जायचा, हा एक प्रश्नच होता. पण तो वायफळ वेळ घालवत नव्हता. आदल्या दिवशीचा टाइम्स घेऊन तो शेवटच्या पानापर्यंत वाचून काढत असे जुने वीकलीचे अंक काढून वाचत असे. घराबाहेर फारसं जाण्याची त्याची प्रवृत्ती नव्हती. ऑफिसमधल्या कारकुनांना चहा दिल्यावर त्यांचा चहा पिऊन होईपर्यंत तो तिथल्या कपाटातली पुस्तकं पाहत उभा राहत असे. त्यांना वाटे, उगाच पुस्तकांची आणि लेखकांची नावं पाहत असेल. दुसरे दिवशी त्यानं कपाटातलं एक पुस्तक उघडून पाहिलं. तिसरे दिवशी त्यानं त्यांना विचारलं,

'मी हे वाचू?'

'तुला हे समजतंय्? ' त्यानी आश्चर्यानं विचारलं.

'नाही. उगाच वाचून बघेन-' तो उत्तरला.

दोन दिवस गेले. त्यानं विचारलं,

'या पुस्तकात लिहिलंय्, केवळ केस जिंकणं वकिलाचं काम नाही- न्याय शोधणं- न्यायदेवतेला साहाय्य करणं हे काम आहे! म्हणजे काय?'

त्यांना आनंद झाला. त्यांनी त्याला नीट समजावून सांगितलं. त्यांच्या मनात येत होतं-

जाणून घ्यायची जबरदस्त इच्छा आहे याच्या मनात! सकाळ-संध्याकाळ- दिवसभरात, वेळ मिळेल, त्या वेळी हा वाचत असतो. पण म्हणून कामात खोट सापडणार नाही! हा एकटा राहू शकतो- माणसांमध्ये गप्पा मारू शकतो. असंच असलं पाहिजे. माणसं नसली, तरी हा राहू शकेल. हेच त्याच्या-माझ्यातलं साम्य. आता घरात आम्ही दोघं आहोत. पण परस्परांशी फारसं बोलणं नाही. तो आपल्यापुरता

राहतो. त्यानं एक पेन आणि नोटबुक आणल्याचं त्यांच्या लक्षात आलं होतं. ऑफिसमधल्या ऑक्स्फर्ड शब्दकोशामध्ये पाहून न समजणाऱ्या शब्दांचा अर्थ तो लिहून घेत होता. दररोज ते शब्द पाठ करत होता, की काय, ते मात्र त्यांना समजलं नव्हतं.

पहिली तारीख आली. सकाळी त्यांनी त्याला हाक मारली आणि त्याच्या हातावर चाळीस रुपये ठेवले. त्याने विचारलं,

'काय करायचं?'

'हा तुझा पगार-'

'एवढा! तुम्ही आठ रुपये, म्हणून सांगितलं होतं ना?'

'मी कुठं काय सांगितलं होतं?'

'चन्नव्वांनी सांगितलं होतं-'

'तिला ठाऊक नव्हतं. तुझा पगार दरमहा चाळीस रुपये- हे घे.'

त्याचा चेहरा फुलला-संकोचला- नम्रपणे खाली वाकला.

देशपांडे वकील तिथं थांबले नाहीत. अशा प्रसंगी नेहमीच त्यांना चमत्कारिक वाटत असे.

नंतर त्यांनी चन्नव्वाला आपल्या खोलीत बोलावून घेतलं आणि विचारलं,

'त्याला कशाला सांगितलंस फक्त आठ रुपये पगार, म्हणून?'

'पण खानावळीत भट्ट तेवढेच देत होते नव्हं त्याला?'

'ते काही मला ठाऊक नाही. मी त्याला चाळीस रुपये दिले. पुरेत ना?'

ते खोलीबाहेर आले, तेव्हा तो पुन्हा नोटा घेऊन पुढं झाला आणि म्हणाला, 'मी कुठं ठेवून घेऊ! तुमच्याकडेच राहू द्या. मला लागतील, तसे मी घेईन.'

'तुला मी फसवलं, तर?'

'तुम्ही?'

'हे बघ, पोस्टात जा- तुझ्या नावानं एक खातं काढ आणि त्यात पैसे ठेवून ये.'

इथं आल्या आल्या चन्नव्वाशी त्याच्या बऱ्याच गप्पा व्हायच्या. चन्नव्वाच सांगायची- स्वयंपाक करताना स्टोव्हच्या आवाजात किंवा वकीलसाहेब फिरायला गेल्यावर संध्याकाळी तो खूप मोकळेपणानं तिच्याशी बोलायचा. प्लेगच्या साथीत एकाच दिवशी त्याचा थोरला भाऊ आणि थोरली बहीण वारली, म्हणे. त्यानंतर दोन वर्षांनी आईही प्लेगच्याच साथीत गेली. पण इथं राहायला आल्यापासून त्यानं वकिलांशी गप्पा मारणं सोडून दिलं होत.

असं का असावं? 'साहेबांना हे आवडतं- असं कर- असा स्वयंपाक कर-' म्हणून सांगितल्यामुळं त्याच्या मोकळेपणावर बंधन आलं असेल काय? तसं नसावं. त्याचा वाचण्यात खूप वेळ जातोय्, सुरुवातीला न समजलेलं बरंच विचारायला.

हल्ली विचारत नाही. काहीही न विचारता सगळं कसं समजत असेल याला? तरीही याचा संयम दांडगा आहे! सरळ वाचत जातो! एकेकाळी मी होतो, तसा हाही मौनी आहे -

अलीकडे त्यांचं त्यांच्या डायरीकडे विशेष लक्ष गेलं होतं. काही तरी लिहावंसं वाटत होतं.

या मुलाचाच हा परिणाम! परिस्थिती माणसाच्या आचार-विचाराला आपण होऊन आकार देत असते. किती झालं, तरी मी देशपांडे घराण्यातला! जमीनदार, सधन कुटुंबातला. एवढी सगळी पुस्तकं वाचली आणि सगळ्यांपेक्षा वेगळाच होऊन गेलो, पण या मुलाचं सगळचं वेगळं आहे! याचा जन्म झालेलं गाव- घर-परिस्थिती, तो वाढला, ती पद्धत, सगळचं वेगळं. वाचताना माझ्या प्रतिक्रिया जितक्या तीव्र असत, त्यापेक्षा किती तरी तीक्ष्णपणे हा विचार करतो! 'विचार करणं' हा शब्दप्रयोगही इथं योग्य नाही. त्याची ती सहजप्रवृत्तीच आहे.

मी चन्नव्वाच्या हातून स्वयंपाक करून घेतला नाही-जेवायला बसताना सोवळं म्हणून रेशमी धोतर नेसून बसतो. ही कसली सवय म्हणायची? इतक्या छोट्या बाबतीत कसं चालतं नाही माझं डोकं?

काही तरी लिहावंसं वाटतंय्, पण विचार स्पष्ट नाहीत.

किती तरी वेळ ते डायरी तशीच उघडी ठेवून बसले. एखादं वाक्य लिहून ते पुन्हा विचारमग्न झाले.

ते सकाळी फिरून आले, त्या वेळी त्याना जाणवलं,

आज यानं डायरीला हात लावला आहे! मी ठेवली होती, तशा स्थितीत ती नाही. यानं ती वाचली आहे!

त्यांना त्याचा संताप आला.

इतराच्या प्रायव्हेट गोष्टींमध्ये डोकं खुपसू नये, एवढीही अक्कल नाही याला? अन्‌कल्चर्ड!

आत स्टोव्हचा आवाज ऐकू येत होता.

तो चहा घेऊनं आला, की त्याला विचारलं पाहिजे.

बूट-शर्ट काढून येईपर्यंत त्यांच्या मनातले विचार पूर्णपणे बदलले होते.

आजवर माझी डायरी कुणीही वाचली नाही. यानं वाचली, तर काय हरकत आहे? अंहं- यानं वाचायला हवी, अशी मनात आशा निर्माण झाली. या गावात आपले विचार-मनातले उद्‌गार कुणाला समजणार आहेत? केवळ स्वतःसाठी म्हणून लिहिलेलं कुठल्याही पार्श्वभूमीशिवाय याला तरी कुठून समजणार आहे? हा केवळ अठरा वर्षांचा मुलगा! तरीही त्यानं वाचावं, अशी आशा मनात निर्माण झाली.

तो हातात चहाची कपबशी घेऊन आला. त्यांनी त्याला काहीच विचारलं नाही.

त्यांनी दुसऱ्या दिवशीही फिरायला जाताना डायरी झोपाळ्यावर ठेवली- सहज कशी तरी टाकल्यासारखी. पण नीट खूण ठेवून.

होय. तो डायरी वाचतो. दररोज याच वेळी वाचतो.

आठ-दहा दिवस असंच चाललं. त्यानंतर डायरीला हात लावलेला नाही.

देशपांडे वकिलाचं मन अनामिक समाधानानं भरून गेलं. आपल्या मनात त्याच्याविषयीची आत्मीयता वाढत असल्याचा अनुभव ते घेत होते. तो मात्र

पहिल्यासारखाच नि:शब्दपणे आदरानं दूरच राहत होता.

एक दिवस त्यांनी त्याला विचारलं,

'तुला शिकायचं आहे?'

काहीही उत्तर न देता तो त्यांच्या चेहऱ्याकडे पाहत राहिला. तेच पुढं म्हणाले, 'इथं फारसं काम नसतं वेळ शिल्लक असेल, तर गावातल्या शाळेत नाव घाहून मॅट्रिक करता येईल, हवं तर. तू विचार कर-'

त्यानंतरही त्यांनी एकदा विचारलं, तेव्हा त्यानं आपला तसा विचार नसल्याचं सांगितलं; पण घरात त्याचं वाचन मात्र पहिल्यासारखं सुरू होत. लॉ-जर्नल्सच्या जुन्या अंकांमधले एकेक लेख वाचण्यात तो रमून जात होता. यातलं कितीसं कळत असेल याला?

त्यानं आपली डायरी वाचल्यानंतर त्याच्याशी एक प्रकारची जवळीक वाढल्याचा ते अनुभव घेत होते. अधून-मधून चन्नव्वाशी त्याच्या गप्पा रंगत.

एकदा चन्नव्वा सांगत होती,

'अगदी लहरी मूल आहे हे! मनात असलं, तर बोलतो- नाही तर काही तरी विचार करत गप्प राहतो. तुमच्यासारखंच डोकं आहे त्याचं ! तुमचा मुलगा व्हायला पायजे होता हा!'

तो त्यांच्या घरी राहायला आला, त्याला दीड वर्ष झालं. या दीड वर्षात त्याच्याशी मोकळ्या गप्पा झाल्या नसल्या, तरी सरलाच्या लग्नानंतर मनाला ज्या कंटाळ्यानं व्यापलं होतं, तो नाहीसा झाल्याचं त्यांना जाणवत होतं.

माणसानं नेहमी बोललंच पाहिजे, असं कुठं आहे? सोबत असलं, तरी पुरेसं आहे!- हे नवं सुचलं. डायरीत लिहून ठेवायला पाहिजे.

त्याच एक-दोन दिवसांत सरलाचं पत्र आलं. तिनं आपण येतं असल्याचं कळवलं होतं. तीन वर्षं होऊन गेली होती तिला येऊन. या खेपेला मात्र दीड वर्ष राहायचा तिचा विचार होता कुठल्याशा ट्रेनिंगसाठी तिचा नवरा जर्मनीला जाणार होता. तिला आणि दोन मुलांना इथं आणून सोडून तो जर्मनीला जाणार होता.

लेक इथं नसताना वकिलांना फारस दु:ख नसे. एकटं राहणं त्यांना अंगवळणी पडलं होतं पण तरीही ती येणार म्हटल्यावर त्यांना आनंद झाला. ती इथं असताना

त्यांच्या फारशा गप्पा होत, असंही नसे. कधी तरी सलग अर्धा तास, फार तर तासभर गप्पा होत. त्यातही तीच अधिक बोलत असे. पुन्हा तसा प्रसंग केव्हा येईल, हेही अनिश्चित असे. आता तिचा थोरला मुलगा चार वर्षांचा होता आणि धाकटी मुलगी वर्षाची. तिचा जन्म कानपूरमधलाच. तिला त्यांनी पाहिलं नव्हतं.

मधुसूदनरावांबरोबर सरला आली. पूर्वीपेक्षा थोडी स्थूल झाली होती ती. थोरला अशोक हिंदीमिश्रित कन्नड बोलत होता.

मधुसूदनराव आठवडाभर तिथं राहिले. नंतर ते स्वत: सरलाबरोबर मुंबईला जाऊन मधुसूदनरावांना विमानात बसवून आले. त्यांनाही मुंबई पाहून आठ वर्षं झाली होती. येताना रेल्वेमध्ये सरलानं त्यांना विचारलं,

'तो स्वयंपाक करणारा मुलगा- अरसीकेरे आहे ना, फार मस्तवाल आहे, नाही?'

'का? काय झालं?'

'निघायच्या आधी यांनी आत जाऊन त्याला दहा रुपये देऊ केले, तर त्याचा चेहरा आक्रसून गेला. यांनी आग्रहानं 'घे, रे-' म्हटलं, तर तो काय म्हणाला ठाऊक आहे? म्हणाला, 'मी हॉटेलातला पोऱ्या आहे काय? मला नको बक्षिशी'

त्यानं असं का म्हणावं, हे देशपांडे वकिलांच्या लक्षात आलं नाही.

गेले आठ दिवस तो सगळ्यांचं स्वयंपाक-पाणी आणि नाश्ता-चहा पाहत होता. म्हणून मधुसूदनरावांना खुशीनं त्याला काही द्यावंसं वाटलं, तर त्यात गैर काय आहे? पण त्यात याला अपमान जाणवलाय्. बक्षीस म्हणजे लाच, असं त्याला वाटलं असेल का? खरोखरच चांगला मुलगा आहे अरसीकेरे!

आता अरसीकेरेला जास्त काम करावं लागत होतं. एक बाई आणि दोन मुलं वाढली म्हटल्यावर त्या प्रमाणात सगळंच काम वाढलं होतं. एरवी सतत वाचत राहणाऱ्या अरसीकेरेला रोजच्या वर्तमानपत्रावर नजर फिरवायलाही वेळ मिळेनासा झाला होता.

मधूनच त्यांना वाटे,

सरलानं त्याला का मदत करू नये? उगाच गल्लीतल्या बायका-मुलींना गोळा करून कानपूरच्या गप्पा मारत राहते! पण माहेरपणाला आलेल्या लेकीला हे कसं सागायचं? आणि मुख्य म्हणजे, मला का त्या मुलाविषयी एवढं वाटावं?

तिच्या गप्पांमधून एकेका गोष्टीचा उलगडा होत होता. तिच्याही मनात नवऱ्याबरोबर जर्मनीला जायचं होतं. पण त्यानं सांगितलं, 'वर्षभरात अशोकला शाळेत दाखल करायला पाहिजे. तूही आलीस, तर त्याची शाळा सहा महिने चुकेल.' आता आपल्याबरोबर नेऊन सहा महिने आधी तिला मुलांबरोबर पाठवून देणं

सहज शक्य होतं त्याला! या नवरा-बायकोमध्ये आतल्या आत काही बेबनाव तर नाही ना? कुठल्याही जबाबदारीशिवाय दीड वर्ष स्वच्छंदपणे राहायची संधी सोडायची नाही, म्हणून तो एकटाच गेला असेल काय? पण हे आपण होऊन तिला कसं विचारायचं?

एक दिवस चन्नव्वा सांगू लागली,

'सरलाक्काच्या मनात नवऱ्याविषयी नाराजी दिसते. तोही सारखा आई-आई म्हणत आईच्या पदरामागं दडतो, म्हणे.'

'म्हणजे?' त्यांनी विचारलं.

पण याहून अधिक तपशील तिलाही सांगता आला नाही. एकंदरीत नवरा आपल्याकडे म्हणावं तेवढं लक्ष देत नाही, अशीच हिचीही तक्रार दिसते! या तक्रारीला काही अर्थ नाही- यावर काही औषध नाही.

एक दिवस त्यांनी तिला सांगितलं,

'सरला, अरसीकेरेला तू थोडी मदत कर. दुपारचं खाणं तू बघ.'

त्यानंतर तीही घरातलं काही काम बघू लागली. पुढं महिन्याभरात संपूर्ण स्वयंपाक तिनं स्वत:कडे घेतला आणि तो सभोवतालची इतर सगळी कामं पाहत होता आता त्याच्या वागण्यातही बराच मोकळेपणा आला होता. तिच्याशीही तो मोकळ्या गप्पा मारत होता. मुलांवरही त्याचं लक्ष असे. तिला तो एअर-मेल आणून देत असे. तीही त्याला कानपूर-बनारस-कलकत्त्याच्या गोष्टी सांगत असे; आता त्याला वाचण्यासाठी बऱ्यापैकी वेळ मिळत असला, तरी तो वाचत नव्हता.

एक दिवस सकाळी तो अदृश्य झाला ते सकाळचं फिरणं आटोपून घरी आले, तेव्हा तो दिसला नाही. आठ वाजता सरला म्हणाली,

'अरसीकेरे कुठं दिसत नाही.'

कुठं तरी गेला असेल, या विचारानं त्यानी तिकडं दुर्लक्ष केलं. साडेआठ वाजता आणखी लक्ष देऊन पाहिलं, तेव्हा त्याचे कपडे जागेवर नसल्याचं लक्षात आलं. शब्दार्थ लिहीत असलेली ती जाड वहीही जागेवर नव्हती. नऊ वाजता अंघोळ करून ते पोस्टात जाऊन आले, तेव्हा त्यानं आदले दिवशी हिशेब पूर्ण करून सातशे पस्तीत रुपये घेऊन गेल्याचं समजलं. सगळं स्पष्ट झालं- हा कुठं तरी निघून गेलाय्- पुन्हा माघारी येणार नाही!

त्यांचं मन कष्टी झालं. आत कुणी तरी कापून काढत असावंसं वाटलं.

त्याला जायचं असेल, तर जाऊ दे. मी मध्ये निश्चित आलो नसतो. पण मला न सांगता का निघून गेला हा? सुरुवातीला त्यानं म्हटलं, त्याप्रमाणे सगळा पगार मी माझ्याकडे ठेवला असता, तर तो मला न विचारता जाऊ शकला नसता

पाठोपाठ मनात आलं,

'इट ईज टू मीन द आयडिया इव्हन टू थिंक ऑफ!'

याच विचारात ते घरी आले. जेवताना त्यांनी पोस्टातल्या खात्यातले पैसेही त्यानं काढून घेतल्याचं सांगितलं.

चन्नव्वा म्हणाली,

'हॉटेलातली उष्टे लोटे उचलणारी पोरं आणखी काय करणार?'

त्याच वेळी भाकरी वाढायला आलेली सरला म्हणाली,

'कानपूरमध्येही आमच्या इथं एक सैपाकी होता. काम नीट नव्हतं, म्हणून मी त्याला बोलायची. शेवटी तो भांडून निघून गेला. यांनी मलाच दोष दिला- तुझ्या हातात कामाची माणसं टिकत नाहीत, म्हणून! अरसीकेरेवर एकट्यावर फार काम पडतंय्, म्हणून तुम्ही सांगितल्यावर मी त्याला मदत करायला लागले. मला इथं येऊन चार महिने झाले आणि हा निघून गेल्यालाही मीच जबाबदार म्हटलं नाही, तर पुरे!'

'काही न चोरता गेलाय्, असं वाटतंय्. तरी बी एकदा तिजोरीच्या चाव्या बगा तुमी!' चन्नव्वानं सुचवलं.

त्यांना ठाऊक होतं-

त्यानं कधीही तिजोरीच्या चाव्या पाहिल्या नाहीत- तो कधीही माझ्या खोलीत आला नाही, त्याला चाव्यांची जागा ठाऊक असण्याची शक्यताही नाही. त्यापेक्षा महत्त्वाचं म्हणजे, त्यानं चोरी केली असेल, हा विचारही आपल्याला दुःखद वाटतोय्!

तरीही जेवण झाल्यावर त्यांनी खोलीत जाऊन पाहिलं. चावी जागेवरच होती. तरीही त्यांनी तिजोरीही उघडून पाहिली. सारं आपापल्या जागेवरच होतं. ते मनोमन शरमून गेले.

तो न सांगता गेला आहे, हे खरं असलं, तरी त्याच्यावर चोरीचा आळ घेणं योग्य नव्हे. गेल्या दीड-दोन वर्षांच्या अनुभवानं मी हे जाणायला हवं होतं. पण मग न सांगता का गेला हा? मी त्याला राहा म्हटलं नसतं, हे नक्की. माझ्यापुढं उभं राहून 'जातो' म्हणायचं धैर्य का नाही झालं याला?

तो संपूर्ण दिवस त्यांच्या मनात हाच संताप भिनला होता.

रात्री शांत वातावरणात त्यांच्या मनात वेगळाच विचार आला.

मी त्याला राहा म्हटलं नसतं, हे खरं- पण का जातोस? हा प्रश्न मात्र निश्चित विचारला असता. या प्रश्नाचं उत्तर मात्र त्याला द्यावंच लागलं असतं. 'मला इंटरेस्ट नाही-' अथवा 'मी अमुक गावाला जाणार आहे' किंवा 'जमलेल्या पैशांमध्ये मी धंदा करणार आहे-' असं एखादं कारण त्याला निश्चित सांगता आलं असतं.

पण मलाही न सांगता निघून जाण्यामागं काय कारण असेल? मी त्याच्याशी फारसा बोलत नव्हतो. मला जाणून घ्यायची त्याची कुवत नव्हती. किंवा वयाची

पक्वता नव्हती. माझी डायरी वाचलीय् त्यानं. मीच मुद्दाम तशी ठेवली होती. त्या एकट्यानंच ती वाचली आहे! कुठल्या तरी अदृश्य धाग्यानं आम्ही दोघं मित्र बनलो होतो. आपल्या मित्राला सुद्धा न सांगता हा का निघून गेला? की हाही माझाच भ्रम? मैत्री नीट रुजली- फुललीच नाही, म्हणायला पाहिजे. मी या नात्याला मैत्री म्हणतोय्- पण त्याला काय वाटत होतं, कोण जाणे! मी कधी ते जाणून घ्यायचा प्रयत्न केला नाही आणि त्यानंही ते उलगडून दाखवलं नाही.

मनातली वेदना तीव्र होत होती. कूस पालटली, तरी मनातला सल तसाच होता.

तीन

दुपारी दोन वाजता मेल हलली. हळू हळू स्टेशन शांत झालं. वडे-भजी-गरम चाय-सगळं थंड झालं.

जक्काजी मास्तर प्लॅटफॉर्मवरच्या एका रिकाम्या बाकावर बसले. बाहेर कडक ऊन तापत होतं.

शिवाय जाणार तरी कुठं, म्हणा! यानं आता जाताना मनच नेलं आहे. आतापर्यंत गाडी धारवाडला पोहोचली असेल.

प्लॅटफॉर्मवरचं घड्याळ दोन-पंचवीसची वेळ दाखवत होतं.

पंधरा मिनिटांत काही धारवाड येत नाही म्हणा! केव्हा का येईना- उद्या सकाळी पुणं- साडे अकरा वाजता मुंबई. त्याला धारवाडची वेळ घेऊन काय करायचंय म्हणा! मला तरी काय करायचीय्? उगाच आपलं मनात आलं, तेवढंच.

वडे-भजी विकणारा जवळ आला-

'आजोबा, वडा-मजी गरम-'

होय. मलाच म्हणतोय् तो. तिखट खाण्यात अर्थ नाही. बेसन... त्यात तळलेलं. त्यांनी नको म्हणून सांगितलं.

तोही जवळ येऊन म्हणाला,

'हात लावून बघा, आजोबा! गरमा-गरम आहेत.'

मन आवरलं नाही. 'दे एक आण्याची मिरची-भजी' म्हणताना वाटत होतं, हे बरोबर नाही. आता आपलं वय झालंय्. संध्याकाळी पोटात गॅसेसू भरून पोट डब्ब होतंय् मग उगाच संडासाच्या वाऱ्या-

त्यांनी भजी तोंडात टाकली. दादा नसत्यामुळं त्यांना हिरड्यानीच चावावं लागत होते. जिभेनं मज्याचा तुकडा ते तोंडात घोळवत राहिले.

उरलेले दात काढून नवा सेट बसवला, तर भजीच काय, दडपे पोहेही छान चावून- चावून खाता येतील! पण दोनशे रुपये कुठून आणायचे? माझा लिलाव केला, तरी तेवढे मिळणार नाहीत!

फकीरप्पा तर नेहमी सांगतो-

तळलेलं खाऊ नकोस, आवाज बिघडतो!

अरसीकेरेनं मात्र हात सुद्धा लावला नाही. त्याचं मन तेवढं घट्ट आहे! पण माझं का असू नये?

घड्याळात अडीचचा टोला पडला.

आता गाडी धारवाडला पोहोचली असेल. उद्या या वेळेला मुंबईमध्ये असेल तो! त्याला किती सांगितलं मी,

'विश्वनाथ, मुंबईला माझ्या चुलतबहिणीचं घर आहे... तिचा पत्ता देतो- चिठ्ठी देतो- गेल्या-गेल्या उतरल्यावर जायला एक जागा असू दे-'

पण नको म्हणाला. कुणीही ओळखीचं नसलं, की त्या गावी जावंसं वाटतंय्, म्हणे, याला! मलाही तसंच वाटतंय्, पण पेटीमास्तर जक्काजी- गरुड कंपनी- शिरहट्टी कंपनी- नाटकाच्या क्षेत्रात हे नाव ठाऊक नसलेला कोण आहे?

त्यांनी एक भजं तोंडात टाकलं.

स्टार विश्वनाथ अरसीकेरे! 'चारुदत्त!' हुबळीमध्ये किरकोळ माणूस म्हणून राहायचं नाही, म्हणून अरसीकेरे निघून गेला असेल काय? बेंगळरहून मुंबईला जायचं, म्हणूनच निघाला होता म्हणे. इथं नाटक-कंपनीत दीड वर्ष काढल्यावर म्हणाला, 'त्याच वेळी जायला पाहिजे होतं.' तेव्हा पायी निघाला होता, म्हणे- आज गाडीत बसताना मात्र ते आठवून म्हणाला - ते एक वेड होतं. इथं राहिला असता, तर जक्काजी मास्तरांचा शिष्य म्हणून चांगलं नाव केलं असतं पठ्ठयानं! खऱ्या बापाचा गडी!

भजी संपली. एक जांभई आली.

नाटक नसलं, तरी दुपारी झोपायची सवय- रांडेची जात नाही!

ते उठले.

स्टेशन रोडनं चालताना मनात आलं-

आज आपण या रस्त्यानं यायला नको होतं. इथून पुढं गेल्यावर थोड्या अंतरावर बोर्ड तसाच आहे- 'बनहट्टी सुरस संगीत नाटक मंडळी.' तिथंच चौकीदारही असेल. त्याच्या समोरून जाताना ताठ मान ठेवताना मन आवळल्यासारखं होतंय. समोरचं गणेश विलास हॉटेल. खिडकीतून थिएटर दिसावं, अशा प्रकारे असलेली तिसऱ्या मजल्यावरची स्पेशल खोली. खाली गल्ल्यावर बसलेल्या मॅनेजरलाही दिसेल, अशी.

काय बिघडलं? मी काही चोरी केली नाही. कंपनीला वाईट दिवस आले आहेत, म्हणून हॉटेलमधली खोली सोडलीय्. त्यासाठी एवढं शरमायला काय झालं?

त्यांनी मनाला समजावलं.

जक्काजी खरा मर्द असेल, तर पुन्हा कंपनी सुरू केल्याशिवाय राहणार नाही!

बनहट्टीकडून थोडे पैसे मिळू दे- याच थिएटरामध्ये नव्या नाटकाची तालीम सुरू करतो! अरसीकेरे मुंबईला गेल्यावर सावकाशीनं आपला पत्ता कळवेल. स्टार-पार्टी म्हणून पुन्हा तसा गडी मिळणं सोपं नाही. हा सावित्रीच्या घरी उतरला असता, तर त्याचा पत्ता निश्चित कळला असता. नाही म्हणाला. 'ओळख असली, तर अवघडायला होतं-' म्हणाला. मीही फार आग्रह केला नाही. गेल्यावर पोहोचल्याचं एखादं पत्र तरी लिहील, की नाही, कोण जाणे! नाही तर मी तयार केलेला चांगला नट हातून निसटल्यासारखा होईल! काय करणार? या जक्काजीचं नशीबच वाईट- त्याला कोण काय करणार?

पाणी प्यायला हवं. ही मिरची-भजी म्हणजे घागरभर पाणी खेचून घेतात. हॉटेलात जाऊन नुसतं पाणी मागितलं, तर पोऱ्या नुसतं तोंड बघत राहतो. त्यापेक्षा बस्सणणाचाच तांब्या बरा.

एकापाठोपाठ एक तीन जांभया आल्या.

अजून किती लांब आहे मराठा-गल्ली? लवकर घरी जाऊन झोपायला पाहिजे. त्यांनी पावलांचा वेग वाढवला.

काय हे ऊन! या उन्हानं डोक्यावरचे केस पुन्हा काळे होतील! पण केस काळे झाले, म्हणून या जक्काजीचं म्हातारपण कमी होत नाही!

आपल्या विचारांचं त्यांचं त्यांनाच हसू आलं.

आता हातून काही होत नाही. फकीर झालोय् मी! यानंतर एखादा मठ धरायचा आणि सकाळ- संध्याकाळी हातात पेटी घेऊन भजन करत राहायचं. इथं वेळ जाईल आणि परलोकी पुण्य साठेल! या रांडांना कितीही जीव तोडून गाणं आणि ॲक्टिंग शिकवा! एखादा मोठा गौड भेटला, की निघाल्या या कंपनी वाऱ्यावर सोडून! जाऊ द्या! हलकट सावनूर वागला, ते पाहिलं, तर या रांडाही बऱ्याच म्हणायच्या!

हलकटानं कंपनी फोडली!

त्यांनी लांब कोटाच्या खिशातला रुमाल काढून नीट डोक्यावर बांधला.

शिकवलं, तर त्या मस्तीत गुरूवर उलटतात- शिकवलं नाही, तर कंपनी चालत नाही. आपण मास्तरच राहायचं. वाईट नशिबाचा भोग हा!

विचाराच्या तंद्रीत त्यांनी अर्ध्या आण्याचा विडा घेतला. तो दाढेखाली सारताना-

पण तोंडात दाढा नाहीत. हिरड्यांखालीच चघळायला पाहिजे. छे:! दात गेल्यावर माणसानं जगू नये किंवा त्याच्याकडे नवे दात बसवायला पैसे तरी असावेत.

कितीही निग्रह केला असला, तरी विशिष्ट जागी आल्यावर त्यांची मान वळलीच.

'बनहट्टी सुरस संगीत नाटक मंडळी'च्या पोपडे निघालेल्या बोर्डाखाली पोलिस उभा होता.

याचं इथं काय काम आहे?

धडधडत्या छातीनं इकडं-तिकडं बघून घाईनं रस्ता ओलांडत ते धावत तिथं आले आणि त्यांनी विचारलं.

'काय, हो- इथं का उभे?'

'जप्ती चाललीय्. आत कोर्टाचा अमीन शिरलाय्!'

'का?'

'कोण जाणे! कोर्टाची ऑर्डर आहे!'

पुढं काही विचारायची गरजच नव्हती. सगळं त्यांच्या लक्षात आलं होतं.

अशी शक्यता असली, तरी हा रांडेचा एवढ्या लवकर हे घडवून आणेल, असं वाटलं नव्हतं.

ते रागानं आत शिरले.

दरवान मुकाट्यानं उभा होता. सावनूरही! कोर्टाचा अमीन थिएटरच्या पडदे-सीनरी-खुर्च्या यांचा हिशेब लिहून घेत होता.

त्यांना पाहताच सावनूर म्हणाला,

'घ्या! मालकाऐवजी मॅनेजर आलेत. आता त्यांची सही घ्या-'

मास्तरांना संताप अनावर झाला. ते त्याच्यापुढं जाऊन म्हणाले,

'अरे, ए भडव्या! त्या दिवशी तुझा मार चुकवायला मी बनहट्टीच्या पुढ्यात हात जोडले होते! आता हे घे-' म्हणत त्यांनी एक थोबाडीत चढवून दिली.

त्यानंही उलट हात उगारला.

सोबत असलेले एक जण म्हणाले,

'त्यांनी कोर्टाचा अपमान केला आहे! तू गप बैस.'

नंतर तेच गृहस्थ यांच्याकडे येऊन म्हणाले,

'जक्काजी मास्तर! तुम्ही चुकताय्, असं करू नका-'

कोण हे? वकील असावेत. होय- अण्णिगेरी वकील म्हणे. त्यांना जक्काजी म्हणाले,

'अहो, मी याचा विद्या देणारा गुरू आहे!'

'म्हणून शिष्याला उपाशी ठेवून- त्याचा पगार बुडवून स्वत: हॉटेलात चैन करत होता काय?' सावनूरनं उद्दामपणे विचारलं.

'बनहट्टी तुझा पगार खाऊन देशोधडीला गेला नसता! थोडे दिवस वाट बघायला काय झालं, रे, मस्तवाल लेकाच्या?'

अमीनांनी त्यांना आवरत म्हटलं,

'हे पाहा, आम्ही कोर्टाचा हुकूम जारी करत आहोत. भांडू नका-'

तिथं असलेला एक मुंडासेवाला पुढं येऊन म्हणाला,

'बनहट्टी आणि नाटकातल्या इतर वाटेकऱ्यांमधला खटला हा. तुम्ही मास्तर आहात. मालक कुणीही असला, तरी तुम्ही मास्तर राहू शकाल. एवढं वय झाल्यावर तुम्हाला हॉटेलात आरामात राहायचा अधिकार आहे. तुम्ही त्याच्यावर एवढे का रागावता? तो तुमचा शिष्य आहे. तुम्ही त्याला आशीर्वाद द्यायला पाहिजे. बसवराजा, समजलं न्हवं, मी काय म्हनतो, ते? पाया पड मास्तरांच्या-'

सावनूर मात्र न हलता तसाच मस्तीत उभा होता.

हा पाटील असावा.

जक्काजी मास्तर त्याला उसळून म्हणाले,

'तो काय मला नमस्कार करतोय्? माझा शिष्य वेगळाच आहे! या गाढवाला

वीस वेळा सांगितलं, तरी एक वाक्य धड बोलता येत नाही! एक दिवस फक्त दुपारी तालीम दिल्यावर चारुदत्ताचं संपूर्ण भाषण तोंडपाठ म्हणून दाखवलं, ते माझ्या खऱ्या शिष्यानं- विश्वनाथानं! आज गाडी सुटतानाही- ए, ऐक, भडव्या- माझे हे दोन्ही पाय घट्ट धरून- आशीर्वाद घेऊन गेला! या असल्या हलकटानं हात जोडले, तरी मी तो नमस्कार स्वीकारणार नाही-'

बोलता-बोलता मास्तर थांबले. पुढं काय बोलावं, ते त्यांना सुचलं नाही. तिथं उभं राहण्याचा त्यांना अपमान वाटला. तिथून बाहेर पडून ते तरातरा चालू लागले-

छे:! एखाद्या मठात भजन शिकवत आयुष्य काढणंच चांगलं!

बनहट्टीनं काय फक्त याचा पगार मुद्दाम बंद केला? कुठल्या नाटकाच्या कंपनीत सरकारी पगारासारखा एक तारखेला पगार होतो? सज्जन, पुट्टप्पा, बेंडिगिरी, मानवी-कुणालाच गेल्या आठ महिन्यांत पगार मिळालेला नाही. मालतीबाईचाही पाच महिन्यांचा पगार थकलाय्! इतर बायकांनाही पाच-दहा रुपये मिळत होते. 'मृच्छकटिक' नव्या नाटकाचा पहिला प्रयोग ठेवून, कलेक्शनमधून आधी याचा हिशेब पूर्ण करायला पाहिजे, म्हणे! मग किराणा दुकानाची बिलं कोण देणार? दोन महिन्यांची बाकी राहिलीय् तिथं! दुकानदारानं उधारीनं धान्य दिलं नसतं, तर हा काय खाऊन जगला असता? पाच-पाच आवर्तनाच्या ताना घेऊन मी टाळ्या मिळवतो- मी नसेन, तर चारुदत्त नाही, नाटकही नाही, या थाटात मस्ती दाखवायला आला! माझ्यापुढं! मला ठाऊक नाही काय? याला स्वरशुद्धी नाही! मध्ये पेटी गुंई-गुंई करते, म्हणून त्यात आपला आवाज लपवून हा ताना मारतो आणि मूर्ख माणसं त्याला टाळ्या वाजवतात!

उन्हाचा चटका चांगलाच जाणवत होता. चहा प्यावासा वाटला. मराठा-गल्लीच्या तोंडाशी असलेल्या चहाच्या दुकानात त्यांनी चहा सांगितला आणि दोन ग्लास पाणी पिऊन तिथल्या खुर्चीवर बसले.

तसं बनहट्टीचं थोडं चुकलंच म्हणा! त्यानंही एवढं संतापायला नको होतं.

मालक म्हणवणाऱ्यानं नेहमी डोकं शांत ठेवायला पाहिजे. पण हाही 'आधी पैसे टाक - नंतर बोल' म्हणून एकेरीवर आला, 'नाही तर रात्रीचं नाटक होणार नाही' म्हणून धमकी देऊ लागला! त्या वेळी हा मलाही म्हणाला, 'थेरड्या, तुला स्पेशल खोलीत राहायला पैसे आहेत आणि माझा पगार द्यायला पैसे नाहीत?' म्हटलं, 'गुरूला असा बोलतोस?' तर पुनः-पुन्हा 'आज रात्री नाटक होणार नाही' म्हणू लागला. मग बनहट्टीचं डोकं फिरल्याशिवाय कसं राहील? त्यानं आदल्या दिवशीच्या कलेक्शनचा बॉक्स समोर ओढला, त्याच्या पुढ्यात ओतला आणि पायातल्या चढावानं दोन लगावून दिले!

त्यानंतर या हलकटानं पार्टनरचे कान भरले, भांडण उकरून काढलं, कोर्टात जायला लावलं- एकूण प्रकरण इथपर्यंत आणलं. आणू दे! बनहट्टी गावाकडे जाऊन शेत विकून पैसे घेऊन येईल. पुन्हा कंपनी उभी करून, याच हुबळीत सलग शंभर दिवस चालणारं नवं नाटक नाही उभारलं, तर जक्काजी मास्तर नाव सांगणार नाही!

चहा घेऊन झाल्यावर ते कंपनीच्या घरी गेले. तिथं कुलूप होतं. ते तिथंच काही वेळ बसून राहिले. थोड्या वेळानं बसप्पानं येऊन कुलूप उघडलं. आत एक चटई आणि त्यांचे कपडे-अंथरूण वगळलं, तर सगळं रिकामं होतं. त्यांनी बसप्पाच्या चेहऱ्याकडे पाहिलं. हा कंपनीचा स्वयंपाकी. तो म्हणाला,

'जप्तीची आर्डर आल्याचं कळाल्यावर भांडी आणि बाकीचं सामान पलीकडच्या गल्लीत ठेवून आलो. तुमची पायपेटीही तिकडंच नेऊन ठेवली आहे. कंपनीचं सामान म्हणत तीही उचलून नेली, तर काय करायचं? आता या 'आन् काय न्यायचं, ते न्या!' म्हणत तो स्वतःच्या हुशारीवर हसला.

'थेटराकडूनच आलो मी तिथं हिशेब चाललेत. सावनूरही तिकडंच आहे-'

'मलाही समजलं, ते-'

कोट काढून ठेवून मास्तर चटईवर झोपले. बस्सप्पाही एकीकडे भिंतीला टेकून बसला. उकाडा फारच जाणवत होता. त्यात छळणाऱ्या माश्या!

हॉटेलमधली खोलीच बरी. तिसरा मजला.

त्यांनी कूस बदलली.

'अरसीकेरे गेले?'

'हं- आतापर्यंत अळणावर ओलांडून-' म्हणत त्यांनी डोळे बंद केले.

मुंबईला गेल्यावर हा पत्ता कळवेल, की नाही, कोण जाणे! बनहट्टीच्या गावचा पत्ताही त्याच्याकडे दिला आहे. मुंबईला गेल्यावर लगेच याला कुठं पत्ता मिळणार आहे? रात्री झोपायला स्टेशन हेच खरं. कुणी ओळखीचं नाही- कुठंही धड दिशा नाही- सावित्रीचा पत्ता देतो, म्हटलं, तर नको म्हणाला हा. कुणीही ओळखीचं नसलेल्या गावी जायचं आकर्षण वाटतंय्, म्हणे, याला! त्यात स्वातंत्र्य असतं,

म्हणे! किती विचित्र मुलगा हा! बनहट्टी पैसे घेऊन आल्यावर पुन्हा असला नट कुठून तयार करायचा? आठ महिने तंबोऱ्यावर गळा घासल्यामुळं आवाजाला धार आलीय्. स्वरज्ञान तर मुळातच आहे. अभिनय तर मीच शिकवलाय्. वाणी शुद्ध आणि खणखणीत आहे. उंची पाच फूट दहा इंच. संभाषणातला अर्थ जाणून घेऊन 'असं कसं? या पात्राच्या तोंडी हे वाक्य कसं चालेल?' असा वाद घालण्याइतकी बुद्धिमत्ता! आणखी थोडे दिवस हा इथं राहिला असता, तर काय बिघडलं असतं? आपण नसू, तर चारुदत्त नाही- नाटक चालणार नाही, म्हणून त्या हलकटानं मस्ती केली! दुपारी बारापासून सुरुवात केल्यावर रात्री दहा वाजता तयार झाला विश्वनाथ अरसीकेरे! खरं डोकं त्याचंच! असिस्टंट मॅनेजर म्हणून काम पाहत असला, तरी नाटकातलं किती तरी संभाषण आधीच तोंडपाठ होतं त्याच्या! त्यानंच सगळ्या कलाकारांना त्याच्या प्रती तयार करून दिल्या होत्या ना? अक्षर तरी काय सुरेख! मोत्यांचा सरच. शिवाय तालमीही तो पाहायचाच. तरीही केवळ एक दिवस तालीम घेऊन रात्री दीड हजार माणसांच्या पुढ्यात उभं राहाणं म्हणजे साधी गोष्ट नाही! हिंमत पाहिजे, हिंमत! संपूर्ण कर्नाटकात महान नट केला असता याला! यानंतर करणार आहेच मी त्याला; सोडणार नाही! मुंबईचा पत्ता कळवून त्यानं पत्र लिहिलं, की-

तशीच झोप लागली.

त्यांनी कूस बदलली.

बाहेर रस्त्यावर टांग्यांचे आवाज. हॉटेलातला रेडिओ. त्यातच माश्यांची गुंई-गुंई.

गणेश विलास हॉटेलातली दररोज अडीच रुपये भाड्याची खोली. तिथं मुकाट्यानं नाटक-सिनेमा पाहत राहिला होता हा. मॅनेजरला एक दिवस विचारू लागला, 'मला एखादी नोकरी मिळेल?' मॅनेजरनं मला विचारलं. कंपनीमध्ये कामाला काय तोटा? हिशेब लिहिणं, तिकिटं देणं, तपासणं, जाहिराती वाटणं, जाहिराती लिहिणं, ठाण्याची - इलेक्ट्रिक ऑफिसची कामं - किती तरी कामं होती. याचं मोत्यांसारखं देखणं अक्षर - इंग्लिशही येतं. या आधी काम करायचा, तिथं चाळीस रुपये मिळायचे म्हणे. इथं बनहट्टी तेवढ्याला तयार झाला.

पण अरसीकेरे काय राबायचा! दिवस-रात्र मेहनत करायचा. रात्री नको म्हटलं, तरी बसून नाटक बघायचा. एकदा मला म्हणाला,

'तुमचं पेटी वाजवणं गोड असतं. बासरी ऐकल्यासारखं वाटतं. आणखी कुठं ऐकली नाही अशी पेटी!'

संगीताची जाण असलेले कान आहेत याचे! नाही तर बासरीची उपमा द्यायला कसं सुचलं?

कंपनीत आल्यावर लवकरच त्यानं जाहिराती लिहायची पद्धतही बदलली. डोकेबाज मुलगा! याला तरी बनहट्टीनं किती वेळा पगार दिला? एकदा वीस रुपये दिले. फकीरप्पाकडे गाणं शिकण्यासाठी म्हणून मीच पन्नास रुपये दिले; आणि आज मीच बनहट्टीकडून पन्नास रुपये द्यायला लावले. यानं कधीही आपण होऊन पगाराचा विषयही काढला नाही कधी! आपल्या खिशातले पैसे खर्च करून चहा पाजायचा. चारुदत्ताचं काम करायला लागल्यानंतरही 'पगार वाढवा' नाही म्हणाला तो! गाणं शिकायला पाहिजे- अभिनय शिकायला पाहिजे- हाच ध्यास होता त्याला! त्या हलकट सावनूराची मस्ती- आजही हात उगारून माझ्या अंगावर धावून आला!

त्यांनी पुन्हा कूस पालटली.

या माश्या-हाकललं, तरी पुन्हा येऊन बसताहेत.

त्यांनी बस्सप्पाकडून आपलं धोतर मागून घेतलं आणि ते पांघरून उताणे झोपले.

त्या वेळी मी विश्वानाथालाही थोबाडीत ठेवून दिली होती! किती तरी वेळ माझी बोटं चुरचुरत होती. पण काहीही न बोलता तो मुकाट्यानं खाली मान घालून उभा राहिला होता. त्यानंतर बनहट्टीच मला म्हणाला,

'संतापून का हात उगारलात त्याच्यावर? सावनूरसारखा हाही निघून गेला, तर पुन्हा चारुदत्त कुठं शोधायचा?'

तरीही हा उलटून बोलला नाही. फक्त निग्रहानं म्हणाला,

'मी काहीही चूक केली नाही- मी तिच्याशीच लग्न करणार!'

तो खाली मान घालून उभा राहिला.

त्यांना हसू आलं.

बनहट्टीलाही हसू आलं.

आताही त्यांच्या तोंडातून फुस्सकन हसू बाहेर पडलं. डोक्यावरून पांघरलेलं धोतर तोंडापाशी फुगलं.

गमतीशीर मुलगा हा! अनुभव नसेल, तर कुठली बाई जून आहे, कुठली कोवळी आहे, कुठली सडकी आहे, हे कुठून समजणार? गरुड कंपनीत असताना मलाही ताराबाईविषयी हेच वाटलं होतं. पण लग्न करायचा विचार मात्र तेव्हाही मनात आला नव्हता. थू:! या रांडांशी लग्न कोण करतं चांगल्या घराण्यातलं? जगन्नाथ जोश्याचं घराणं म्हणजे साधं आहे काय? या रांडांच्या हातचा विडा चालतो, भोग चालतो- पण भोजन चालणार नाही. मी ताराबाईशी लग्न केलं असतं, तर काय झालं असतं? राहिली असती भांडत-तंडत. तिच्यापोटी चार पोरं झाली असती आणि मी त्यांचा बाप म्हणवलो असतो. म्हातारपणी त्यांनी मला-ह्यॅं! ही रांडेची मला सांभाळणार?

हा विशीतला आणि ती अडतीस वर्षांची! नंतर हाही म्हणाला;

'एवढी मोठी असेल, असं वाटलं नव्हतं. थोडी मोठी असेल, असं वाटलं होतं, एवढचं!'

कबूल केलं त्यानं नंतर. नाटक वेगळं आणि जीवन वेगळं, याचं भान ठेवलं नाही, तर कसं? ती वसंतसेना- हा चारुदत्त. याचं नाव गुंफून ती विरहाची गाणी आळवणार! जोगिया, भीमपलास, बसंत- फार मोठं गाणं नव्हे. पण शेवटची दोघांची भैरवीमधली जुगलबंदी. तेच त्याच्या मनात घोळत राहिलं. तसंच प्रेम वाढत गेलं. जवळ असलेले पैसे खर्च करून दीडशे रुपयांची सोन्याची अंगठी, शंभर रुपयांची म्हैसूर-सिल्कची साडी विकत आणून दिली तिला! वा, रे, व्वा! नाटकात तर प्रेम-विरह काय दाखवत होता गडी! मला वाटायचं, काय उत्तम अभिनय आहे!

पण जेव्हा मी त्याला सत्य समजावून सांगितलं, तेव्हा त्यानं तिच्यापुढं उभं राहून 'चारुदत्त' करायला स्पष्ट नकार दिला ना! 'तू नाही म्हणालास, तर आयत्या वेळी कोण उभं राहील?-' म्हणून दमदाटी केल्यावर दगडी खांबाशी प्रणयालाप करावा, तसं काम केलं यानं! अभिनय म्हणजे काय? समोरची स्त्री सुंदर असो वा नसो, स्वतःच्या मनात ती भावना असो वा नसो, या पात्रानं काय केलं पाहिजे, याचा विचार करून, ती भावना व्यक्त करणं नव्हे काय? मालतीबाईवर प्रेम असताना वसंतसेनेवर प्रेम करायचं आणि ते वठल्यावर वसंतसेनेशीही रूक्षपणे वागायचं म्हटल्यावर त्यात चारुदत्त आला कुठं? पण किती सांगितलं, तरीही हा मात्र म्हणत राहिला,

'तुम्ही सांगता, ते सगळं मला पटतंय्, पण मला जमणार नाही ते!'

म्हटलं.

'ज्याला अभिनय साधला आहे, तो योगी असतो. तूही योगी व्हायला हवंस!' तर गरीब वासरासारखा नुसताच टका-मका बघत राहिला तो.

यानं मालतीबाईला दिवसाच्या उजेडात पाहिलेलं दिसत नाही! पाहिलं, तरी काही बायकांची वयं लवकर लक्षात येत नाहीत. मालतीबाईचेही गाल ओसरले नाहीत आणि तिच्या गालांवरची चमकही कमी झाली नाही. म्हणूनच अजूनही सुभद्राही शोभते, रुक्मिणी आणि वसंतसेनाही शोभते!

'चहा आणून देऊ?' बस्सप्पानं त्यांना जागं करून विचारलं.

'-ए गप्प की-' म्हणत ते कूस बदलून पुन्हा झोपी गेले.

तिची सात आवर्तनांची तान ऐकून त्याला ती गान-सरस्वती वाटली, म्हणे! आपल्या मनानं हातात तंबोरा घेऊन शुद्ध स्वरांची साधना करायला हिच्यावरचा मोहच कारणीभूत झाला. नंतर तोच सांगायचा,

'हिची खरी घनगंभीर गायकी नव्हे. लोकांना मोहित करून टाळ्या मिळवण्यासाठी

तयार केलेली बोलतानबाजी!'

मोह निर्माण होऊन तो पूर्णपणे नष्ट झाल्यानंतरच माणसाला खरी अक्कल येते. बस्सप्पाला चहाची तल्लफ आलेली दिसते. त्याच्याजवळ पैसा नाही, म्हणून मला विचारतोय्-

ते लगेच उठले आणि खुंटीवरच्या कोटाच्या खिशातून त्याला दीड आणा काढून देत म्हणाले,

'तू चहा पिऊन ये- मला नको-'

बस्सप्पा दार ओढून घेऊन निघून गेला.

छे:- झोप येत नाही. तशी झोपेची वेळही टळून गेलीय्. तरीही ते पुन्हा धोतर पांघरून झोपून राहिले.

या माश्यांना अंधारात दिसतं, की नाही? आतापर्यंत हा बेळगावला पोहोचला असेल. काय करणार हा मुंबईला जाऊन? अजून त्याची त्यालाही काही कल्पना नसावी. मुंबईला जाऊन काहीही करता येईल. तिथं गिरण्या आहेत- दुकानं आहेत- बंदर आहे- बोटी आहेत- गाड्या- बसेस्- पण ओळखीचं कोण आहे तिथं? कोण याला नोकरीवर ठेवेल? मुंबई म्हणजे जत्रा. खिशात पैसे नसतानाही लोक जत्रा बघायला जातातच ना? पण मी सावित्रीचा पत्ता देत होतो, तर नको म्हणाला! किती वेडेपणा हा!

झोप चुकल्यामुळं मन अस्वस्थ झालं होतं.

का झोप चुकली? वर्षापूर्वी आला- आज निघून गेला. गेल्या पन्नास वर्षांत किती तरी कंपन्या पाहिल्या आहेत मी. किती तरी लोक आले आणि गेले. याच्यापायी मी माझी झोप का बिघडवायची? आज एक दिवस. उद्या त्यालाही माझी आठवण होणार नाही- मलाही त्याचा विसर पडेल. या हलकट सावनूरानं कंपनीवर जप्ती आणली ना! फक्त बनहट्टीवर नव्हे- माझ्यावरही जप्ती आणल्यासारखं झालं, म्हणून झोप उडाल्यासारखी झालीय्! काय मस्ती उतरवलीय् सावनूराची! त्याच दिवशी सकाळी 'म्हैसूर, बेंगळूर, हैदराबाद येथे नटसम्राट बिरूद मिळवणाऱ्या विश्वनाथ अरसीकेरे यांचा अप्रतिम अभिनय बघायला विसरू नका-' म्हणून पोर्स्टर्सही लावले! हा मात्र काय घाबरा झाला होता! मला विनवू लागला, 'अशी जाहिरात करू नका- मला भीती वाटते' म्हणून! याच्या जागी सावनूर असता, 'तर त्यानं 'फक्त नटसम्राट नको- महानटसम्राट लिहा' म्हणून हट्ट धरला असता! त्या हलकटामुळं माझ्यावर या रिकाम्या खोलीत पडायची पाळी आली.

थोडा वेळ मन रिकामं होऊन कुठलंच चित्र उमटलं नाही. आता तरी झोप येईल, म्हणून ते प्रयत्न करू लागले. अंधारातही माश्या फिरू लागल्या.

म्हणजे यांना अंधारातही दिसतंय् तर!

त्यांना हसू आलं.

बायकांचा मत्सर मात्र पराकोटीचा! रात्री सगळ्यांना झोप लागल्यावर अर्ध्या तासानं विश्वनाथ मागच्या दारानं बायकांची वस्ती असलेल्या खोल्यांकडे जातो आणि पहाटे कावळे ओरडेपर्यंत तिथंच राहतो, म्हणून चुगली का केली त्यांनी? यांच्या बापाचं काय गाठोड गेलं असतं? आपल्याला मिळालं नाही, म्हणून मत्सर! दुसरं काय!

बस्सप्पा आला. त्यांना जाग येऊ नये, म्हणून त्यानं आवाज न करता हलकेच दार बंद करून घेतलं.

संध्याकाळ होत आली होती.

त्यांनी विचारलं,

'रात्रीच्या जेवणाचं काय करायचं, म्हणतोस?'

'थोडं भाकरीचं पीठ घेऊन येतो. आत लाकडं आहेत. अजून अर्धं पोतं जोंधळे आहेत. दहा शेर मुगाची डाळही आहे. तिखट आहे-'

'काही तरी भाजी कर-' म्हणत त्यांनी दोन आणे त्याच्या हातात दिले. पोटात गॅसेस् भरल्यामुळं गडगडत होतं.

हे गॅसेस् व्हायला कारण -

त्यांना फुस्सकन हसू आलं.

संडासला जाऊन येऊन हात-पाय धुताना अधिक स्पष्टपणे आठवलं.

'रंग' म्हणाला होता तो. रंगाचं एवढं आकर्षण! आदले दिवशी चारुदत्त हो म्हटलं, तर गाणं येत नाही, म्हणाला. नंतर सज्जन आणि आलूरला गदगला पाठवलं, गुरवांना बोलावून आणायला. हे समजल्यावर मात्र विश्वनाथाची मनातल्या मनात प्रार्थना चालली होती, म्हणे, 'गुरव यांना मिळायला नको- चारुदत्ताचं काम माझ्याकडेच येऊ दे', म्हणून! गुरवाच्या पोटाचं ऑपरेशन झाल्यानं तो येणार नाही, म्हणून समजल्यावर याला काय आनंद झाला! एकदा रंग लागला, की पुरे! जीव गेल्याशिवाय तो जात नाही-

त्यांचं मन कोमेजून गेलं.

यानंतर नाटक करायचं नाही? पेटी वाजवायची नाही? एखाद्या मठात सकाळ-संध्याकाळ भजनं म्हणत - छे:!

नाटक संपल्यावर सकाळ-संध्याकाळी वेळ मिळेल, तेव्हा विश्वनाथ फकीरप्पाच्या घरी तंबोरा घेऊन सूर धरून बसत होता. आज सगळं सोडून हा मुंबईला निघून गेला. त्याला रंग पुसणं- पुन्हा न लावणं याचं दुःख होत नसेल? की याच्या मनात रंगाचं वेड उतरावं, तेवढं खोल उतरलंच नाही, म्हणायचं?

चेहरा धुऊन, कपडे बदलून, कोट-टोपी चढवून ते बाहेर पडले.

कुठं तरी फिरून यायला पाहिजे. पण कुठं जायचं? कंपनीवर जप्ती आल्याची बातमी ओळखीच्या प्रत्येक घरी समजली असणार. कुठंही गेलं, तरी तोच विषय निघणार. कुठंही जाणं नको-

म्हणत ते एका हॉटेलात शिरले आणि एक चहा मागवला.

त्यातच नंतर एक दिवस सांगितलं होतं ना?

'नाटकातलं गाणं म्हणजे रंग टाकलेली मिठाई आणि तंबोऱ्याचं गाणं म्हणजे शुद्ध केशर टाकलेली मिठाई! तुम्ही फकीरप्पा गवईंप्रमाणे तंबोऱ्यावर गायचं का सोडून दिलं? का सोडली ती शुद्ध गायकी?'

हा उत्तम गाणं शिकून चांगला गवई होऊ दे, म्हणून, मोठा नट होऊन नाव कमावू दे, म्हणून फकीरप्पाकडे याला घेऊन गेलो, तर हा मलाच सांगतोय पेटीचं गाणं हलकं म्हणून! त्यानंतरच याचं मन चेहऱ्याला रंग लावून थाटात गाण्यापेक्षा हातात तंबोरा घेऊन सूर आळवत राहण्याकडे ओढलं जात होतं, की काय, कोण जाणे! म्हणून याला रंग पुसताना कष्ट पडले नसतील काय?

चहा संपता-संपता फकीरप्पाला भेटावसं वाटलं.

मी आणि फकीरप्पा गुरुबंधू. सवाई गंधर्वांचे शिष्य. माझ्यापेक्षा तो वयानं लहान, मी नाटक कंपनीत शिरून गायनाची शुद्धता नष्ट केली. त्यानं मात्र ती सांभाळली आहे.

मूरुसावीर मठाचं कंपाऊंड ओलांडून ते पुढं निघाले. इथं खालच्या बाजूला फकीरप्पांचं वास्तव्य आणि माडीवर त्याचं 'स्वरविद्यालय.' पायऱ्यांपाशी बसलेल्या फकीरप्पाच्या बायकोला त्यांनी विचारलं,

'आहेत काय गवई?'

'आहेत की- या... या...' म्हणत ती उठली.

लांबून जरी तंबोऱ्याचा झणत्कार कानांवर आला, तरी जीवनातलं सगळं वेडं-वाकडं लगेच सरळ होऊन जातं, हा त्यांचा नेहमीचा अनुभव. एवढी मन:शांती हार्मोनियममधून मिळत नाही. फकीरप्पा नेहमी सांगत असतो,

'तंबोऱ्यातून स्वर सापडेपर्यंत कष्ट घ्यायला पाहिजेत. एकदा तो सापडला, की पुढचा सगळा मार्ग तोच दाखवतो.'

पण मार्ग कठीण आहे! त्यामुळं फारसे शिष्य त्याच्याकडे फार दिवस राहत नाहीत.

पायांतल्या बुटांचा पायऱ्या चढताना आवाज येत होता.

छे:! काय हे! ताल चुकेल ना! किती आडदांड आहे मी!

माडीवर विद्यार्थ्यांचा रियाझ चालला होता. स्वत: फकीरप्पानं तबल्यावर ताल धरला होता. ना धिन् धिन्-

जक्काजी तालाप्रमाणे पावलं टाकत पायऱ्या चढून वर आले. बूट काढून ते आत गेले.

फकीरप्पांनी त्यांना बसायची खूण केली. त्यांचं सगळं लक्ष विद्यार्थ्यांकडेच होतं. त्यांच्या डोक्यावरचं टक्कल दिव्याच्या उजेडात चमकत होतं.

त्याच्यापेक्षा मी सहा वर्षांनी मोठा नाही का! माझं डोकं शुभ्र केसांनी भरलंय् त्याचे दातही मजबूत आहेत!

शिकवणी संपल्यावर सगळे विद्यार्थी पायऱ्या उतरून निघून गेले.

फकीरप्पांनी पानाचा डबा समोर ओढला आणि विचारलं,

'मग? केव्हा सोडणार हुबळी?'

'का? मी इथंच राहणार म्हटलं, तर तू काय करणार आहेस?'

'राहा की! हुबळी काय माझ्या बापाची जहागीर आहे?' काही क्षण फकीरप्पा काहीच बोलले नाहीत. नंतर त्यांनी विचारलं, 'थिएटर जप्त झालं, म्हणून समजलं-'

'समजलं काय तुलाही? तुला तरी समजलं नसेल, म्हणून इथं आलो मी-'

'तुझी हार्मोनियमची मोठी पेटीही गेली?'

'कंपनीतच ठेवली होती. जप्ती येणार, म्हटल्यावर बसप्पानं ती दुसरीकडे नेऊन ठेवली, म्हणून वाचली.'

'आता तू असं कर- ती विकून तंबोरा विकत घे-' फकीरप्पा हसत म्हणाले. बायकोनं आणून दिलेल्या चहाचा एक कप जक्काजींच्या हाती देऊन आपला चहा बशीत ओतत त्यांनी विचारलं, 'अरसीकेरे निघून गेले काय?'

'हं- आतापर्यंत गोकाक ओलांडून मिरजेपर्यंत गेला असेल.'

'चांगली मेहनत घ्यायचा तो. हातात तंबोरा घेऊन तिकडच्या खोलीत बसायचा आणि घसा खरवडून-खरवडून साफ करायचा! अशी साधना करणारं हल्ली कुणी भेटत नाही-'

'मी पण त्याला म्हटलं- इथंच राहा-संगीताची साधना कर. पण हुबळीत पोट भरायला मार्ग कुठला?'

मध्येच फकीरप्पा म्हणाले,

'मीही त्याला म्हटलं, तू तुझ्या पोटापुरतं काही तरी मिळव- मी तुला तसाच शिकवेन... तू मला काही देऊ नकोस. तोही दोन दिवस विचार करत होता. म्हटलं, दिवसातले दोन-तीन तास कारकूनकी कर- उरलेला दिवसभर मी शिकवेन. पण तो म्हणाला, नको, यानंतर मी संगीत सोडलं, आता मुंबईला जायचं. एवढंच सुचतंय् मला.'

'तो तुझ्याकडे सात महिने शिकायला आला ना? त्याला इथं आणलं, तेव्हा मी तुला पन्नास रुपये दिले होते. ही माझी जबाबदारी म्हणून सांगितलं होतं. दर

महिन्याचे वीस रुपये समज. तुला मी आणखी नव्वद रुपये द्यायला हवेत. पण आजची माझी परिस्थिती तूही पाहतोस!'

'ए! काल संध्याकाळी तो इथं येऊन गेला. शंभर रुपये देऊन गेला. म्हणजे वर दहा रुपये जास्तच दिले, बघ!'

जक्काजी मास्तरांना पुढं काय बोलावं, ते समजलं नाही.

चारुदत्ताचं पात्र रंगवायचं म्हटल्यावर थोडं तरी गाणं यायला पाहिजे, म्हणून पहिल्या दिवशी मी त्याला पेटीवरच शिकवायचा प्रयत्न केला. मी म्हणून दाखवलेलं सगळं त्याला समजत होतं. पण स्वत: म्हणताना आवाज आवळल्यासारखा होई. दररोज त्याच्याकडून गाणं घोटून घ्यायला पाहिजे, असं वाटू लागलं. दोन-तीन दिवसांतच मला त्याच्याविषयी प्रेम वाटू लागलं. त्याला मी म्हटलं, मी अभिनय शिकवेन, गाणं चांगलं तयार झालं, तर पहिल्या दर्जाचा नट तयार हाईल! म्हणून मी त्याला फकीरप्पाकडे घेऊन आलो. एकीकडे नाटकात चालण्यासारख्या तेवढ्यापुरत्या पेटीच्या सुरात बेसूरपणा दडवून काही ताना घोटून घेतल्या. हळू हळू शुद्ध गायकीकडे त्याचं मन आकर्षित होत होतं

जवळचे सगळे पैसे यानं फकीरप्पाला दिले आहेत. त्यानं यातलं स्वत:हून काहीच सांगितलं नाही. माझ्या सांगण्यावरून बनहट्टींनं कलबुर्गीकडून कर्जाऊ पैसे घेऊन याला पन्नास रुपये दिले नसते, तर याच्याकडे गाडीखर्चासाठीही पैसे नव्हते. 'तुमकूरहून पायी निघालो होतो- इथूनही पायीच जावं लागेल, की काय कोण जाणे!- पण आता चालायची इच्छा नाही-' म्हणाला तो. खरोखरच त्याच्याकडे पैसे नव्हते, की निघता-निघता मिळतील तेवढे वसूल करण्यासाठी तो असं म्हणाला? कोण जाणे-

फकीरप्पाच्या क्लासमध्ये तासभर बसले, तरी जक्काजी मास्तरांचं मन पूर्णपणे ताळ्यावर आलं नव्हतं. आता, खरं तर, कुणाशी तरी मन मोकळं करून बोलायला हवं होतं.

हा फकीरप्पा तर पहिल्यापासूनच नाटक-कंपनीविषयी तिरस्कारानंच बोलत असतो. 'संगीतातली शुद्धता हे कमी करतात-' असा त्याचा त्यांच्यावरचा आरोप. मला मात्र इथं, केवळ पोट भरण्याचंच नव्हे, जीवनाचंही समाधान वाटत होतं. नाटक शिकवायचं-रोज रात्री दिव्याच्या झगमगाटात नाटकाचे प्रयोग करायचे- नट-नट्यांना प्रोत्साहन देऊन गाणी तयार करून घ्यायची- वन्समोअर मिळाल्यावर पुन्हा कुठल्या ओळीपासून सुरुवात करायची, हे ओळ वाजवून सुचवायचं- पहाटे तीनच्या सुमारास त्याच धुंदीत झोपायचं- सकाळी अकरा वाजता उठायचं. छे:- आता जीवनात काहीच अर्थ राहिला नाही. कंपनीवर जप्ती यायची ही काही पहिली वेळ नव्हे. मागं किती तरी वेळा कंपन्या मोडल्या आणि नव्या उभ्या राहिल्या. एखादा नवा शिकाऊ उमेदवार मध्येच येतो आणि 'आम्हांला मार्ग दाखवा-' म्हणून घेऊन जातो. मी

कुठंही गेलो, तरी मास्तरच. पण यानंतर मला काही भविष्य आहे काय? यानंतरही हीच बनहट्टी कंपनी पाटलाच्या मार्गदर्शनाखाली सुरू होईल. मग मॅनेजर सावनूर! छे:- माझ्यासारख्यानं जीव देणंच चांगलं!

ते तिथून बाहेर पडले आणि म्युनिसिपल गार्डनपाशी आले. बागेत थोडा वेळ बसून तासाभरानं मराठा गल्लीतल्या घरी आले. इथलं सामान बांधून बस्सप्पाही एक-दोन दिवसांत बनहट्टीला जायला निघेल. तिथं गेलं, तर दोन वेळच्या अन्नाचा प्रश्न सुटेल. नाही तर आहेच हुबळीच्या रेल्वे स्टेशनबाहेर बसून भीक मागणं!

वांग्याची भाजी-भाकरी करून बस्सप्पानं त्यांना जेवायला हाक मारली. त्यांनी भाकरी मोडल्यावर त्यानं विचारलं,

'ऐकली काय नवी बातमी?'

'काय?'

'मालतीबाई सावनूरच्या कंपनीत गेली म्हणे! थेटराचा रखवालदार आला होता. त्यांनी त्यालाही काढलंय् म्हणे. नवी माणसं घेतलीत. टूरिस्ट हॉटेलातल्या वरच्या मजल्यावरची खोली सावनूरनं घेतलीय्. तिथं बसून हा दौलत चालवणार! शेजारच्या खोलीत त्यानं मालतीबाईची व्यवस्था केलीय्. याच थेटरात आणखी पंधरा दिवसांनी 'महंतेश पाटील नाटक मंडळी' नावाची कंपनी सुरू करणार आहे. तो स्वत: मॅनेजर!'

हे असं होणार, असा जक्काजी मास्तरांचाही अंदाज होताच. नवी कंपनी काढायचं सावनूरच्या डोक्यात होतंच. अंहं- आमची कंपनी मोडून, तिच्या छातीवर पाय देऊन, नवी कंपनी काढायचा हट्ट होता त्याचा! त्या वेळी आमच्याच लक्षात आलं नाही एवढं.

मालतीबाईविषयी त्यांच्या मनात कणव होती. तीही लोकांमध्ये फारशी मिसळत नव्हती.

छत्तीस-अडतीस वर्षांची असली, तरी अजूनही रूप शिल्लक आहे. भर वयात असताना गौड-पाटील लोटांगण घालत आले, तरी अगदी नाइलाज झाल्याशिवाय ती फारशी कुठं गेली नाही. लोक म्हणतात, गरुड कंपनीत येण्याआधी ती तीन-चार धन्यांपाशी राहिली म्हणून. आता कुणाची कटकट नको, म्हणून बिचारी आपल्यापुरती राहत होती. तिलाही सावनूर आवडत नाही, हे मला ठाऊक आहे. त्याला दीडशे पगार आणि हिला सव्वाशे. सावनूरला याचाही अहंकार होता! दोन-तीन वेळा त्यानं तिला बायकोला हाक मारावी, तशी हटकली होती, म्हणे. त्या वेळी तिनं माझ्याकडे त्याच्याविषयी तक्रारही केली होती. मीही त्याला चार समजुतीच्या गोष्टी सांगितल्या होत्या.

पण आता ती तरी काय करणार? पोट आहे ना! शिवाय पोटात औंसभर ब्रँडी गेल्याशिवाय तिलाही झोप लागत नाही.

त्यांचं जेवण झाल्यावर बस्सप्पा जेवायला बसला. चटईवर आपली वळकटी पसरून ते त्यावर आडवे झाले. पानाची तल्लफ आली. बस्सप्पाला चिल्लर देऊन ते पुन्हा झोपले.

सज्जन, पुट्टप्पा, मानवी, भेंडिगिरी, शिरूर- एकेक करून सगळे निघून गेले. जाताना सगळे सांगून गेलेत- नवी कंपनी काढल्याचं कळवा- आम्ही येऊ. आता सावनूरनं एकेक करून सगळ्यांना आपल्या कंपनीत घेतलय्. मी आणि बनहट्टी वगळता सगळीच जुनी कंपनी! दावा साधला रांडेच्यानं! आम्ही दोघं मात्र- हं- अरसीकेरेही- त्याच्या हातात सापडलो नाही. तो तर मुंबईला निघून गेला. एवढ्या अवधीत मिरज ओलांडून दोन तास झाले असतील. कऱ्हाड - पुण्याचा रस्ताच विसरून गेलाय् अलीकडे.

बस्सप्पानं आणून दिलेलं पान त्यांनी तोंडात सारलं. झोपेचा पत्ता नव्हता.

बनहट्टी असता, तर दोघांमध्ये एक बाटली फोडली असती. मग शांत झोप आली असती. आता मी एकटाच. बस्सप्पाबरोबर घेणं योग्य नाही. शिवाय पैसेही नाहीत. बनहट्टीला येऊ दे. वेगळी कंपनी काढलीच पाहिजे. नाही तर करायचं काय?

कंपनी काढून पेटी न वाजवता जगणंच अशक्य आहे मला-

स्पेशल मसाला-लंवग-पान. त्यात भिजलेला ब्रँडीचा वास. त्यातच सावनूर सिगारेटचा वास मिसळत होता. मालतीबाईला ठसका लागून आतून खोकला उसळत होता. तिनं त्याला सिगारेट विझवायला सांगितली. त्यानं पलंगाच्या पलीकडच्या भिंतीवर चिरडून ती विझवली, तरी तिच्या तोंडावर धुराचा लोट सोडत तो हसला. धुराच्या लोटात तिचा कासावीस झालेला चेहरा त्याला दिसला नाही. तो उताणा झाला आणि उजव्या कुशीवर वळून अंग सैल सोडून झोपला. काही तरी प्रेमाचं बोलायची लहर आली आणि तो म्हणाला,

'तू माझ्या हाती लागायला एवढे दिवस लागले-'

ती काहीच बोलली नाही. तिच्याकडे वळून तिचा दंड हलवत- झोप आली की काय हिला?- त्यानं विचारलं,

'मी मॅनेजर होईपर्यंत जवळ येणार नाही, असा तुझा हट्ट होता, की काय?'

हेही तिला ऐकू आलं नसावं. हिला जास्त झाली, की काय? थोडं पिण्यातच खरी मजा आहे! फुकटची मिळतेय्, म्हटल्यावर अशी ढोसायचीच! मी मात्र उगाच घोटभर घेतली, हे बरं झालं. बाकी सगळं सोडा. शेवटी बनहट्टी सापडलाच नाही. त्याच्या समोर जप्ती आणली असती, तर खरी मजा आली असती! तो नसेना- त्याचा तो गुरू तर आला होता- 'कर्नाटक गायन केसरी' जक्काजी मास्तर! आणि ही! ही तरी माझ्या हातून निसटून कुठं जाणार होती म्हणा! पण अगदी आजच येईल, असं वाटलं नव्हतं. स्टार मालतीदेवी! झोपलीय् वाटतं-

तो जवळ सरकला, तेव्हा नकार दिल्यासारखी ती मागं सरकली. त्याला तो अपमान वाटला. पण हे दाखवून न देता तो म्हणाला,

'त्यासाठी नव्हे- पहिलं नाटक कुठलं ठेवू या, म्हणून विचारत होतो मी-'

'हं-'

'म्हणजे काय?' ती पुन्हा काही बोलली नाही.

'पहिल्यांदा कुठलं नाटक करू या? बोल की-'

'तालीम मास्तर कोण?'

'गुरुपादप्पा शिंदगी नावाचे एकजण आहेत.'

ती पुन्हा गप्प राहिली. त्यानंच पुन्हा विचारलं,

'का? बोल म्हटलं ना?'

'नवी कंपनी आहे. जक्काजी मास्तर असले, तर बरं. कसलाही प्रसंग आला, तरी डोकं चालवून पाच मिनिटांत सगळं चांगलं करतात-'

'तो काय करतो? डोकं तुझं-' तो अस्वस्थ होऊन म्हणाला.

याच्यापाशी झोपल्यानंतर अग-तुगं करून उल्लेख करायची ही दुसरी खेप! याच्यापाशी झोपले, म्हणजे माझं सगळंच गेलं, की काय? मस्तवाल मेला! मलाही याचा स्वभाव अपरिचित नाही. पण काय करायचं? कर्नाटकात दुसरी कुठली कंपनीही नाही. मग माझ्यासारखीनं पोटासाठी आणखी काय करायचं या वयात?

तोही पुढं काही बोलला नाही. वेळ आली, की जक्काजी मास्तराचं डोकं कसं चालतं, हे त्यालाही ठाऊक होतंच.

थेरडा कपटी लेकाचा! मी कंपनी सोडून गेलो होतो, ते बनहट्टीची फजिती बघायलाच. माझ्यासारखी पाच-पाच आवर्तनांची तान ओढून वन्समोअर मिळवणारा चारुदत्त नसेल, तर नाटक कसं चालेल? नवं नाटक सुरू केल्यावर दुसऱ्याचं दिवशी बंद झालं, तर मालक कसा राहील? बनहट्टीनं माझ्यामागं येऊन पाय धरून 'माझं चुकलं-' म्हणायलाच पाहिजे! जाताना बस्सप्पाला मी उतरलेली जागाही त्यासाठीच सांगितली होती. पण तरीही बनहट्टी मला बोलवायला आलाच नाही. हा थेरडा चाणक्य लेकाचा! शेंडी मोकळी सोडली नाही- एवढंच! संध्याकाळपर्यंत त्या अरसीकेरेच्या बच्च्याला तयार केला आणि रंग लावून उभाही केला चारुदत्त! मीही माझी चार माणसं मुद्दाम त्या खेळाला पाठवली होती- वेळ बघून दंगा करायला. पण तिथंही यानंच चाणक्यपणा केला, म्हणे!

वसंतसेनेच्या महालात चारुदत्त यायच्या वेळी ही लोड-बैठक तयार करून आणि उदबत्त्या लावून- दाग-दागिने घालून, दारात उभी राहिली. 'प्रियकरा, यावे! आपले स्वागत असो' म्हणाली. त्यानंतर चारुदत्तानं जलजमुखी पद गायचं सोडून 'प्रिये, तुझ्या महालात मी संगीतपान करण्यासाठी आलो आहे-' असं सांगितलं,

म्हणे! आमचा जवळी उठला आणि 'चारुदत्तानं एकही गाणं म्हटलेलं नाही- आता जलजमुखी दुर्गा' आहे' म्हणून गोंधळ घालू लागला. त्याला आमच्या बाकीच्या माणसांनीही साथ दिली. मग काय? संपूर्ण प्रेक्षागृहच 'चारुदत्ताचं गाणं झालं पाहिजे-' म्हणून गोंधळ करू लागलं! अरसीकेरे तर घाबरून उभाच राहिला! कंपनी त्याच वेळी मोडून गेली असती आणि दुसरे दिवशी बनहट्टी झक मारत माझ्या दाराशी आला असता! माझं तर ठरलंच होतं- तो आला, तरी सांगायचं- महिना दोनशे पगार, राहायला हॉटेलातली खोली- एवढं कबूल असेल, तरच मी येईन!.

पण तेवढ्यात हा चाणक्य पेटीपाशी उभा राहिला आणि माईकपाशी जाऊन म्हणाला, म्हणे,

'जक्काजी मास्तर म्हणतात, तो मीच!'

ते ऐकून माणसं शांत झाली ना!

यानं पुढं विचारलं,

'चारुदत्तनं गाणं का म्हटलं नाही, हाच तुमचा सवाल ना? पाहिजे, तर आता त्याला बारा गाणी म्हणायला लावतो. चांगल्या आठ-आठ, दहा-दहा आवर्तनांच्या ताना घ्यायला लावतो! पण कथेचं काय? चारुदत्त रसिक आहे-वसंतसेना वेश्या आहे. लोक वेश्येच्या घरी कशासाठी जातात? गाणं म्हणायला, की ऐकायला?'

सगळी माणसं गप्प बसली, म्हणे. पण आमचा जवळी कसा सोडेल? त्यानं पुढचा मुद्दा काढला,

'मी काल आलो होतो. तेव्हा बसवराज सावनूरांनी याच वेळी जलजामुखी दुर्गा का म्हटलं? या वेळेपर्यंत त्यांची काल पाच गाणी झाली होती. याला गायला येत नाही, म्हणून हे सगळं चाललंय्!'

चाणक्य ताडकन म्हणाला, म्हणे,

'होय, यांचं खरं आहे! काल या वेळेपर्यंत पाच-सहा गाणी संपली होती. पण त्यांतलं एकही या नाटकातलं नव्हतं- सगळी वेगवेगळ्या नाटकांतली होती! मला गाणं म्हणायला येतंय्, म्हणून तो नाटकात नसलेली गाणं म्हणायला लागला, तर मी तरी पेटी वाजवायचं सोडून काय करणार? कालच्यापुरता माझाही नाइलाज झाला. नाटक संपल्यावर आधी त्याला डिस्मिस् केलं आणि आज याला रंग लावला. आमची बनहट्टी कंपनी म्हणजे काय आहे, ते लक्षात घ्या! प्रत्येक कामासाठी आम्ही दुसरा नट तयार ठेवतो! एखाद्यानं मुद्दाम हलकटपणा केला किंवा आजारी पडला, तर नाटक बंद करून कसं चालेल? आता तुम्हांला आमची कंपनी कशी चालवतो, यावर भाषण ऐकायचंय्, की भैरवी ठुमरी ऐकायची आहे? चारुदत्ताला आसनावर बसवून आता वसंतसेना भैरवी म्हणते, ऐका! तिच्या हृदयात विरह, प्रेम, दुःख, शृंगार यांचं मीलन झालं आहे! मग? सीन सुरू करायचा, की नाही? तुम्हीच बोला-'

झालं! लोकांनी टाळ्या वाजवून 'सीन सुरू करा- सीन सुरू करा' म्हणून गलका केला आणि आमच्या जवळीलाच 'ए- गप्प बैस बघू- नाही तर बाहेर जा-' म्हणून दमदाटी करू लागले! भर प्रेक्षागारात या चाणक्यानं मला डिस्मिस् केलं, म्हणून सांगितलं! आज दुपारी माझ्या अंगावरही धावून आला मला मारायला. मीही याला दोन ठेवूनच देणार होतो म्हणा! पण पाटलांनी मला आवरलं, म्हणून तो वाचला. वर हा पाटील म्हणतो, 'गुरूंना नमस्कार कर!' व्वा! मी याला नमस्कार करू? माझं नाव मातीत गाडणाऱ्या या भडव्याला?

संताप आला.

या क्षणी तो समोर असता, तर त्याची बत्तिशी उपटून द्यावी, असं वाटण्याएवढा संताप!

त्यानं हात पुढं करून टेबलावरचं सिगारेटचं पाकीट आणि काड्यापेटी घेतली. त्यानं सिगारेट पेटवताच तिनं कूस पालटून त्याच्याकडे पाठ केली.

त्या थेरड्याला मनात शिव्या हासडल्या, तरी इकडं हिला समजतंय् काय? त्या दिवशी मला डिस्मिस् केलंय्, म्हणून थेरडा सांगत असताना हीही शेजारीच भैरवीसाठी घसा खाकरून साफ करत उभी होती ना!

त्याला तिचाही संताप आला. पहिल्या दमाचा धुराचा लोट त्यानं तिच्या गाला-नाकावर सोडला. ती काहीही बोलली नाही- 'नको' ही म्हणाली नाही. झोपेतच हिनं कूस बदलली, की काय?

जक्काजी मास्तरांसारखे डोकं कंपनीत नसेल, तर कंपनी कशी चालेल? कंपनीतल्या प्रत्येकाचा मान कसा राहील? कंपनी म्हणजे काय चेष्टा आहे? बनहट्टीच्या कंपनीत सगळे माझ्याशी मालत्यव्वा-' म्हणून किती आदरानं यायचे! थट्टा-मस्करी करतानाही मन दुखावणार नाही, याची सगळे काळजी घ्यायचे! त्या दिवशीची परिस्थिती तर किती विचित्र होती! माझा मानच जायची वेळ आली होती. आधीही अरसीकेरे बऱ्याच वेळा 'आपण लग्न करू या- वेगळं राहू या' म्हणायचे. पण तिकडं मी लक्ष दिलं नव्हतं. वजनदार अंगठी-म्हैसूर सिल्कची भारी साडी- तोही त्यांच्या शौकाचाच एक भाग असेल, असं मला वाटलं.

पण त्या दिवशी कहरच झाला! मी कंपनीतल्या इतर बायकांबरोबर दुपारी जेवायला बसले होते. इतरही काही नट मंडळी तिथंच होती. बस्सप्पाही तिथंच होता. अरसीकेरे धावत आले आणि सगळ्यांच्या पुढ्यात माझा हात हातात घेऊन म्हणाले,

'मालती, तू आणि मी वेगळ्या घरात राहू या. उद्या गावाच्या देवळात देवासमोर मी तुझ्या गळ्यात मंगळसूत्र घालेन. मग आपण एकत्र राहिलो, तरी कुणी आक्षेप घेणार नाहीत. सगळ्यांची तोंडं आपोआप बंद होतील!'

मीही तट्कन विचारलं,

'तुमचं डोकं ताळ्यावर आहे, की नाही? काय बोलताय् तुम्ही? तुमचा-माझा संबंधच काय?'

मी तरी काय करणार? आमचाही मान म्हणून आहेच की!

यावर माझ्या थोबाडीत मारून-एवढ्या सगळ्या लोकांमध्ये थोबाडीत मारून त्यांनी निघून जावं? माझी कंपनीत काय किंमत राहील मग? मी तशीच उठले आणि बस्सप्पाकडून टांगा मागवून तडक जक्काजी मास्तरांच्या ऑफिसात गेले. 'अरसीकेरे असं-असं वागले- माझा कंपनीत अपमान झाला- मी या कंपनीत राहणार नाही' म्हणून मी बराच आरडओरडा केला, तेव्हा जक्काजी मास्तरांनी आधीच शेजारच्या खोलीत एवढासा चेहरा करून बसलेल्या अरसीकेरेला बाहेर बोलावून ते म्हणाले,

'तुला किती वेळा सागितलं- प्रत्येक खेळाच्या वेळी खोट्या पावसात भिजून आजारी पडत असल्यामुळं मालतीबाई ब्रँडी घेते- तिला काही होत नाही. तू घेऊ नकोस, म्हटलं, तर का घेतलीस? नशा करून केवढा गोंधळ केलास हा? मालतीबाईला काय बोललास बायकांच्या घरात शिरून? नशा केल्यावर तुला नाटकातलं सगळंच खरं वाटायला लागलं, की काय? पुन्हा पिणार काय? चूक झाली म्हण- म्हणणार; की नाही? बोल-' त्यांनी खूप आरडाओरडा केला.

जक्काजी मास्तर खोटं बोलताहेत, हे मला समजत होतं. अरसीकेरेलाही ठाऊक होतं आणि माझ्या पाठोपाठ तिथं आलेल्या बाकीच्या बायकांनाही ठाऊक होतं. तरीही माझ्या मानाचा प्रश्न होता. मी तरी कंपनी सोडून कुठं जाऊ आणि अपमानित होऊन कंपनीत तरी कशी राहू? अरसीकेरेवर दोष दिला आणि तेही सावनूरांसारखे निघून गेले, तर कंपनी कशी राहणार? हे मास्तरांचं डोकं! त्यांच्याशिवाय कंपनी चालवणं जमेल काय सावनूरांना!

या भडव्या मास्तराचं डोकं मात्र नामी आहे हं! चारुदत्त-वसंतसेना उद्यानात असताना गडगडाट-लखलखाट होऊन पाऊस कोसळतो- ती घाबरते- हा 'प्रिये, मी असताना हे भय का बरे? या शालीत ये-' म्हणत तिला जवळ घेतो आणि वरून खरोखरच पाऊस पडतो. रंगमंचाच्या वरच्या बाजूला ठेवलेल्या सच्छिद्र पन्हाळीतून पाणी सोडून पत्र्यावर प्रकाशझोत टाकून विजांचा लखलखाट- ढगांचा गडगडाट- काय सीन! केवळ तो सीन बघायला आजूबाजूच्या खेड्यांतली माणसं बैलगाड्या जुंपून यायची! शंभरावर प्रयोग झाले त्या नाटकाचे! हलकट थेरडा!

बनहट्टी शेत विकून पैसे आणायला गेलाय् म्हणे. याच हुबळीत दुसरं नाटक लावून आमचं नाटक पाडायचा चमत्कार यानं केला तर? पण दुसरी कंपनी काढायची म्हटलं, तर त्याच्याकडे नट तरी कोण राहिलेत? सज्जन, मानवी, पुट्टण्णा, रामदुर्ग, भेंडिगिरी- सगळे माझ्याकडे आलेत. फक्त अरसीकेरे तेवढा तिथं राहिलाय्. पोटाला अन्न मिळेनासं झालं, तर तोही येईल माझ्या पायाशी! तो आला, की त्याच्याकडून मी माझ्या बुटांना

पॉलिश करून घेतल्याशिवाय राहणार नाही! हा कंपनीमध्ये शिरला साधा नोकर म्हणून. असिस्टंट मॅनेजर, म्हणे! स्वतःला असिस्टंट मॅनेजरच म्हणवून घ्यायचा तो.

एकदा त्याला म्हटलं,

'ए असिस्टंट मॅनेजर! माझा चढाव फाटलाय्! दुरुस्त करून घेऊन ये!'

तर तोच मला म्हणतो कसा,

'माझाही जोडा फाटलाय्. तुमचा चढाव नेताना माझाही जोडा घेऊन जा दुरुस्तीला. मी गेलो, तर तुमचा चढावही घेऊन जाईन.'

सावकाश शांतपणे म्हणाला, तरी अर्थ बदलतो काय?

हलकट अरसीकेरे नसता, तर चारुदत्ताची भूमिका करणारं कुणी राहिलं नसतं. मग बनहट्टीही आला असता माझे पाय धरत! म्हाताऱ्यानं चांगलंच प्रचार-तंत्र साधलं. म्हणे, 'म्हैसूर-बेंगळूर- हैदराबाद येथे नटसम्राट म्हणून बिरुद प्राप्त केलेल्या नटसार्वभौम विश्वनाथ अरसीकेरे यांना बघायला विसरू नका-' माझंच चुकलं तेव्हा. दोन गुंड सोडून त्याचं तंगडं मोडलं असतं, तर हा नटसार्वभौम पडून राहिला असता केराच्या कोपऱ्यात आणि बनहट्टी कुत्र्यासारखा आला असता माझे पाय धरायला! चारुदत्त म्हणजे अत्यंत सुरेख पुरुष! वसंतसेनेसारखी आकर्षित होते, म्हणजे तो किती रूपवान असायला हवा!

अरसीकेरेचं तोंड हुकरासारखं आहे. हा सावनूर बसवराज अर्जुन-चारुदत्त व्हायलाच जन्मला आहे! 'असा सुंदर चेहरा चित्रपट-कलावंताचाही नाही' असं गदगीमठांनी म्हटलं, ते खोटं आहे काय? अरसीकेरेचा फक्त मेकअप!

पावसात भिजायचा सीन. काय थंडी वाजते! रोज भिजायचं. पोटात घोटभर ब्रँडी गेली नाही, तर जाम सर्दी आणि डोकेदुखी. अरसीकेरे पहिल्या दिवशी मला शाल पांघरताना कापायला लागले.

नाटक संपल्यावर मी त्यांना विचारलं,

'पुरुषांना एवढी थंडी वाजते?'

'थंडी नव्हे- दररोज मी थंड पाण्यानंच अंघोळ करतो.'

तरीही तो प्रसंग आला, की त्यांचं वागणं असंच विचित्र असे. पण डोकं म्हणजे अगदी खास डोकं यांचं! पहिल्या दिवशी चारुदत्ताचे संवाद आठवेनात, तेव्हा तिथल्या तिथं मनातले संवाद घालून मोकळे! कुणालाच समजलं नाही ते. कनेक्शन न मिळाल्यामुळं मीच गोंधळून जात होते! पहिले दोन दिवस हा चारुदत्त अगदीच मुलगेलासा वाटत होता. त्यानंतर मात्र असाच असावा, असं वाटण्याइतकं त्यांचं वागणं सराईत झालं. सारखे मला विचारायचे,

'मालतीबाई, कसं वाटतं माझं काम तुम्हांला? मला सांगा, म्हणजे मी त्यात दुरुस्ती करेन-'

त्यांच्या मनात असं काही असेल, याची मला कल्पनाच नव्हती. लहान वय. नाटकात काम करायला लागून महिना-दीड महिना? होय. दीड महिनाच झाला होता. पावसाचा सीन संपल्यावर वसंतसेनेच्या घरातली जुगलबंदी- अंहं- मालकंस संपवून मी शेजारच्या पडद्यामागं आले होते. तेव्हा पाठोपाठ आले, 'काय मालकंस म्हटला तुम्ही!' म्हणत आजूबाजूला पाहिलं आणि माझं डोकं धरून आपली मान वाकवली- माझ्या ओठांवर- कुणी पाहिलं तर? मी त्यांच्या हातून निसटून दूर गेले, तेव्हा त्यांना खूपच भीती वाटली, म्हणे- मी जक्काजी मास्तरांपाशी तक्रार करेन, म्हणून! मलाही राग आला होता. अशा जागी वागायची ही काय पद्धत झाली? त्यानंतर माझी नजर चुकवून कसे चूक केलेल्या मुलासारखे फिरत होते ते! पावसाचा सीन आला, की लांबच राहायचे. त्यांच्या अशा वागण्यावरच माझं मन बसलं ना? तेही मी बोलले नसते, तर ते तसेच लांब लांब राहिले असते.

त्या दिवशी मी त्यांना स्पष्टच विचारलं,

'असे का वागता माझ्याशी? काही बोलत नाही- लांबच राहता-'

किती आनंद उमटला त्यांच्या चेहऱ्यावर! आणि केवढं आश्चर्य! एकोणीस वर्षांचं कोवळं वय!

नंतर मी त्यांना सुचवलं,

'नाटक संपल्यावर आम्हा बायकांच्या वस्तीच्या घरचा मागचा दरवाजा उघडा ठेवते- डावीकडची माझी खोली- या-'

तेव्हा तर ते मूक होऊन गेले. 'बोलू नका- बाहेरच्या अंगणात झोपलेल्या शांतव्वाला आवाज ऐकू येईल-' म्हणून सागितलं, तरी माझ्या कानाला ओठ लावून किती मनापासून 'मालतीबाई, तुम्ही किती चांगल्या आहात! माझं तुमच्यावर प्रेम आहे! किती म्हणून सांगू!-' म्हणाले. 'आता कावळे ओरडायला लागले- तुम्ही जा- म्हणून सांगून पहाटे त्यांना बाहेर काढणं किती कठीण होऊन जायचं! 'किती मृदू देह तुमचा!-' म्हणत पुन:पुन्हा गोंजारणं, हलकेच छातीशी कवटाळणं- खरं प्रेम नसेल, तर किती दिवस असं नाटक करत राहणं शक्य आहे माणसाला? आवेग ओसरला, की पुरुषाला नाटक करणंही कठीण होऊन जातं. पण यांचं, अंधारात डोळे भरून यावेत, असं प्रेम! कुठल्याही दुसऱ्या पुरुषाला हे जमणार नाही, हे मलाही ठाऊक आहे. पण मीच हरवून बसले ते! असं का झालं? ते म्हणत होते, ते मी मान्य केलं असतं, तर काय चुकलं असतं?

हं- उठला. दिवा लावला. डोळे दिपून गेले. आत टोचल्यासारखं होतं. 'थोडी ब्रँडी- ए मालती-' थू:! याच्याशी झोपायला लागले म्हटल्यावर यानं अगदी 'अग-तुगं' सुरू केलं! ग्लास तोंडाला लावून गटागटा पितोय्. झोप यावी, म्हणून? दिवा बंद करून पुन्हा पडला अंथरुणावर. 'लांब का जातेस? अशी जवळ ये-' थू:! यानं

काय मला पूर्ण विकत घेतलीय्' की काय? 'बरं- जाऊ दे- झोप-' याच्या बापाची पेंड असल्यासारखी झोपेचं हा मला दान देतोय्? पंधरा दिवस दररोज रात्री नाटक संपल्यानंतर प्रेमाचा वर्षाव करून मला एवढं चिंब भिजवलं- पण कधीही अशी उद्धटपणे हाक मारली नाही अरसीकेरेंनी! किती भारदस्त वागणं-बोलणं! कधी मुद्दाम चेष्टेनं नाही म्हटलं, तरी कानात ओठ ठेवून विनवण्या करत. जीव वेडावून जाईल, असं लहान वय असलं, तरी पुरुषानं आदरार्थी संबोधलं, तर अशा प्रसंगी बाईला किती विचित्र वाटतं! अखेर एकदा मीच सांगितलं, 'तुम्ही मला नुस्तं मालती म्हणा!' तर अंधारातही माझ्या गालावर टेकलेले त्यांचे गाल फुलून आल्याचं मला जाणवलं! पण तरीही चारचौघांमध्ये अगदी आदरानं वागणं-

'आधी चढावांना पॉलिश करायला लावेन- मग मेकअप-'

काय बडबडतोय् हा? जास्त झालीय् वाटतं. रात्रभर आता हा स्वत: नीट झोपणार नाही आणि मलाही झोपू देणार नाही! रात्री उठून माझ्या खोलीत झोपायला पाहिजे. आता घेतली आणि एवढ्यात कशी चढली, म्हणायची? हं- गप्प झोपलाय्. झोप लागली, वाटतं.

छे:, काय उकाडा हा! खिडकीची दारं बंद आहेत- फॅनही नाही. आत सिगारेटचा धूर कोंडलाय्. छे:- ही खिडकी बिल्डिंग बांधल्यापासून एकदाही उघडली नसावी! हॉटेलही तसलंच दिसतंय्. काही तरी अंगावर चालल्यासारखं वाटलं- हा कसला आवाज? खिडकी उघडली गेली, वाटतं.

'झोप नाही आली?'

'उकाडा आहे ना!'

झोप आल्यासारखं वाटलं, तरी झोप येणार नाही. मी वेडेपणा केला काय? लहान माणसाशी लग्न केलं, म्हणून काय बिघडलं असतं? अशा लग्नात लहान-मोठ्याचं काय एवढं? मी काय गरती आहे असा विचार करायला? छे:, हेही काही खरं नाही. मी काही दीड दमडीची रांड नाही. गेल्या पाच वर्षांत मी पुरुषाकडं पाहिलंही नव्हतं. शिवनगौडांचा संबंध सुटल्यानंतर अरसीकेरेंनी आपण होऊन दोन्ही हातांत, माझा चेहरा घेऊन 'तुमच्या मालकंसनं माझं जीवन छेडलं-' म्हणेपर्यंत पाच वर्षांचा काळ मी एकटीच जगत होते. त्यांचं वय लहान. मला मात्र गाताना दम लागत होता. लग्न झालं असतं, तर काय बिघडलं असतं? एकाच पुरुषाचा हात धरून त्याला शरण जायचं, त्याची मुलं-बाळं-

'मालती, हे चोरून दोन तासांचं भेटणं नको. आपण लग्न करू या. आपलं घर थाटू या. नवरा-बायको म्हणून स्वतंत्र राहू या. मला आणखी काहीही नको- तू स्वयंपाक करून मला वाढावं आणि मी जेवावं! आता कशाची वाट पाहायची? मालती, आपण लग्न कधी करायचं?'

माझा श्वास आवळून जाईल, अशा त्यांच्या या विनवण्या! मी का ऐकलं नाही त्यांचं? दीडशे रुपयांची भारी अंगठी अजून बोटात आहे. रेशमी साडी आणून देऊन, वरचेवर मंगळसूत्र करायला देऊ का- म्हणून विचारत होते! जक्काजी मास्तरांनी त्यांच्या थोबाडीत मारली म्हणे. त्या संतापासरशी माझ्यापाशी येऊन 'मालती- चल- आपण लग्न करू या-' म्हणाले, तेव्हा का त्यांच्याबरोबर गेले नाही मी? मी वयानं जास्त असले, म्हणून काय झालं? आणखी पाच-सहा वर्षांनी त्यांनी दुसरी एखादी लहान वयाची बायको आणली असती. चाललं असतं ते. त्याऐवजी 'तुमचं डोकं फिरलंय्-' म्हणाले. त्यांचं मन मी जाणूनच घेतलं नाही. त्यानंतर त्यांनी बोलणंच सोडलं. चारुदत्त वसंतसेनेशीही प्रेक्षकांसमोर बोलायचं, तेवढंच काम उरकावं, तसं बोलू लागला. सगळं प्रेमच सुकून गेलं! त्यांनी पुन्हा बोलावं, म्हणून मन तळमळत असलं, तरी तेवढं धैर्य कुठून येणार? नशीबच दरिद्री माझं-

पदराचा बोळा तोंडात कोंबण्याआधी हुंदका फुटला.

थू:! याच्यापुढं रडता कामा नये-

त्याच वेळी त्यानं कूस पालटली.

'गाणं नाही- नटसम्राट चारुदत्त- बेंगलूर, मद्रास, हैदराबाद-'

काय बडबडतोय् हा?

हुंदका आवरून ती उताणी झोपली.

बाहेर गर्दी. आवाज ऐकू येताहेत. कुठली तरी रेल्वे गेलेली दिसते. किंवा सिनेमा सुटला असेल. दीड-दोन वाजले असावेत. रस्त्यानं जाणारी माणसं मोठमोठ्यानं बोलत चालली होती.

तोही जागा झाला. पुढं झुकून त्यानं दिवा लावला. चादर बाजूला सारून तो बाथरूमला गेला. आल्यावर दिवा बंद करून अंथरुणावर पडल्यावर थोड्या वेळानं त्यानं विचारलं,

'झोप लागली?'

याच्याशी आता बोलता कामा नये. तरीही तो हलवून विचारतोय्,

'झोपलीस, की जागी आहेस' मुद्दाम करतेस काय?'

आता हा पूर्णपणे जागा झालाय्. त्याचा आवाज कुठून तरी ऐकू यावा, तसा ऐकू येत होता. जागं व्हायची इच्छा असली, तरी पूर्ण जाग येत नाही. झोप हातांतून निसटतेय्. वाटेत शकार आडवा उभा आहे. चारुदत्ताला हुलकावणी देऊन, चारुदत्ताचाच वेष घेऊन शय्यागारात शिरलाय्! हे वसंतसेनेलाही ठाऊक आहे. बरं झालं! त्या रांडेची तीच लायकी आहे!

'झोपलीस? मुद्दाम करतेस तू-'

'नाही- झोप लागून खूप वेळ झाला.'

'एका गोष्टीचा फार मनस्ताप होतोय्. खरं ते सांगशील?'
'काय?'
'नाटक संपल्यावर अरसीकेरे तुझ्या खोलीत यायचा? दोन महिने चालला, म्हणे, तुझा धंदा!'

बोलत नाही रांड! म्हणजे खरं असणार!

'ये इकडं-'

ती पुन्हा गप्प राहिली.

होय- ती कबूल करतेय्.

'रस्त्यावरच्या रांडेसारखी तू चवली-पावलीची गिऱ्हाइकं केली असतीस, तर मला मनस्ताप झाला नसता. पण अरसीकेरेसारख्या हलकटाला जवळ केलंस! किती रुपये दिले त्यानं?'

काहीही बोलत नाही ही- सगळं कबूल करतेय्! थू:! थुंकायला पाहिजे हिच्या तोंडावर!

'कुणी सांगितलं तुम्हाला?'
'सगळं मास्तराला समजलं- त्यानं याला मारलं- हा तुझ्या गळ्यात मंगळसूत्र बांधायला धावला- सगळं ठाऊक आहे मला!'

पुन्हा शांतता पसरली.

'झोप आली काय? नेमक्या वेळी कशी झोप येते तुला? हे बघ- आता तू माझ्या कंपनीत आहेस. त्यानं तुझा पदर सारल्याचं समजलं, तर त्याच्या डोक्याची भकलं करेन!'

'कुत्र्यागत भुंकू नकोस. गप्प पड-' आवाज न चढवता तिनं सांगितलं.

'ए रांडे- आधी वहाणेनं बडवून काढतो तुला-' तो संतापानं बरळला.

तीही संतापानं म्हणाली,

'मीही अनवाणी फिरत नाही, लक्षात ठेव!'

तिरीमिरीसरशी त्यानं उठून दिवा लावला आणि तोल सावरत त्यानं चपलेला हात घातला.

तिनं किंकाळी फोडली.

काही क्षणांतच दारावर थापा ऐकू आल्या.

तिनं दरवाजा उघडला. दारातून हॉटेलचा मालक खोलीत येऊन म्हणाला,

'हे बघा, गोंधळ करायचा नाही. पोलिस येतील आणि आम्हांला ते महागात जाईल- तुम्हालाही त्रास होईल-'

-आणि तो निघून गेला.

तो गेल्यावर सावनूरही पलंगावर पडला. धुंदीतल्या बडबडीला मीही उगाच उत्तर

दिलं, असं म्हणत तीही झोपली.

पण तिला झोप लागली नाही.

आज झोप अशी का त्रास देतेय्? गेले आठ दिवस ब्रँडी मिळाली नव्हती, तरीही झोप पूर्ण होत होती. आज ब्रँडी मिळाली. या मुड्याच्या आग्रहापायी जास्तच घेतली. तरी झोप जवळपास फिरकत नाही.

ती उठली. दिवा लावला. त्याच्या पापण्या हलल्या नाहीत. टेबलावरच्या बाटलीत आणखी थोडी आहे. ग्लासमध्ये ती ओतून घेऊन खुर्चीत बसून ती एकेक घोट घेऊ लागली.

पुन्हा तीच आठवण- होय- म्हणूनच झोप येत नाही.

अरसीकेरे आले, त्या पहिल्या दिवशी मी घोटभर घेतली होती. जवळ येताच त्यांनी विचारलं,

'कसला वास हा?'

मी खुलासा केला,

'पावसाच्या सीनमुळं थंडी वाजते- सर्दी होते ना-'

त्यांनी माझा हात हातात घेऊन आश्वासन मागितलं,

'यानंतर घेणार नाही ना-'

मीही कबूल केलं. ते येऊन जाईपर्यंत खरोखरच मी घेत नव्हते-

ती उठली. दिवा बंद करून झोपली. गाढ झोप येईल, या विश्वासानं तिनं डोळे मिटून घेतले.

त्यानंतर त्यांनी माझ्याशी बोलणं का सोडावं? मी आपण होऊन त्यांच्याशी बोलायला हवं होतं. माझ्याबरोबर लग्न करायची आशा त्यांच्या मनात असणार. नकार दिल्यामुळं त्यांना राग आला असेल. माझंच चुकलं. मीच आपणहोऊन बोलून त्यांचं मन शांत करायला पाहिजे होतं. मी नाही म्हणाले, तेच मुळात चुकलं माझं.

साडेनऊ वाजता जाग आली. सावनूर अजूनही झोपला होता.

तिला स्वत:ची शरम वाटली.

वेश्येसारखी वागले काय मी?

न्हाणीघरात जाऊन नळाच्या पाण्यानं तिनं दात घासून स्वच्छ आंघोळ केली. धुतलेलं नवं लुगडं नेसून, तिनं केस विंचरले. स्नो, पावडर-कुंकू लावून, चपला घालून ती बाहेर आली. जिना उतरून बाहेर पडताना हॉटेल-मालक तिच्याकडे प्रश्नार्थक मुद्रेनं पाहत होता. असल्या व्यवसायाचंच हॉटेल असल्याचं एव्हाना तिच्या लक्षात आलं होतं.

ती थेट मराठा गल्लीत शिरली. अगदी शेवटच्या घरी चटईवर बसलेले जक्काजी मास्तर एका पिशवीत आपले कपडे भरत होते. तिला पाहताच त्यांच्या

चेहऱ्यावर आश्चर्य उमटलं. 'ये... बैस...' म्हणून तिचं स्वागत केल्यावर ते मुकाट्यानं बसून राहिले.

तिलाही काय बोलावं, ते सुचत नव्हतं.

तिनंच सुरुवात केली,

'तुम्हांला समजलं असेलच. हे पोट वाईट आहे, बघा! काल सावनूरनं मला तिकडं नेलं. बाकीचेही सगळे त्याच कंपनीत गेले, म्हणे-'

'हं- समजलं मलाही.'

'मी तेवढ्यापुरतीच जातेय्. तुम्ही कंपनी सुरू केली, की कळवा.'

'आमचाही तोच हट्ट आहे. जप्तीचं बनहट्टीला ठाऊक नाही. आता त्याला कळवायलाच मी निघालोय्.'

'तुम्ही कंपनी सुरू केली, की सगळे पुन्हा येतील. तुम्ही आहात- मी आहे- अरसीकेरे आहेत-'

'अरसीकेरे? तो तर मुंबईला निघून गेला. एव्हाना तिथं पोहोचलाही असेल-'

'बोलावून घ्या त्यांना- म्हणावं, कंपनी सुरू केलीय्-'

'पण त्यांचा पत्ताच नाही. तो तर ठाऊक व्हायला पाहिजे ना!'

'पत्ताच नाही?' त्यांच्याकडे पाहत तिनं विचारलं.

चार

तो आता येणार नाही, म्हणून मन सांगत होतं. तो आला, तरी मान वर करून त्याच्याकडे पाहणं शक्य नाही. पण तो आला नाही, तर हरल्याची- झिडकारला गेल्याची भावना. गेले दोन दिवस त्यानं बोलणंच टाकलं होतं. आधीही तो फारसा बोलायचा नाही म्हणा! मी आपण होऊन वेदांत-पाठ सांगण्यासाठी बोलावलं, तरच यायचा. गेले दोन दिवस मला वेढून टाकणारं त्याचं मौन. त्या वेळी तर आपणच कुठं तरी काळं करावंसं वाटलं होतं. आता तो निघून गेला, तर झिडकारलेपणाची भावना सहन करणं अधिक कष्टाचं वाटतं.

ते मंडपाबाहेर येऊन बसले. भर्र वारं वाहत होतं.

मलाच ओढून नेईल, की काय, असं वाटणारं वारं. नाही तरी माझी दुसरी काय गत आहे? छेः! वेडंवाकडं चेहऱ्यावर हबके मारणारं वारं! या वाऱ्यात स्वतःला सावरून बसावं लागतं. हा आणि समोरच्या बाबाबुडन डोंगरामधल्या अस्पष्ट दिसणाऱ्या भूभागावर रोखलेली दृष्टी-

तो इथं आला, तेव्हा माझा अहंकार वाढला होता- एक बुद्धिवान- जिज्ञासू शिष्य मिळाला, म्हणून! मनापासून सेवाही करायचा. जे नको म्हणत मी इतके दिवस दूर ठेवलं, तेच वेगळ्या स्वरूपात सामोरं आलं. मला असा तिरस्काराच्या अरण्यात टाकून कुठं गेला हा? मुंबईला गेला असेल, की आणखी कुठं? पण जाणार कुठं? याला आपलं असं गाव नाही - वस्ती नाही - माणसं नाहीत. पोट भरायला मुंबईसारखं दुसरं गाव कुठून मिळणार? हेही त्याचंच मत. तिथं गेल्यावर पळशीकरांना भेटून सगळं सांगेल आणि म्हणेल, 'असं- असं केलं तुमच्या रंगनाथस्वामीनं!' ते सगळी हकीकत सोमशेखरला सांगतील- मग हळूहळू सगळ्यांना समजेल. त्यानंतर इकडं चिकमंगळूरच्या भक्तांनाही समजेल- हा डोंगर- समोर बाबाबुडन डोंगर- हळूहळू कोसळतंय् सगळं- मी जमिनीत जिवंत गाडला जातोय्- दोन दिवस म्हणजे काल- अंहं- आज तो मुंबईला पोहोचला असेल. आज पळशीकरांच्या पुस्तक-भांडारात जाऊन- या वेळेपर्यंत त्यानं सांगितलंही असेल!

असाच अर्धा तास गेला. नंतर वाटलं, नाही सांगणार तो! त्याहीपेक्षा किती तरी पट तिरस्कार त्याच्या मनात भरलेला आहे. एकीकडे सुटकेचा सुस्कारा सोडावासा

वाटला, तरी- डोंगर कोसळतोय्. मी मातीत गाडला जातोय्. मला शिक्षा करण्यासाठीच हा जन्मलाय्, की काय, कोण जाणे!-

ते उठून आत निघाले.

आतली बाजू उबदार आहे. इथंच- आज पाच दिवस झाले.

तशी मनात अपेक्षा निर्माण होऊन महिना झाला होता. त्यालाही झोप लागली नव्हती म्हणे. तोच नंतर म्हणाला होता,

'माणसाला कामवासना कुठल्या पातळीपर्यंत झाली खेचते, ते बघण्यासाठी मी मुद्दाम झोपेचं सोंग घेतलं होतं. कितीही किळस आली, तरी!'

इथं शिष्य गुरू झाला आणि गुरू शिष्य झाला. नंतर तो निघूनच गेला! 'स्वत:ला स्वत:मध्ये शोध-' म्हणत असेल कदाचित!

ते चटईवर बसले. शेजारी फळीवर ठेवलेले किती तरी ग्रंथ - ग्रंथांची रांग. याला संस्कृतचं ज्ञान आल्यावर हे ग्रंथ शिकवायचे, असं त्यांनी ठरवलं होतं.

यम-नियम, योगासनं, प्राणायाम- अंहं- त्याला प्राणायामापर्यंत ठाऊक होतं. इंद्रिय- निग्रहाच्या बाबतीत तर तो माझ्यापुढं गेला होता. एक प्रकारची उदासीनता त्याच्या स्वभावाचाच भाग झाली होती.

त्यांना तिथं बसवेना. ते उठून बाहेर आले.

हे वारं- वाऱ्याची दिशा वरचेवर बदलत आहे. पूर्व-पाश्चम नाही आणि उत्तर-दक्षिण वाहत नाही. मुळ्ळय्याचा डोंगर निळ्या धुरात माखल्यासारखा दिसत होता. आणखी कुणाला मार्ग दाखवतो म्हणणं चुकीचं आहे. माझ्यापुरता मी राहत होतो. भगवी कफनी नको- मठ नको- हा मंडप पुरेसा आहे. अंगावर पांढरा शर्ट- पांढरे कपडे. सहानुभूती असणारी चार माणसं पोटापुरतं काही तरी आणून देत होती. आपापल्या संसारातल्या सुख-दु:खांची गाऱ्हाणी सांगून मन मोकळं करत होती. राग-लोभ सोडून विचार करणं हाच विवेक आहे वगैरे सांगितलं, की ते त्यांनाही पटत होतं. त्यांनी ते आणखी चार-सहा मित्रांना सांगितलं. तेही इथं येऊन गेले- मला गुरू मानू लागले- आदर दाखवू लागले. हे कसं चुकवायचं?

बाबाबुडन डोंगर निळाईत बुडत आहे. तिकडून पाहिलं, तर हा डोंगरही निळाच दिसतो. सक्करेपट्टणहून पाहिलं होतं ना?

विश्वनाथ आज मुंबईमध्ये- पण तो तिथंच गेलाय् कशावरून? पण मग कुठं जाईल तो? किती तरी ठिकाणी तो भटकून आलाय्. रेल्वेरुळांवरून किती तरी चालत फिरलाय्. किती तरी प्रकारच्या लोकांबरोबर! काहीही न दडवता, न लपवता. तो कुठल्याही दिशेला जाणं शक्य आहे. तरीही तो मुंबईलाच गेला असेल, असं पुन:पुन्हा का वाटतंय्?

पोटात आग पडलेली जाणवत होती. स्वयंपाक करून घेण्याचा उत्साह नव्हता.

इतके दिवस तोच स्वयंपाक करून वाढत होता. त्यामुळंही शरीर आळसावलंय्. जेवण कशाला करायचं? पण हे पोट- त्यानं ऐकायला हवं ना!

मंडपाच्या एका कोपऱ्यातली चूल पेटवून त्यावर त्यांनी आधण चढवलं. एका पातेल्यात तांदूळ-डाळ-तूप-गूळ एकत्र शिजवायचं- तीच त्याची सवय होती. मीठ-तिखट- बाकी सगळं खोटं म्हणत किती तरी वर्षं काढली होती. तरीही संयम-नियंत्रण- निदान वेड तरी कमी करता येईल, असं वाटलं होतं. रंगनाथ हे जन्मनाम पुरेसं आहे, म्हणून तरी इतरांनी ऐकायला हवं ना! मग नावापुढं आदरार्थी संबोधन आणि आपसांत उल्लेख करताना 'रंगनाथस्वामी!'

विश्वनाथ रागानं बोलला नव्हता. त्याच्या बोलण्यात कळकळ होती. लक्ष देऊन ऐकण्याइतका मी त्या वेळी सावधही नव्हती. की तिरस्कार? मान वर करून नीट पाहिलं असतं, तर नीट समजलं असतं कदाचित. आवाजही नीट. तो म्हणाला होता, 'विश्वामित्राचा तपोभंग करण्यासाठी इंद्रानं रंभा-मेनका वगैरे अप्सरा पाठवल्या, या कुणी तरी रचलेल्या पुराणकालीन दंतकथा असतील. पण मला वाटतं, इंद्र विश्वामित्राचा मित्र किंवा हितसंबंधी होता. मला वाटतं, विश्वामित्राचं अध्यात्म वठण्याच्या स्थितीला आलं, तेव्हा इंद्रानं अप्सरेला पाठवलं- अध्यात्म फुलारलं-फळाला आलं. विश्वामित्र ऋषी झाला!'

काय अर्थ याचा? मीही लग्न करावं, म्हणतो हा? की रंभा- मेनकेसारख्या वेश्यांशी संग करावा, म्हणून सांगतो? हा ओंडका पूर्णपणे सुकलेला नाही. रानातली लाकडं अशीच : पूर्णपणे न सुकलेली. बाहेर तीक्ष्ण बाणांसारखा वाहणारा वारा. त्यानंच सांगितलं ना?-

'मी हे रागावून सांगत नाही. या संदर्भातला संताप, नैतिक कोप वगैरे मी कधीच मागं टाकलंय्. मुंबईमध्ये वेश्यावस्तीच्या एका टोकाला मी राहत होतो. शुक्लाजी रस्त्यावर. थोडे अधिक पैसे दिले, तर चांगल्या रूपाच्या आणि रोगराई नसलेल्या, खात्रीच्या, लहान वयाच्या, चागल्या मुली मिळू शकतात. त्यांतली एक मुलगी निवडून घ्या आणि एका संपूर्ण आठवड्यासाठी ठरवा. त्यानंतर तुमच्या मनात त्याविषयी अनासक्ती निर्माण होईल. कदाचित त्यानंतर तुमच्या मनात अध्यात्म निर्माण होईल. केवळ कामभावना वाईट नाही- विकृत काम वाईट, हे लक्षात घ्या-'

तिथल्या तिथं घुटमळणाऱ्या धुराला बाजूला सारून आगीनं लाकडाच्या टोकाचा ताबा घेतला. चुलीवरच्या आधणाला काही वेळातच कढ आला.

डाळ बोटचेपी शिजल्यावर तांदूळ वैरायला हवेत.

ते तांदूळ धुऊन आणण्यासाठी उठले. पाणी घालून तांदूळ चोळून स्वच्छ धुताना मनात आलं-

संयमाच्या पातळीवरच दडपायला पाहिजे. एखाद्या दिवशी मनात कसा विकार

उसळून येतो! अनावर विकार! प्रचंड हिंसा देणारा विकार- अखेर स्वतःचेच हात वापरून दमन करेपर्यंत तांडव करणारा विकार! त्यानंतर संपूर्ण मनाला व्यापून राहणारा खेद- आत्मनिर्भर्त्सना! एवढ्या मानसिक झगड्यानंतरही विकार नष्ट न झाल्याची खंत! मग निर्धार- पुनर्निर्धार- वाऱ्यावर तरंगणाऱ्या पांढऱ्या ढगासारखं मन- भावनेचं क्रौर्य नसलेलं सुख. पण पुन्हा शुभ्र ढग काळे होत असल्याची सूचना! मनाची ससेहोलपट. त्यातच कुठं तरी नैतिक समाधानही!-

डाळ शिजली, तांदूळही शिजले. गूळ-तूप घालून पाच मिनिटं ठेवल्यावर त्यांनी पातेलं चुलीवरून खाली उतरवलं. थंड होऊ दे, म्हणत ते पुन्हा बाहेर आले.

चूल शांत झाली. थंड धूर नि:शब्दपणे आकाशात चढत होता- पुन्हा काळा होत होता-

मुंबईशिवाय आणखी कुठं जाणार हा? महिन्यापूर्वी - हो - महिन्यापूर्वीच पुन्हा वासनेनं फणा काढायला सुरुवात केली होती. सुरुवात- अंहं- तेव्हा पुन्हा अस्तित्व जाणवू लागलं होतं. पाठोपाठ येणारी निर्भर्त्सना- मानसिक हिंसा- यांतलं काहीच अपरिचित नाही, म्हणा! माझ्यापेक्षा उंच, शिष्य म्हणून अपार प्रेम, टणक पाठ, चोविसावं वर्ष म्हणे- पण पन्नाशीची प्रौढता दर्शवणारे डोळे! त्याचे डोळे त्याच्याआधी सव्वीस वर्षं जन्मले असतील काय? लांबवर उभं राहिलं, तर हिरवं सुद्धा निळं दिसतं. मन शांत होतं- मनाची आंदोलनं शांत होतात. त्याच दगडावर टेकून आकाशात नजर फिरवताना आठवलं- या डोंगरावर येऊन दहा वर्षं झाली. इथून कुठं गेलंच, तर चिकमंगळूर किंवा मुंबई. नाही तर कुठंच नाही.

ललितम्माच्या लग्नानंतर प्रथम मुंबई पाहिली. मंजुनाथप्रमाणे तिचीही माझ्यावर अपरिमित भक्ती! वडलांसारखाच स्वभाव तिचाही. तिचा नवराही तसाच आहे. केवळ सासू-सासऱ्यांची भक्ती आहे, म्हणून नव्हे- त्याची स्वत:चीही भक्ती आहे. मुंबईच्या लोकांचा साधूसंतांवर अधिक विश्वास! काही जण संतापतात- आक्षेपही घेतात. ललितम्मा सांगत होती-

'केवळ मी सांगते किंवा तुम्ही भगवे कपडे घातले, म्हणून विश्वास ठेवणाऱ्यांपैकी सोमशेखर नाही-'

स्वत: सोमशेखरही म्हणतो,

'असंच असलं पाहिजे तुमच्यासारखं! भगव्या कपड्यांचं अवडंबर नाही- वरून साधेपणा आणि आत अध्यात्म!'

आत्मनिर्भर्त्सना पाप आहे. माझं चुकलं, हेही खरंच. झालं-गेलं विसरून जायला पाहिजे. माझं चुकलं, हे मला मान्य आहे. पण त्यानं माझा एवढा तिरस्कार का करावा? हे मानसिक क्रौर्य नव्हे काय? कुठल्याही प्रकारचं क्रौर्य त्याज्यच आहे!

या विचारानं आत थोडं समाधान वाटलं.

भूक जाणवली. ते मंडपात जाऊन जेवायला बसले.

तोंडात घास घालताना आठवलं, मुंबईत ललितम्मा सांगत होती,

'स्वामीजी, तुम्ही आला, की मी स्वयंपाक करीत नाही. आमचा पुट्टण्णा मनात येईल, तेवढी डाळ आणि तांदूळ शिजवून ठेवतो.'

असंच पाहिजे जेवण! जास्तीचा बडेजाव नको-

पण यानं सोमशेखरच्या घरी जाऊन 'तुमचा स्वामी असा आहे', म्हणून सांगितलं, तर? हा सांगणार नाही, हे निश्चित. पण सागितलं, तर त्यांच्या मनात काय येईल माझ्याविषयी?

जेवण संपल्यावर त्यांनी भांडी घासून आत ठेवली. पोटात अन्न पडलं, की उन्हाचा तापही कमी जाणवतो. त्यांनी मंडपाभोवती चार फेऱ्या मारल्या- नंतर निवांतपणे तिथल्या दगडावर बसले. भोवताली पाहताना मनात आलं, या डोंगराला चंद्रशिळापर्वत हे नाव का आलं असेल? इथले दगड तर काळेभोर आहेत. कुणाला तरी विचारायला पाहिजे- विसरलोच होतो- आकाशात नजर फिरवताना त्यानं सांगितलेली एक घटना आठवली- प्रत्येक वाक्यन् वाक्य-

'माझाच एक अनुभव सांगतो. अनेक वर्षांपूर्वीची गोष्ट. सोळा वर्षांचा होतो मी. आत्महत्या करायचा मनाचा निर्धार झाला होता. धडाडणाऱ्या इंजिनाखाली देह झोकून क्षणार्धात जीव संपवायचा, या निर्धारानं मी रेल्वेरूळ शोधत निघालो होतो. चालत नव्हे, धावत. त्यातही थोडा दम लागला, की भराभरा चालत होतो, एवढंच. मध्ये एक खेडेगाव लागलं. मला त्या गावाची काहीच माहिती नव्हती. गावाच्या वेशीपाशी दोन मोठाली झाडं होती. गावात गेल्यागेल्या एक घर सामोरं आलं. ओसरीत विडी-काडी, केळी-शेंगदाण्यांचं एक छोटं दुकान होतं. तिथं बसलेल्या म्हातारीनं माझ्याशी ओळख करून घेऊन बोलायला सुरुवात केली. तिनं मला पाणी प्यायला दिलं, आग्रह करून तिनं एक सिगारेटही बळेच हातात दिली. नंतर ती मला घरात घेऊन गेली. तिथं तिची मुलगी वेश्येचा व्यवसाय करत होती. ती संपूर्ण वस्तीच तशा लोकांची होती. डोंबजातीची वस्ती. प्रत्येक घरातल्या मोठ्या मुलीला धंद्याला लावायची त्यांची पद्धत होती. सहा-सात वर्षांच्या मुलीची आई तिथं होती. ती मला एका खोलीत घेऊन गेली. त्या आधी मी तिला एका नाटकातही काम करताना बघितलं होतं. तिनंही मला ओळखलं. 'इथं कसा आलास-' म्हणून चौकशीही केली. खरं तेच सांगितलं. यावर ती म्हणाली, 'मरायचं कशाला? मरून कसलं सुख मिळणार आहें?' तिनंच पुढाकार घेतला. माझे हात-पाय थरथरत होते. माझा पहिला अनुभव- अधिक वर्णन नको. वर्णन करताना मन लंपट होतं. प्रत्यक्ष अनुभवापेक्षा लंपटपणा वाईट. माझ्या कल्पनेतही नसलेलं सुख मला तिथं मिळालं. त्यानंतर कधीही जीव देण्याइतकी उद्विग्नता माझ्या मनाला ग्रासू शकली नाही.

जगण्याचा आत्मविश्वास माझ्या तनामनांत भरून राहिला. आजही ती मला आठवते- लंपटतेच्या भावनेतून नव्हे, माझा जीव तिनं वाचवला, या कृतज्ञतेपोटी!'

सहा महिने तो माझ्याबरोबर होता. पण त्यानं कधीही माझ्यापुढं मन मोकळं केलं नव्हतं.

एकदा म्हणाला, 'मुंबईमध्ये दहा- बाराजणांच्या एका मेस्‌मध्ये स्वयंपाक करून पोटाचा आणि राहण्याचा प्रश्न मिटवला आणि पळशीकरांच्या पुस्तकालयात ग्रंथ वाचत होतो अध्यात्मावरचे.'

त्या आधीच्या आयुष्याची चौकशी केली, तर म्हणायचा,

'आई-वडील लहानपणीच वारले- सांगण्यासारखं काहीही नाही.'

त्या वेळी तो एवढं बोलत असताना काही प्रश्न विचारत गेलो असतो, तर त्याच्याविषयी अधिक माहिती मिळू शकली असती. पण नजर वर करून त्याच्या दृष्टीत दृष्टी मिसळून बोलणं शक्य झालं नाही. त्या वेळी तर मन इतकं शरमून गेलं होतं, की त्याच्या बोलण्याचा नेमका अर्थही समजला नाही. मला रागावण्यासाठी तो हे सांगत आहे, असंच वाटलं होतं. पण आता समजतंय्, त्यानं फक्त तेवढ्याचसाठी हे सांगितलं नाही. त्यानं एक थोबाडीत मारली असती, तरी त्या वेळी मी काय करणार होतो? का मारलं नाही त्यानं तेव्हा? त्याला तेवढा राग आला नव्हता, की तेवढी अंगात शक्ती नव्हती? त्यानं मारलं असतं, तर मनाला एवढा त्रास झाला नसता, की काय, कोण जाणे! पण न सांगता निघून गेला हा! यानंतर ओळखीचा हा धागा पूर्णपणे तुटला म्हणायचा काय?

आकाशाची निळाई कमी होत होती. पलीकडच्या बाबाबुडन पर्वत आणि इकडच्या मुळ्ळय्या डोंगराच्या रांगाही अस्पष्ट दिसत होत्या.

पूर्णपणे अंधार पसरायच्या आधी कंदील पुसून तेल भरून पेटवायला पाहिजे. ते उठले. नवा डबा फोडून रॉकेल काढायला हवं होतं. डबा फोडताना आठवलं-

हा त्याच्या पैशांनी आणलेला डबा आहे. त्यानं आपले बाकीचे पैसे नेलेत, की नाही?

त्यांनी पुस्तकांच्या रांगेमागच्या कापराच्या डबीत पाहिलं. होय. एकहजार एकशे तीस रुपये त्यांनी बाहेर काढून मोजले.

निघून जाताना यानं स्वतःचे पैसे न्यायला काय हरकत होती? विसरून गेला, म्हणायचं, की रागानं तिरस्कारानं माझ्यावर पैसे फेकून गेला हा?

मन अस्वस्थ झालं.

इथलं सामान संपत आलं होतं. चिकमंगळूरला तसं कळवलं, तर मंजुनाथ, पुट्टण्णा, रामशेट किंवा चंदय्या स्वत: येतील- सामान भरून वर पन्नास-शंभर रुपये ठेवून जातील.

पण तो म्हणाला,

'आपल्याकडे पैसे असताना इतरांकडून का पैसे घ्यायचे?'

तो स्वत: चिकमंगळूरला गेला आणि मुंबईमधल्या खात्यावरचे एकहजार दोनशे रुपये त्यानं मंजूनाथाच्या खात्यावर मागवून घेतले. नतर त्यानं स्वत: आवश्यक ते सामान आणलं. मुंबईच्या बँकेतलं खातं त्यानं तेव्हाच बंद केलं. आता इथूनही रिकाम्या हातीच गेलाय्. तिकिटासाठी काय केलं असेल त्यानं? जेवायचं काय करत असेल? भीक? पण भीक मागण्याचा पराकोटीचा तिरस्कार होता त्याला. रात्री मंडपाबाहेर वारं घोंघावत होतं. आतही त्या थंडीचं अस्तित्व जाणवत होतं. कांबळं पांघरल्यामुळं आत उबदार होतं.

त्याला याच कांबळ्यात- तीन? उद्या चौथा दिवस. किती तरी वेळानं त्याला झोप लागली. सकाळ होताच संपूर्ण अस्तित्वच हवा सोडलेल्या चेंडूसारखं कुस्करून जाईल. त्यानं मला नाकारलं आहे, हेच खरं! एकदा संबंधच नाकारल्यावर सांगून जाण्यात तरी काय अर्थ आहे? पराकोटीची तुच्छता ज्याच्याविषयी वाटते, त्याच्याशी बरं तरी बोलण्याची काय आवश्यकता आहे? पण तो आपले पैसे का ठेवून गेला? विसरला नाही, हे नक्की. त्यानं पैसे नेले असते, तर मनावरचा भार हलका झाला असता.

कूस बदलून बदलून कंटाळा आल्यावर ते बाहेर आले.

वाऱ्याचा जोर ओसरला होता. पण अजूनही थंडी वाजतच होती. चांदणं फिकट होतं. दूरवरचे डोंगर अस्पष्ट दिसत होते. ढगांच्या पापुद्र्याआड चंद्राची कोरही अस्पष्ट दिसत होती.

चार दिवसांपूर्वी अशाच रात्री शौचाला म्हणून उठून गेला- किती तरी वेळ झाला, तरी तो परतला नाही. त्याच वेळी समजलं - त्याच्या मनात माझ्याविषयी पराकोटीचा तिरस्कार आहे. आधी वाटलं- तो बाहेर दगडावर बसला असेल किंवा मंडपाभोवती फिरत असेल-

थंडी वाढतेय्. अंगाचा थरकाप उडतोय्.

ते पुन्हा आत जाऊन कांबळं पांघरून झोपले. झोप येईलसं वाटलं. समाधान वाटलं. झोप आलीही.

सकाळी जाग आली, तेव्हा मनात दृढ निश्चय झाला होता. आताच्या आता इथले पैसे घेऊन मुंबईला जायचं, 'चूक करणं हा मानव-स्वभाव आहे- विसरून जा,' म्हणून त्याला सांगायचं आणि माघारी निघून यायचं. सहा महिन्यांपूर्वीच हरिद्वारहून येतानाच मुंबईला पळशीकरांकडे जाऊन आलोय्. वरचेवर जाणं बरं नव्हे. या खेपेला त्यांच्या घरी उतरायचं नाही. त्यांचं पुस्तकालय शोधून काढलं, की त्याचा पत्ता सापडेल.

मी त्याला शोधायला आलोय्, ही बातमी सोमशेखर किंवा इतर कुणालाही कळू देऊ नका, म्हणून सागितलं, की पुरे!

मनाची तयारी झाली. यावर पुन्हा विचार करायची किंवा विचार बदलायची आवश्यकता वाटली नाही.

दुपारी जेवताना मन हलकं झालं होतं.

एवढं करून आलो, की मनावरचा भार हलका होईल आणि पुढचं आयुष्य पुन्हा पहिल्यासारखं केवळ माझंच राहील.

त्यांनी पांढरं धोतर - पांढरा नेहरू शर्ट अंगावर चढवला, लांब वाढवलेले केस विंचरले.

दाढी करायला हवी होती- उद्या सकाळी रेल्वेत करता येईल.

मंडपाच्या दाराला कुलूप लावून हातात कापडी पिशवी आणि पायांत कॅनव्हासचे बूट चढवून ते डोंगर उतरू लागले. त्यांच्या गळ्यातली लाल मण्यांची माळ उन्हात चमकू लागली.

डोंगर उतरून, रस्त्याला लागून, ते कडूर स्टेशनवरच्या बाकावर पहाटेपर्यंत झोपून उठले. पहाटे रेल्वे आल्यावर त्यात बसल्या- बसल्या आपण ज्या कामासाठी निघालो, ते पूर्ण झाल्यासारखं वाटू लागलं.

आत्महत्या करायला निघाला होता. त्या आधीही कधी आत्महत्येचा विचार त्याच्या मनात आला होता का? कोण जाणे! छे:- याच्याविषयी आपल्याला काहीच ठाऊक नाही. तो भेटल्यावर सगळं विचारायला हवं. तरीही सोळाव्या वर्षी स्त्रीचा अनुभव- त्यानंतर पुन्हा कधीच उद्विग्नता मनाला ग्रासली नाही, म्हणून सांगत होता. म्हणजे अनुभव बराच दिसतोय्! स्वत: वाईट मार्गानं भरपूर वाटचाल करून माझ्या मनात अपराधीपणाची भावना निर्माण करून गेला हा!

त्यांच्या मनात संताप उफाळून आला.

आधी त्याला बोलतं करून त्याची सगळी माहिती नीट जाणून घ्यायला पाहिजे. त्यानंतर त्याच्या पदरी त्याचं माप टाकून 'माझ्या चुकीपेक्षा तुझ्या चुका मोठ्या आहेत- ठेचा खाऊन-खाऊन तुझ्या पायांची बोटं कशी झाली आहेत, ते आधी पाहा', म्हणून सुनवायला पाहिजे!

या विचारानं त्यांना एकदम हलकं वाटलं. दुपारपर्यंत या विचारानं हलकं वाटलं, तरी नंतर मनात आलं-

त्यानं कितीही ठेचा खाल्ल्या असल्या, तरी माझ्या पायावरचा डाग खोटा ठरत नाही- तो आधी पुसणं आवश्यक आहे-

पुन्हा त्यांच्या मनाची तळमळ सुरू झाली.

तो मुकाट्यानं तयार झाला असता, तर कसलाच प्रश्न उद्‌भवला नसता. हे

पाप आहे, असं वाटून माझ्याही मनाची तळमळ झाली नसती.

दुसरे दिवशी सकाळी दादरला उतरण्याआधी त्यांनी गाडीतल्या प्रवाशांकडे 'भायखळा सार्वजनिक पुस्तक भांडार' कुठं आहे, याची चौकशी केली. हॉटेलमध्ये दूध- भात जेवून त्यांनी लोकल पकडली आणि बॉंबे सेंट्रलला आले. टॅक्सीमध्ये बसून जाताना जाणवलं- फर्लांगभरही अंतर नाही. ते जिना चढून वर गेले. इंग्लिश, हिंदी, मराठी, संस्कृतही- किती तरी ग्रंथ! वाचन-विभागात नियतकालिकं- साप्ताहिकं - मासिकं - साठ- सत्तर पेक्षा जास्त! दारापाशी बसलेल्या एका कारकुनापाशी चौकशी करून ते पळशीकरांच्या खोलीकडे गेले. त्यांना पाहताच पन्नाशीचे पळशीकर गडबडून आदरानं उठून उभे राहिले. त्यांच्यासमोर हात जोडत येऊन त्यांना आपल्या खुर्चीवर आदरानं बसवत पळशीकरांनी आदरानं चौकशी केली,

'कधी पायधुळीची कृपा केलीत, ते समजलं नाही.'

'आताच आलो. थेट इथंच आलो.'

'थोडी फळं मागवतो- फळांचा रस चालेल ना?' म्हणत पळशीकरांनी चपराश्याला बाहेर धाडलं. नंतर पुन्हा चौकशी केली, 'सहा महिने झाले होते दर्शन होऊन! कसे आहेत विश्वनाथ?'

'त्यासाठीच तर आलोय् इथं. पाच दिवसांपूर्वी तो एकाएकी निघून गेला. इथं आला, असं वाटलं, म्हणून आलो.'

'मलाही काही कल्पना नाही. इथं पुस्तकालयात तर आले नाहीत ते. इथं ते राहायचे, तिथं आले आहेत, की काय, कोण जाणे! पण असे अचानक का निघून गेले, म्हणायचे? एका सह्याद्रीच्या फाट्यावर डोंगरावर आपलं वास्तव्य असतं, नाही का? कंटाळा आला असता, तर ते सांगून गेले असते. तसाच स्वभाव आहे त्यांचा!- अर्थात अशी माझी समजूत होती-'

रंगनाथ काहीच बोलले नाहीत.

'अर्थात कोण, केव्हा, कसा वागेल, ते सांगता येत नाही, म्हणा!'

तरीही ते काही बोलले नाहीत.

पळशीकरांनाही पुढं काय बोलावं, ते समजेना.

दोन वर्षांपूर्वी- होय. तेव्हाच प्रथम पाहिलं त्याला. सतत इथं बसून पुस्तकं वाचायचा. काय वाचावं, हे त्याच्या लक्षात यायचं नाही. आला, तेव्हा नुसती कायद्यावरची पुस्तकं वाचत राहयचा. पण असल्या पुस्तकालयात कायद्याची पुस्तकं कितीशी असणार?

या मुलाविषयी त्यांच्या मनात आपोआप आस्था निर्माण झाली. गंभीर स्वभाव. सतत स्वतःशी विचार-मंथन चालल्यासारखे चेहऱ्यावरचे भाव. त्यांनीच त्याला आध्यात्मिक ग्रंथाकडे ओढलं. तो त्यांच्या स्वतःच्या आवडीचा विषय असल्यामुळं

त्या विषयावरील ग्रंथांची संख्याच जास्त होती. विवेकानंद, रामकृष्ण, योग-उपनिषद, बौद्ध धर्म, निवृत्तिमार्ग- तो मुकाट्यानं एकेक ग्रंथ वाचत होता. समजण्यात काही अडचण आली, की त्यांना विचारायचा. तोच यांच्याही आस्थेचा विषय असल्यामुळं त्याच्या प्रश्नांना उत्तर देणं फारसं कठीणही वाटायचं नाही. पण अलीकडे मात्र त्याच्या प्रश्नांना उत्तर देणं हळूहळू कठीण वाटत होतं.

समोरच्या बिल्डिंगमध्ये राहणाऱ्या सोमशेखरांकडे येणाऱ्या या रंगनाथस्वामींशी ओळख वाढून त्यांच्याविषयी श्रद्धा निर्माण झाल्यावर त्यांच्याबरोबर जाण्याविषयी मीच सुचवलं होतं विश्वनाथाला. माणसानं आपल्या प्रवृत्तीप्रमाणे मार्ग निवडायला हवा ना! आता हा एकाएकी का नाहीसा झाला असेल? त्याची प्रवृत्ती बदलली असेल काय? म्हणून काय झालं? सांगून जायला हवं होतं.

फळांचा रस प्यायल्यावर रंगनाथस्वामींनी विचारलं,

'तो पूर्वी राहायचा, त्या जागी जाऊन पाहून यायचं काय?'

'मीही कधी पाहिली नाही ती जागा. पण सापडायला फारसे कष्ट पडणार नाहीत. शुक्लाजी रस्त्यावर तो राहायचा. इथून एक-दीड फर्लांगावरच आहे. तिथं एका घराच्या माडीवर कर्नाटकातून आलेली दहा-बारा माणसं राहायची. कुणी व्हिक्टोरिया चालवणारं, कुणी गिरणी कामगार. विश्वनाथ सकाळी आठच्या आधी सगळ्यांचा स्वयंपाक करून ठेवायचा. सध्याकाळी सहानंतर पुन्हा रात्रीचा स्वयंपाक. उरलेल्या वेळात इथं बसून वाचणं. मला वाटतं, आपल्याला शोधता येईल ती जागा. चार ठिकाणी विचारावं लागेल. चला- निघू या. आपण दमला नाही ना?'

आपल्या सहकाऱ्याला आवश्यक त्या सूचना देऊन पळशीकर निघाले. पाठोपाठ तेही कॅनव्हासचे बूट घालून निघाले. पिशवी मात्र तिथंच ठेवली.

धूर भरलेलं भुरकट आकाश, लोकल्स- बसेस्- ट्रक्सचे आवाज. सिग्नलपाशी हिरव्या सिग्नलची वाट पाहून त्यांनी रस्ता ओलांडला. कधी काळी रंगरंगोटी केलेल्या थिएटरजवळून चाळीस-पन्नास पावलं पुढं जाऊन डावीकडे वळल्यावर रंगनाथांच्या छातीत धडधडू लागलं. रस्ताभर कडेला, खिडक्यांमध्ये, दरवाज्यात, खांबापाशी बायका उभ्या होत्या. त्यांचे कपडे- उठण्याबसण्याची पद्धत पाहताच त्या कोण म्हणून विचारायची गरज नव्हती. दहा-पंधरा पावलं पुढं गेलं, तरी सभोवताली तेच दृश्य होतं. घरांच्या गॅलऱ्यांमध्ये, बाल्कन्यांमध्ये, खिडक्यांमध्ये उभ्या असलेल्या मुली आणि बायका रस्त्यावरून जाणाऱ्या प्रत्येकाला बोलावत होत्या- हाका मारत होत्या- खुणावत होत्या. त्यांतल्या एकीनं हाक मारली, 'ए नाटकवाल्या- इकडं ये ना- इकडं ये-' पाठोपाठ आणखी तीन-चार बायका 'नाटकवाला- ए नाटकवाला- म्हणून हाका मारू लागल्या. रंगनाथ आजूबाजूला पाहू लागले, तेव्हा त्या 'इकडं-तिकडं काय बघतोस? घाबरतोस काय? चल, इकडं ये-'

या बायकांनी मला नाटकवाला ठरवला?

रस्त्यावर माणसांची एकच गर्दी होती. टॅक्सी, व्हिक्टोरियामधून दोन-तीन माणसं बसलेली दिसत होती. काही रिकामे टांगे रस्त्याच्या कडेला उभे होते.

रंगनाथांचं सर्वांग हे दृश्य पाहून तापल्यासारखं झालं होतं. डोकंही गरगरत होतं.

पळशीकर एके ठिकाणी थांबून चौकशी करू लागले.

रंगनाथांची नजर भोवताली फिरली.

एक जण म्हणाली,

'नुसतं बघून काय होणाराय्? उत्तम माल आलाय्!'

पळशीकर या दृश्यानं विचलित झालेले दिसले नाहीत.

पुढं एक छोटं खोक्याचं दुकान होतं. त्यात बिडी- सिगारेट- पान- सुपारी- आरसे- पावडर- निरोध- बिस्किटं- बनपाव- केळी वगैरे विकायला ठेवलं होतं.

पळशीकर पुन्हा पुढं निघाले. पुन्हा तशीच घरं- खिडक्या- बायका- दुकानं!

किती असेल या बायकांची संख्या? शेकडो? हजारो? रंगनाथांच्या मनात भय, किळस आणि उद्विग्नता भरली होती. सोळा ते पस्तीस-चाळीस-पंचेचाळिशीच्या मुली- बायका! काळ्या, उजळ, गोऱ्या, सावळ्या, फिकुटलेल्या- अंगावर चमचमणाऱ्या साड्या- फक्त लेंगा, स्कर्ट - फ्रॉक-

विश्वनाथ सांगायचा, ते हेच जग?

पळशीकरांनी आणखी एका छोट्या दुकानात चौकशी केली, तेव्हा तिथल्या दुकानदारानं सांगितलं,

'तिकडं व्हिक्टोरिया उभा हाय नं? तेच घर-'

पायऱ्या चढून वर गेल्यावर एक पंववीस फूट लांब आणि पंधरा फूट रुंद असा मोठा हॉल दिसला. तुळईला लांब-लांब टांगलेले असे दोन जुने पंखे आवाज करत फिरत होते. खाली अंथरलेल्या चटईवर दोघं झोपले होते. अंगावर अर्धी कापडी चड्डी आणि छातीवर केसांचं जंगल. चार-पाच दिवसांपूर्वी त्यांची दाढी झाली असावी. जमिनीवर तिघं जण पत्ते खेळत बसले होते. त्यांतल्या दोघांच्या तोंडात बिड्या होत्या आणि तिसऱ्याच्या तोंडात सिगारेट होती.

तिघांनीही त्यांच्याकडे वळून पाहिलं.

पळशीकरांनी त्यांना आधी मराठीत विचारलं. नंतर तेच हिंदीमध्ये विचारल्यावर त्यांनी उत्तर दिलं. रंगनाथ उत्तर भारतात बरेच फिरले असल्यामुळं त्यांना समजावून घ्यायला त्रास पडला नाही.

'मागं इथं तुमच्या बरोबर विश्वनाथ अरसीकेरे म्हणून राहायचे ना? हे त्यांच्या भागातले. त्यांना भेटायला आलेत.'

हे ऐकताच ते तिघंही त्याच्याकडे एकटक पाहू लागले. त्यांतल्या एकानं विचारलं,

'तुमी इस्वनाथाचे सोयरे काय? तो तर बुवा होऊन निघून गेला. गेला कुठं तरी भगवं कापडं घालून-' बोलता बोलता त्यांनी पत्ते काढून ठेवले आणि आदरानं त्यांच्यासाठी चटई अंथरली.

'गेल्या तीन-चार दिवसांत तो आला नाही?' रंगनाथांनी विचारलं.

'नाही आला. आला असता, तर दोन वेळचं जेवण मिळालं असतं सुखानं! तुमी कुठल्या गावचं?'

मागच्या बाजूला लांब-रुंद खिडकी. खिडकीतून मागं मोठं अंगण दिसत होतं. तिथंही साताठ व्हिक्टोरिया उभ्या होत्या. एक माणूस त्यांतल्या एकीच्या चाकाची दुरुस्ती करत होत्या. जमिनीवर सगळीकडे घोड्याची लीद आणि मुताचे डाग दिसत होते. त्यातच गवत कुजत होतं. इथं पाऊल टाकल्यापासून येणारा वास कसला, हे आता त्यांच्या लक्षात आलं.

त्या माणसानं पुन्हा तोच प्रश्न विचारला,

'गाव कुठलं म्हणायचं तुमचं' इस्वनाथ कोण तुमचा?'

त्यांनीही थोडक्यात उत्तर दिलं,

'लांबचं नातं आहे- चिकमंगळूर गाव.'

'एवढं कशापायी शोधत आला? मुलगी द्यायचीय्?'

यावर त्यांच्यापैकीच एक म्हणाला,

'लग्न म्हणजे तोंडाला पाणी सुटतंय् लेकाच्या! का, रं? सोयरा म्हटल्यावर मुलगी दिल्याबिगर दुसरं काय कामच नसतंय् काय?'

ते काहीच बोलले नाहीत. हॉलला रस्त्याच्या कडेलाही तीन मोठ्या खिडक्या होत्या. त्यांतून बाहेरच्या बायकांचा बाजार दिसत होता. बाहेरून 'ए, बाजू...' टांगा वगैरे आवाज ऐकू येत होते. सिनेमाची दिशाहीन गाणीही कुठून तरी ऐकू येत होती. वरचे गरगर फिरणारे पंखे- कसलेसे हॉर्न्स -

इथं स्वयंपाक करायचा तो? अशा जागी? कसला माणूस म्हणायचा हा? आणि त्याचं बोलणं मी एवढं मनाला लावून घेतलं?

या विचारानं मनाला समाधान वाटलं.

पण इथं न येता कुठं गेला हा? याला घर-दार - वस्ती- गाव काहीही नाही. याचे आज संबंध कदाचित नसतील- पण जन्मलेलं कुठलं तरी गाव असेलच ना?

'त्याचं मूळ गाव कुठलं?' त्यांनी विचारलं.

'सोयरे म्हणवता आणि तुमालाच ठाऊक नाही?' त्यांच्यापैकी एकानं विचारलं.

या प्रश्नानं ते गोंधळून गेले. मघाशी उत्तर देणाराच आताही म्हणाला,

‘ए मगप्पा, अगदी ला-पाईंट नको काढू. खूप ओळख असेल, तर सोयरे म्हणायची रीतच आहे. तुमचं गाव कुठलं म्हणता? आमच्या गावाकडं पीक-पाणी बरं हाय, की नाही? नाचणीला कणीस फुटलं असंल, न्हवं का?’

‘तुमचं नाव काय म्हटला, पाटील?’ त्यांनीही विचारलं.

‘सण्णप्पा... तुमी त्याला शोधायला आलाय्, म्हणता. तुमाला तो भेटला होता, व्हय? आता कसा आहे? कुठल्या तरी एका स्वामीकडे जातो- तेच मला पायजे- हे मुंबई-टांगा काय बी नको म्हणून गेला. चार-पाच दिवसांपासून गेलाय्, म्हणता. तोपर्यंत काय करत होता? बाबाबुडन डोंगरात तप करत होता?’

त्यांच्या मनात सण्णप्पाविषयी विश्वास निर्माण झाला. याचा विश्वनाथशी बराच स्नेह असावासं वाटलं.

सगळं सांगून मोकळं व्हावं- तो आपल्याबरोबर राहत होता- वगैरे- असं वाटलं, तरी त्यातून आणखी प्रश्न निर्माण होतील, असं वाटून ते म्हणाले,

‘एका संन्याशाबरोबर तो बाबाबुडन डोंगराजवळ राहायचा. ते संन्यासी भेटले होते. त्यांनी सांगितलं- तो असा एकाएकी निघून गेला, म्हणून. मला नाही तरी मुंबईला यायचंच होतं. इथं चौकशी करून यायला त्यांनी सांगितलं- म्हणून आलो-’ म्हणत ते उठून उभे राहिले.

पळशीकरही उठून उभे राहिले.

सण्ण्पा जिना उतरून त्यांना निरोप द्यायला आला. त्यानं कुठं उतरलात, म्हणून चौकशी केली. त्यांनीही दादर म्हणून सांगितलं

जिना उतरून रस्त्यावर आल्यावर एक बाई म्हणाली,

‘ए सण्णपा, नवी मुलगी आलीय्, बघ. तुझ्या मित्राला खूश करायचं असलं, तर घेऊन ये-’

तिकडे लक्ष न देता दोघंही चालू लागले. रंगनाथाचं अंग घामेजलं होतं. त्याच बायका - रात्रंदिवस – महिने - वर्षं -शेकडो- हजारो वर्षं- चमचमणारी पारदर्शक वस्त्रं - पावडरीचे थर – रंग - आरसे - दाराआडचे पलंग - आत जाणारी आणि चोरटेपणानं बाहेर येणारी गिऱ्हाइकं-

या असल्या वस्तीत राहून त्यानं फक्त एवढंच केलं असावं. नाही तर एवढा लहान मुलगा बायकांच्या संदर्भात इतक्या सहजपणे कसा उपदेश करू शकला असता? माझ्यापेक्षा पंधरा वर्षांनी लहान हा!

त्यांच्या मनात त्याच्याविषयी तिरस्कार निर्माण झाला. मनातला भ्रम निमाल्यासारखा झाला. थिएटरपाशी पळशीकरांबरोबर रस्ता ओलांडताना त्यांना बरंच समाधान वाटत होतं.

पुस्तकालयातील त्यांच्या ऑफिसमधली आपली पिशवी नेण्यासाठी ते

पळशीकरांबरोबर आत गेले, तेव्हा पळशीकर गंभीरच होते. त्यांच्या मनात काही तरी घोटाळत असावं. काही क्षणांनंतर पळशीकर म्हणाले,

'हा मुलगा अशा जागी राहत होता, म्हणूनच त्याच्या मनातली काम-भावना पक्व होऊन गेली होती, वाटतं. अगदी अरण्यात राहिलं, तरी हे शक्य नाही. त्यासाठीही काही तरी कारण हवं ना!'

समाधानाच्या फुग्याला कुणी तरी टाचणी लावावी, तसं त्यांचं झालं.

पळशीकरांचं म्हणणं पूर्णपणे नाकारणं शक्य नाही. पाहणं आणि अनुभवणं यांतूनच अध्यात्म जन्माला येतं. काहीही न पाहता, अनुभवता जागृत होतं, ते अध्यात्म नव्हे- केवळ त्याची कल्पना असते. त्यानं जेवढं पाहिलंय्, तेवढं आपण पाहिलेलं नाही, याची त्यांना जाणीव झाली.

म्हणजे तो माझा शिष्य, की गुरू?

पळशीकरांना आणखी काही कामं होती. ते फायली बघण्यात गढून गेले. नंतर त्यांनी संबंधितांना बोलावून कामाच्या संदर्भात काही प्रश्नही विचारले. त्यांचं बोलणं सुरू असताना रंगनाथही 'पुस्तकं बघतो मी-' म्हणत बाहेर आले.

भरपूर पुस्तकं! तिथं तीस-चाळीस माणसं वाचत बसली होती.

इथं बसून अखंड दोन वर्षं वाचायचा, म्हणे, तो. तिथं राहून स्वयंपाक आणि इथं वाचन! कसं समतोलन म्हणायचं हे!

एकाही पुस्तकाला हात न लावता ते एका खुर्चीवर मुकाट्यानं बसून राहिले. मन रिकामं होऊन गेलं होतं.

हा भेटला तर नाहीच. निदान त्याला मनोमन नि:संशयपणे नीच ठरवता आलं असतं, तर ते तरी समाधान मिळालं असतं. पण तेही शक्य झालं नाही.

खिडकीबाहेरच्या झाडावर पक्ष्यांचा कलकलाट चालला होता.

याचा शोध घ्यायलाच पाहिजे. हे अर्धवट सोडता कामा नये. याचं मूळ गाव कुठलं? सण्णप्पाला विचारलं, तर काही तरी माहिती निश्चित मिळू शकेल. जन्मगावाचा मोह कुणालाही सुटलेला नाही. की हा आणखी एखाद्या खऱ्या संन्याशाबरोबर निघून गेला असेल? तुळतुळीत डोकं आणि कमंडलू यांवर त्याचाही विश्वास नाही. माझ्याबरोबरही तो आला होता संन्यासी नव्हे- जिज्ञासू म्हणून. आताही तो आणखी कुठल्या संन्याशाबरोबर गेला नसावा.

मी त्याला विशिष्ट पार्श्वभूमीच्या आधारानं ग्रंथांतले आधार- सिद्धांत सांगत होतो. तो वेगळ्याच पार्श्वभूमीच्या आधारावर त्यांवर शंका विचारत होता. त्या प्रश्नांमुळं मलाही अडखळल्यासारखं होत होतं. तसंच याला पटवून देण्याचा हट्टही आतून निर्माण होता होता- यातूनच त्याच्याविषयी प्रेमही वाढलं असावं-

पाच वाजले. पळशीकरांनी जवळ येऊन विचारलं,

'निघायचं?'

ते गोंधळले. आता, ललितम्माच्या घरी जाणं त्यांना नकोसं वाटलं. त्यांनी सांगितलं,

'उद्या पुन्हा भेटेन. आता तुम्ही निघा-'

'पण आपण कुठं मुक्काम करणार?'

'तेच तर! उद्या भेटतो, म्हटलं ना?'

यावर पळशीकरांनी आणखी प्रश्न विचारले नाहीत, तरी ते गोंधळले,

रंगनाथच पुढं म्हणाले,

'तूर्त मी मुंबईत आल्याचं ललितम्मांच्या घरी किंवा आणखी कुठं सांगू नका. त्यांना वाईट वाटेल, आपल्याकडे का आले नाहीत, म्हणून.'

'खरंय् ते. नाही सांगणार-' म्हणत पळशीकरांनी ऑफिसमधली त्यांची पिशवी त्यांना आणून दिली आणि ते निघाले.

रंगनाथही बाहेर पडले. कुठ जावं, ते त्यांना समजलं नाही. निदान बसायला तरी एखादी जागा पाहिजे. ते स्टेशनपाशी आले. तिकिटं विकण्याच्या जागेसमोर मोकळी जागा होती. वर फॅनही फिरत होता. त्यांनी तिथल्या एका रिकाम्या बाकावर पिशवी ठेवली आणि स्वत:ही बसले.

सात-साडेसातच्या सुमारास एक गाडी आहे. ती पकडली, तर उद्या दुपारपर्यंत कडूर, त्यानंतर थोड्या वेळात बाबाबुडन डोंगर. पण तिथं जाऊन तरी काय करायचं? इतके दिवस काय केलं? संस्कृत ग्रंथ, वेदांत, उपनिषदं, जग-ईश्वर-माया, जीव, अविद्या, थंडगार वारं, निळा धूर, डोंगरांच्या रांगा, एखाद्या वेळी चिकमंगळूर त्यांना कशाविषयीही स्वारस्य वाटेनासं झालं.

आणखी कुठं जायचं याला शोधत? कुठं गेला हा?

रात्र झाली. भूक जाणवू लागली. सकाळच्या दूध-भातानं फारसं पोट भरलं नव्हतं. स्टेशनबाहेर जाऊन त्यांनी चार केळी आणि दोन सफरचंद विकत घेऊन खाल्ली. शेजारच्या दुधाच्या दुकानातून ग्लासभर दूधही घेतलं. पुन्हा ते बाकावर येऊन झोपले. गर्दी असली, तरी झोप लागली. मधूनच जाग येत होती. अस्पष्ट स्वप्नंही पडत होती.

आता आपण पुन्हा त्या डोंगरावर राहायला जाणार नाही- गेलो, तरी तिथं राहणं जमणार नाही- अशी ग्वाही मन देत होतं. आणखी कुठं जावं, हे मात्र सुचत नव्हतं.

स्टेशनवरच्या न्हाणीघरात अंघोळ करताना त्यांना एकाएकी त्याचं बोलणं आठवलं,

'मी हे रागानं सांगत नाही..... मुंबईत मी वेश्यावस्तीच्या एका टोकाला राहत होतो..... एखादी चांगली मुलगी निवडा... कामभावना वाईट नाही ... विकृत काम

वाईट!'

त्यांचं सर्वांग थरकापलं. खरोखरच आपण काही तरी करून मोकळे होऊ, अशी भीतीही वाटली. पाठोपाठ दुपारी पाहिलेल्या त्या वेगवेगळ्या वयाच्या आणि प्रकारच्या बायकांची आठवण झाली. अंगात ताप भरावा, तशी त्यांची अवस्था झाली. अंग पुसून घेतलं, तरी पायांची थरथर थांबली नाही. मनात संताप भरून आला.

माझं अध:पतन करायलाच हा आला- सैतानच या रूपानं आला! साडेसहा वाजले आहेत. अजूनही दादरला गेलं, तर गावाकडे जाणारी गाडी मिळेल- तरच आपला बचाव होईल!

पण त्यांचं मन प्रत्यक्ष कृती करायला सहकार्य देईना.

मनात अनेक पळवाटा निर्माण झाल्या-

मी स्त्रीपाशी जाणार नाही - तिला स्पर्श करणार नाही. पण एकदा ती संपूर्ण वस्ती बघून यायला पाहिजे. तो राहत असलेल्या भागाचं कामजीवन किती वाईट स्थितीत आहे, ते पाहून मग जायला हरकत नाही.

ते उठले. पायांत कॅनव्हासचे बूट चढवून पिशवी उचलून चालू लागले. हिरवा दिवा लागताच त्यांनी रस्ता ओलांडला आणि आदले दिवशी चालत गेलेल्या रस्त्यानं ते चालू लागले.

सकाळची सात-साडेसातची वेळ. रस्त्यावर फारशी रहदारी नव्हती. सारं दृश्य पारोसंच होतं. एक मध्यम वयाची स्त्री त्यांच्यापाशी येऊन म्हणाली,

'उगाच फिरून बघून काय मिळणार आहे? चल- ये-' म्हणत तिनं त्यांना जवळ- जवळ ओढत जिन्यानं वर नेलं. त्यांना डोळ्यापुढं अंधारी आल्यासारखं वाटत होतं. आत - कुठं - कसे आलो, हे त्यांना नीट समजलंच नाही. आत कुठं तरी पलंग खुर्ची - अर्धवट उजेडाची खोली. तिथं गेल्यावर त्या बाईनं सांगितलं,

'पंचवीस रुपये द्या - अन् संध्याकाळपर्यंत राहा. एकदम नवी मुलगी आहे- काल संध्याकाळीच गाडीतून उतरली आहे-'

एवढं सांगून ती आत कुठं तरी निघून गेली.

पाच-दहा मिनिटांत एका वीस-बावीस वर्षांच्या मुलीबरोबर ती पुन्हा आली आणि 'काढ पंचवीस रुपये - घरवालीचे पाच रुपये वेगळे-' म्हणत त्यांच्या खिशात हात घातला-

पिशवीतले चाळीस रुपये काढून देताना त्यांचे हात थरथर कापत होते. मुलगी तिथं राहिली आणि दार बंद करून ती त्यांच्या शेजारी बसली.

समोर प्रत्यक्ष यम ठाकावा, असा त्यांचा थरकाप उडाला होता.

पण काही वेळातच थरथर कमी झाली- थांबली. आता विरोध करण्यात काही

अर्थ नाही, हे त्यांच्याही लक्षात आलं.

त्यानंतर चार दिवस ते त्या माडीवरून खाली उतरले नाहीत. ठरलेल्या वेळी तिथं दोघांचं जेवण येत होतं.

पाचव्या दिवशी सकाळी उठून बाँबे सेंट्रलवरच्या बाकावर बसले असता त्यांच्या मनात गेल्या चार दिवसांतील घटना तरळत होत्या.

अशाच सुखानंतर आत्महत्येचा विचार आपल्या मनातून नष्ट झाला, म्हणून विश्वनाथ सांगत होता ना? अजूनही तो त्या स्त्रीची आठवण काढतो कृतज्ञतेपोटी! गेले चार दिवस जिच्या संगतीत काढले, ती- तिचं इथलं नाव शांता आणि गावाकडचं यल्लव्वा म्हणे! गावाकडे आई-वडलांसाठी पैसे पाठवावे लागतात, म्हणून सांगत होती.

मनात कुठं तरी तिच्याविषयी दया आली.

गार पाण्यानं अंघोळ करताना मनात आलं-

इथं येण्यासाठी रेल्वेसाठी वीस रुपये- गेल्या चार दिवसांत तिथं गेलेले दोनशे रुपये- सगळे त्याचेच पैसे आपण खर्च करत आहोत. यानंतर कधी तो भेटला, तरी हे पैसे मी त्याला देऊ शकणार नाही- मी त्याच्या ऋणात सापडत आहे! आजवर मी सतत इतरांचे पैसे खर्च करत असतो. पण त्यात कधीही ऋणायित झाल्याची भावना कष्ट देत नाही. पण याचा ऋणभार मात्र मनाला टोचत राहतो.

त्यांनी हॉटेलमध्ये जाऊन नाश्ता केला. तिखट-आंबट खारटचा नियम ब्रह्मचर्य गमावलेल्या दिवशी सोडला होता. तरीही जिभेला सवय नसल्यामुळं तोंडाची आग होत होती. पण कुठं तरी मन शांत आहे, हे मात्र त्यांना जाणवत होतं. एकीकडे वाटलं-

आता बाबाबुडन पर्वतावरही जायला हरकत नाही- यानंतर या सुखासाठी आपण कुठल्याही गैरमार्गाचा अवलंब करणार नाही, अशी खात्री वाटली. पण मग आपण आणि इतर लंपट संन्यासी यांत काय फरक राहिला? त्यापेक्षा लग्न केलं तर?- छे:- कुठून कुठं हा प्रवास! त्याची काही गरज नाही. यानंतर डोंगरावर जाऊन राहणंही शक्य नाही.

ते किती तरी वेळ त्या बाकावर बसून होते. मधूनच त्याच्यावर पराकोटीचा संताप येत होता- मध्येच स्वत:च्या वागण्याचा खेद वाटत होता.

माझ्यापुरता मी डोंगरावर राहत होतो. विकृत, की सहज? काही का असेना- तर त्याचंही प्रमाण पहिल्यापेक्षा खूप कमी झालं होतं. आणखी किती वर्षं राहिलं असतं ते? चाळिशी ओलांडल्यावर आपोआपच सगळे विकार कमी होऊन निग्रह वाढला असता. हा आला आणि माझं ध्येयच नष्ट करून गेला. गरागरा फिरवून कुठल्याही आधाराशिवाय ठेवलं आणि स्वत: निघून गेला. आता धडपडत मी

कुठल्या तरी खाईत- त्यानं मला मुद्दामच चुकीच्या मार्गानं नेलं- हा भेटायला हवा होता-

तिसऱ्या दिवशी सकाळी आठच्या सुमारास ते त्याच्यावरच्या रागातच एका बाकावर बसले असता, एक जण शेजारी येऊन बसत म्हणाला,

'इथं बसला होय?'

त्यांनी वळून पाहिलं. त्यांना ओळख पटली नाही. त्याच माणसानं ओळख करून दिली.

'आमच्याकडं आला न्हवता काय- इस्वनाथला शोधत?'

त्यांनाही ओळख पटली. निघताना हा माणूस पायऱ्या उतरून रस्त्यापर्यंत पोहोचवून गेला होता. चेहऱ्यावरून सरळ स्वभावाची ओळख पटते. तिशीचं वय, खाकी कपडे, हातात चाबूक- व्हिक्टोरिया- चालकाचा वेश.

'काय करणार? त्याला शोधत आलो होतो. तो तर भेटला नाही. या गावात राहायला जागा हवी ना!'

काही क्षण विचार करून सण्णप्पा म्हणाला,

'तर मग इथं स्टेशनात राहण्यापेक्षा आम्ही राहतो, तिकडं चला राहायला! तिथला मूगण्णा म्हणून मालक आहे. समोरच्याच गल्लीत राहतो तो. तिथं त्याचं दुकान आहे. आम्ही सगळे त्याला दर महा दहा-दहा रुपये देतो. वर लाईटचे तीन-तीन रुपये. तुम्हीही तेवढे द्या आणि राहा. मी सांगितलं, तर तो नाही म्हणणार नाही.'

ते विचारात पडले. एवढ्यात रेल्वे आल्यामुळं सण्णप्पा गिऱ्हाईक पकडायला निघून गेला.

भोवताली सगळीकडे माणसांची गर्दी- गडबड-गोंधळ हमालांचं 'बाजू-बाजू' ओरडणं-

संध्याकाळपर्यंत ते तिथंच बसून होते. दिवस मावळला. सगळीकडे दिवे पेटले होते.

सण्णप्पा म्हणाला, तसंच करणं योग्य ठरेल. महिन्याला तेरा रुपये द्यायचे- हॉटेलमध्ये जेवायचं. आता तरी तेरा रुपये द्यायचे. नंतर काय करायचं, ते पाहता येईल-

म्हणत ते उठले.

पिशवी घेऊन ते पुन्हा त्या वस्तीत आले, तेव्हा भर धंद्याची वेळ होती. गेल्या चार-पाच दिवसांतही एका वेळी एवढ्या संख्येनं बायका दिसल्या नव्हत्या.

ते पायऱ्या चढून गेले, तेव्हा सण्णप्पा नुकताच येऊन, थंड पाण्यानं हात-पाय दंड-खांदे धुऊन, पंख्याखाली बसला होता.

'या-या. मूगण्णा रात्री दहापर्यंत आपल्याच धंद्यात असतो-' म्हणत सण्णप्पा

धोतर नेसून तयार झाला आणि दोघंही पायऱ्या उतरून खाली उतरले.

समोरच्या गल्लीत ते गेले. रस्त्यानं दोन्ही बाजूला चार- चार मजली घरं- प्रत्येक खिडकीत चार-पाच बायका- खिडक्या- बाल्कन्या- कबुतरांची घरंही-

त्यांनी आपलं नाव सांगितलं- रंगनाथ. विश्वनाथचा नातेवाईक, म्हणूनही सांगितलं. त्यांच्यापैकी कुणीही 'नेमकं काय नातं?' म्हणून विचारलं नाही. भाड्याविषयी बोलणं झालं. सहा महिन्यांचे अॅडव्हान्स दिल्यावर मूगण्णाही तयार झाला. इतर काहीही करायला काम नाही. हॉटेलमध्ये जेवायचं आणि उगाच फॅनकडे पाहत पडून राहायचं, उगाच कुठं तरी भटकून यायचं, असा त्यांचा दिनक्रम चालला होता.

मूगण्णाच्या त्या खोलीत एकूण पंधरा माणसं राहत होती. सगळी नागमंगल, बेल्लूर वगैरे परिसरातलीच होती. त्यातले आठ जण व्हिक्टोरिया चालवायचे, चौघं कापडाच्या गिरणीत काम करायचे, दोघं बंदरावर कुली म्हणून काम करायचे. मूगण्णाचं समोरच्या गल्लीत दुकान होतं. तो सुमारे पंचवीस वर्षांपूर्वी इथं आला होता. त्या वेळी त्यानं ही जागा भाड्यानं घेतली होती. महिन्याला बावीस रुपये भाडं. आताही भाडं तेवढंच आहे. पण तो चौदा जणांकडून दर डोई तेरा-तेरा रुपये वसूल करत होता. खरं तर, सगळं लाईटबिलही साताठ रुपये येत होतं. दुकानात व्यापारही जोरात चालला होता. वेश्याव्यवसायाशी संबंधित वस्तु त्याच्या दुकानात मिळत होत्या. शिवाय वीस मुली असलेल्या शेजारच्या घरातल्या धंद्यातही त्याचा वाटा होता. त्यानं आपल्या हिरिसावे गावात नुकतीच सात-आठशे माड असलेली बाग विकत घेतल्याचं इतर माणसं सांगत होती. तिथंच त्याची बायको-मुलं राहत होती. त्याच्या बायकोनं एकदाही मुंबई पाहिली नाही, म्हणूनही सगळे सांगत होते. गावाकडची बाग आणि शेती तीच पाहत होती. मूगण्णाच वर्षांतून एकदा जाऊन त्या सगळ्यांना भेटून येत होता.

इथं राहत असलेल्यांपैकीही निम्म्यांची लग्नं झाली होती. इथं निवांत वेळी परस्परांची 'गावाकडं जायचं, ते फक्त बायकोला गर्भार करायलाच!' अशी चेष्टाही चालत होती. एकूणच त्यांच्या बोलण्यात हे आणि यासारखे विषय फार येतात, हे रंगनाथांच्याही लवकरच लक्षात आलं. लवकरच त्यांच्या मनमोकळ्या गप्पा ऐकताना त्यांना किती तरी गोष्टी समजू लागल्या. त्यांच्यापैकी प्रत्येकजण समोरच्या आळीतल्या एकेका घरी नियमितपणे जात होते. दर दोन-तीन दिवसांनी ठरलेल्या घरी ते जात. कोणकोणत्या घरी कोण नवी मुलगी आली आहे- तिचं नाव, गाव, वय, उंची, रंग, बांधा यांहीविषयी त्यांच्या गप्पा चालत. मूगण्णाच्या पुढ्यात मात्र ते एवढ्या मोकळेपणानं बोलणं टाळत. त्याचप्रमाणे त्याचा वाटा असलेल्या घरातल्या मुलींकडेही ते कधीही जात नसत.

हे सारं ऐकताना आणि त्यांची थट्टा-मस्करी ऐकताना रंगनाथांच्या अंगावर

शहारे येत होते. त्याचबरोबर कुठं तरी मनात विचित्र आकर्षणही वाटत होतं. सोळाजणं राहायची व्यवस्था असलेली ती जागा. प्रत्येकाचं वेगवेगळया लयीत आणि आवाजात घोरणं. त्यांना आधी सात-आठ दिवस झोपच लागली नाही. रात्र झाली, की इथं न राहता कुठं तरी निघून जायचा ते निश्चय करत होते. पण उजाडल्यावर सगळे कामावर निघून गेले, की संपूर्ण हॉल मोकळा असे.

एक दिवस गिरण्णा व्हिक्टोरियावाल्यानं विचारलं,

'रंगप्पा, इस्वनाथ इथं ऱ्हायचा, तेव्हा दोन्ही वेळेला आमचा सगळ्यांचा स्वयंपाक करायचा. तुमी का करत नाही? सगळे पाच-पाच रुपये देऊ आणि त्यात तुमचं जेवण बी फुकट पडंल. नाही तरी तुम्ही आणखी काय बी काम करतच नाही-'

जवळच बसलेल्या बाणप्पा आणि लक्कण्णय्यानंही तीच री ओढली. सण्णप्पानंही मान डोलावली.

विश्वनाथ येण्याआधी ते शिजवून खायचे म्हणे. मनात येईल, ते, मनात येईल, तेव्हा करून खायचे. इथं आल्या आल्या तिसऱ्या-चौथ्या दिवशी त्यानं स्वयंपाक केला. अतिशय रुचकर आणि स्वच्छ. त्यानंतर सकाळी साडेसातच्या आधी सगळ्यांचा स्वयंपाक तयार करून ठेवत असे. काही जण डबे घेऊन जात, काही दुपारी येऊन जेवत. रात्री पुन्हा ताजा गरम स्वयंपाक! 'सहा महिन्यांपूर्वी तो निघून गेल्यापासून हॉटेलात जेवून पोटाचं मातेरं होऊन गेलंय्-' याविषयी त्या सगळ्यांचं एकमत झालं.

एकदम काय उत्तर द्यावं, ते रंगनाथांना कळेना.

एकीकडे राहायला एक ठाव मिळाल्यासारखं झालं होतं. ही माणसं आपल्याशी मोकळेपणानं वागतात. यांच्यामध्ये राहिलं, तर मी कुणी तरी वेगळा आहे, हा गंड तरी मनातला जाईल. विश्वनाथचा विषय निघाला, की सगळे भरभरून मोकळेपणानं बोलतात. त्याचं कौतुक करतात.

त्यामागचं कारणही बोलता बोलता समजलं, सगळ्यांचा स्वयंपाक तो जीव ओतून करायचा. त्या सगळ्यांना गावाकडे लिहायची पत्रं लिहून देत होता. गावांकडून आलेली पत्रं वाचून दाखवत होता. त्यांतील काही गोष्टी समजावून सांगत होता. इथल्या प्रत्येकाचा आपला व्यवसाय इतरांना कळता कामा नये, असा कटाक्ष असे. त्या बाबतीत हा आवश्यक तेवढी गुप्तता पाळत असे. अशा वेळी कोपऱ्यावरच्या थिएटरपलीकडच्या एखाद्या हॉटेलात बसून तो पत्र लिहून-वाचून देत असे. एवढं असलं, तरी त्याचं बोलणं, मर्यादित असे. वाचन आणि वाचन. बाकीचे गप्पा मारत असले, पत्ते खेळत असले, तरी हा एका कोपऱ्यात वाचत बसायचा. रंगनाथांनी आपण पत्रं लिहून देऊ, असं आपण होऊन सांगितलं. पण कुणीही त्याच्याकडे पत्रं लिहून घ्यायला आलं नाही. जेव्हा ते सगळे कुणा तरी बाहेरच्या माणसाकडून लिहून

घेतात, असं त्यांना समजलं, तेव्हा त्यांना वाईट वाटून एकटं पडल्यासारखं झालं. एवढं काय विश्वनाथाचं आकर्षण?- त्यांच्याही मनातलं ते आकर्षण वाढलं.

ते स्वयंपाक करून वाढायला तयार झाले. हॉलच्या मागच्या बाजूला स्वयंपाकघर होतं. त्याच्या शेजारी न्हाणीघर आणि मागं संडास. विश्वनाथ इथं असताना अणलेली भांडीही तिथंच होती. एक कामवाली ठरलेल्या वेळी येऊन डाळ-भात शिजवून भांडी घासून जायची. विश्वनाथ गेल्यावर पुन्हा तिलाच नेमण्यात आलं होतं.

रंगनाथांना तिखट-मीठ-आंबट वगैरे न घालता फक्त डाळ-तांदूळ- तूप-गूळ शिजवून ठेवायची सवय होती. पंधरा जणांचा तिखट-खारट-आंबट चवीसह स्वयंपाक करताना त्यांची पहिल्या दिवशी त्रेधा उडाली होती. खूप विचार करून त्यानं अंदाज ठरवून स्वयंपाक केला. इतरांनीही त्यांना सर्व प्रकारे साहाय्य केलं. तरीही सकाळी गरम जेवून जाणाऱ्यांच्या चेहऱ्यांवर निराशा उमटली. त्यांच्या तोंडून सहजच निघालं,

'किती केलं, तरी इस्वनाथाला हाटेलात शिजवायची सवय होती. रंगण्णा, तुम्ही आधी काय करत होता?'

त्यांचा चेहरा खर्रकन उतरला. आपल्याला काहीही जमत नाही, असं वाटून त्या तिरीमिरीसरशी इथून निघून जावंसं वाटलं.

पण कुठं जायचं? मनात कुठं तरी या जागेविषयीही आकर्षण निर्माण झालंय्. इथून आणखी कुठं गेलं, तरी पटायचं नाहीसं वाटतंय्.

तोच सण्णप्पा त्यांच्या मदतीला आला आणि म्हणाला,

'मुकाट्यानं गिळा की! सगळे काय जन्मल्याजन्मल्या सगळं शिकून येतात? तुला तरी काय येतंय्? हळूहळू जमेल रंगप्पाला. रंगप्पा, संध्याकाळी तिखट-थोडं जास्त घाला आणि डाळ शिजायला लावायच्या आधी त्यात दोन डाव तेल टाका. इस्वनाथ तसंच करायचा.'

रंगनाथांनी स्वयंपाकात अधिक लक्ष घातलं. कामाला येणाऱ्या बाईला थोडं विचारलं. स्टेशनजवळच्या उडिपी हॉटेलातही जाऊन चौकशी करून आले. ही धडपड चालली असताना मनात आलं-

आपल्याला त्याच्यासारखा स्वयंपाक जमला आणि ते सगळ्यांनी मान्य केलं, तर मोठाच पुरुषार्थ साधला जाईल काय?

त्यांना मनोमन विश्वनाथाचा संताप आला.

रंगनाथांना इथं येऊन तीन महिने झाले होते. स्वयंपाक करायला सुरुवात करूनही दोन महिने झाले होते. हल्ली त्यांना स्वयंपाकही बऱ्यापैकी जमत होता. सगळ्यांनी 'आता हरकत नाही-' असंही म्हटलं होतं.

दिवसभर ते एकटेच असत. दुपारी काहीजण जेवायला येत. गिरणी-कामगारांच्या वेळा निश्चित नसायच्या. दिवसपाळी असेल, तर ते रात्री झोपायचे- रात्रपाळी असेल, तर दिवसभर झोपून राहायचे.

खिडकीतून दिसणाऱ्या बायकांच्या दृश्याचीही सवय होऊन दृष्टी मेली होती. सलगपणे चार दिवस अनुभवलेल्या स्त्रीसुखानं पंधरा-वीस दिवसांची तृप्ती दिली होती. तरी नंतर पुन्हा ती आठवण खेचू लागली. त्यानं चार दिवस मन आवरायचा प्रयत्न केला; पण पाचव्या दिवशी मन आवरलं नाही.

शांता- अंहं- यल्लव्वानं बोलून दाखवलं,

'एवढे दिवस का आला नाही?'

सकाळी दहा ते संध्याकाळी चार वाजेपर्यंत ते तिथंच राहिले.

त्यानंतर वीस- बावीस दिवसांनी ते गेले, तेव्हा यल्लव्वा तिथं नव्हती. मालकिणीनं सांगितलं. गिऱ्हाईक आहे, येईल आता. हे ऐकून त्याला किळस आली. पाठोपाठ तोच तिचा व्यवसाय असल्याचं आठवलं. त्याच वेळी दुसऱ्या बाईनं कानाशी कुजबुजून सांगितलं,

'तिच्यापेक्षा चांगली देते, चला. मन भरलं नाही, तर एक आणाही देऊ नका.'

तिनं त्यांना मुळीच सोडलं नाही. सगळीकडे पातळ पडदे सोडलेल्या घामट-कुबट वातावरणात नेलं, तरीही त्यांना ते असह्य झालं नाही.

घरी परतल्यावर मात्र त्याला खोल गर्तेत कोसळल्यासारखं वाटलं.

कुठं तरी हे थांबवायला पाहिजे. ही जागा सोडून निघून जायला पाहिजे. पाठोपाठ पुन्हा तोच प्रश्न - कुठं?

एकाएकी त्यांच्यावर संताप उसळला-

मला या पातळीपर्यंत खाली खेचणारा पापी! त्या रात्री त्याला झोप आली नाही. सारखं वाटत होतं. यातून बाहेर पडायला पाहिजे- यातून उंच उठायला पाहिजे.

रात्रभर कूस बदलत तळमळ चालली होती.

आताशा रात्री उकडत नव्हतं. खिडकी उघडी ठेवली, की गार वारं यायचं. त्यामुळं फॅनची गरज जाणवत नव्हती. तरीही झोप लागत नव्हती. त्यांनी कूस बदलली. डोळे उघडून झोपलेल्यांवरून रस्त्यावरच्या दिव्यांच्या उजेडात त्याची नजर फिरली.

एका बाजूला पांघरुणात काही हालचाल दिसली.

ही मूगण्णा आणि बाणप्पाची जागा- छी:-

त्यांना किळस वाटली.

विश्वनाथही त्या वेळी जागा होता, म्हणे- कामभावना माणसाला कुठल्या पातळीपर्यंत नेते, ते पाहण्यासाठी. छे:!

त्यांच्या मनातला त्याच्याविषयीचा आदर वाढला.

यानंच मला सहज-जीवनात आणलं. तो माझा गुरू- छे: ! गुरू कसला? मला पापाच्या गर्तेत लोटणारा नराधम!

मूगण्णानं गावाकडे लक्षावधी रुपयांची संपत्ती जमवली आहे. शिवाय इथलं भाडं. वीस मुलींवर तर त्याची सरळच मालकी आहे. तरीही हे असं का? अविद्या- शाप- नरक- अंहं- कुठलंही उत्तर समर्पक नाही- एव्हाना मूगण्णा आणि बाणप्पा घोरायलाही लागले होते.

मनातली अस्वस्थता आणखी वाढली.

विश्वनाथालाही हे निश्चित ठाऊक असणार. यांतील सगळेच त्याच्याशी मनमोकळ्या गप्पा मारायचे, म्हणे. मूगण्णाची गावाकडे पाठवण्याची पत्रंही तोच लिहून द्यायचा. त्यानं मलाही मूगण्णासारखाच समजून माझा तिरस्कार केला असेल काय? आपण असं राहता कामा नये. असं नव्हे, तर कसं राहायचं? दर तीन-चार दिवसांनी काळव्वा किंवा पुट्टशिंग्रीकडे जाणाऱ्या मारय्यासारखं?

त्यांना विश्वनाथाचा संताप आला. स्वत:चाही संताप आला.

तोही काही माझ्यापेक्षा उत्तम नाही. इथं असलेल्या कुणापेक्षाही उत्तम नाही. इथं असलेली प्रत्येक व्यवस्था त्यालाही ठाऊक असणारच. शिवाय भर वय! दररोज मन अनावर होत असेल! पण मग तो माझ्याकडे का निघून आला असेल? पुस्तकालयात सतत वाचत बसायचा म्हणे. इथंही स्वयंपाक करताना हातांत सतत पुस्तक असायचं म्हणे. शिवाय बँकेत एक हजार दोनशे रुपये कसे राहिले असतील? त्यानं कसे मिळवले असतील? चौकशी करायला पाहिजे.

मध्ये तीन दिवस गेले. मध्येच अचानक सण्णप्पा तापानं आजारी पडला. त्यामुळं व्हिक्टोरिया न नेता तो घरातच झोपून राहिला होता. गेल्या तीन महिन्यांत त्या दोघांमध्येही मोकळेपणा आला होता.

सण्णप्पाच्या कपाळावर हात ठेवत त्याच्या प्रकृतीची चौकशी केल्यानंतर त्यानं हलकेच आपण तीन दिवसांपूर्वी रात्री पाहिलेल्या दृश्याविषयी सांगितलं.

यावर सण्णपा सहज उत्तरला,

'सगळ्यांना ठाऊक आहे ते!'

'पण काय हे? यांना पाहिजे तर बायका मिळत नाहीत काय?'

'वीस मुलींवर त्याची मालकी आहे. पण त्यानं तिथंही कधी कुणाला हात लावला नाही, म्हणतात.'

'मग बायको?'

'तीच तर गंमत आहे. हा इथं मरमरून राबून पैसा गोळा करत असतो आणि तिकडं गावाकडं बायकोला मुलं होत असतात! गावाकडे जातानाही हा बाणप्पाला

सोबत घेऊन जातो.'

किती विचित्र हे! त्या मुलांवर याचा जीव आहे म्हणे. त्या प्रेमाला आधार कुठला? इथल्या मुलींना हात न लावायचं कारण काय? यानं इथं राबून गावाकडल्या त्या बाईसाठी आणि तिच्या मुलांसाठी का पैसा जोडावा? का?

आजवर चिंतन केलेल्या अध्यात्मानं यावर पटणारं उत्तर दिलं नाही.

बाणप्पाचं लग्नं झालंय्?'

'नाही.'

सण्णप्पाचा ताप त्यानंतरही दोन दिवस राहिला. नंतर ताप उतरला, तरी अशक्तपणा खूप होता. त्यामुळं नंतरही तो घरात राहून विश्रांती घेत होता. त्याच्याकडून जमेल, तेव्हा विश्वनाथाविषयी जाणून घ्यायचं, असं रंगनाथांनी ठरवलं होतं. मनातल्या काही प्रश्नांचा उलगडा होत नव्हता. यानंतर तो भेटेल, असंही वाटत नव्हतं. एवढ्या दिवसांत सण्णप्पाचा स्वभावही त्याच्या लक्षात आला होता. सगळ्यांशी मिळून-मिसळून वागणाऱ्या सण्णप्पाची एकंदर समजच चांगली दिसत होती. इतरांना न समजणारे किती तरी बारकावे हा टिपतो, हे त्याच्या लक्षात आलं होतं.

'विश्वनाथ इथं किती वर्षं होता?'

'होता तीन-साडेतीन वर्षं.'

'एवढी वर्षं सैंपाक करून वाचायचा?'

'नाही. व्हिक्टोरिया चालवायचं थांबवल्यावर त्यानं सैंपाक करायला सुरुवात केली. तेही आम्ही आग्रह धरला, म्हणून. सैंपाक करून वाढ- आम्ही पाच-पाच रुपये देऊ, म्हणून आम्ही त्याला आग्रह केला.'

'व्हिक्टोरिया चालवायचा? किती वर्षं? तसं नको- तो इथं कसा आला?'

सण्णप्पा सांगू लागला,

'मीच त्याला इथं आणलं. एकदा स्टेशनवरच्या एका बाकावर बसला होता तो- तुम्ही बसला न्हवता काय? तसंच. गाडी आली- गर्दी स्टेशनबाहेर आली, की हा 'साहेब- हमाल' म्हणून ओरडायचा. स्टेशनमध्ये हमाली करायची, म्हणजे लायसेन्स पायजे. म्हणजे पैसे पाहिजेत. काही प्रवासी आधी उत्साहाच्या भरात हमालाला पैसे द्यायचे नाहीत, असं ठरवत निघतात. पण तिकीट चेकरपाशी येईपर्यंत दमून जातात. अशी माणसं हेरून 'साहेब-हमाल.. तुम्हाला जेवढे पैसे द्यायचे, तेवढे द्या.' म्हणून सांगितलं, की ही माणसं तयार होतात. स्टेशनवर कुठं तरी जेवून समोरच्या खोक्यात तो झोपायचा. स्टेशनात अंघोळ करायचा. रोज दोन-अडीच रुपये मिळतीत, एवढीच तो हमाली करायचा. तुमची आहे, तशी एक पिशवी एवढंच त्याचं सामान. मिळालेल्या पैशांत दोन वेळ जेवायचा. तेव्हा दीड आण्याला एक चपाती आणि दोन

आण्यांना एक वाटी बटाट्याची भाजी मिळायची. हा त्याहून जास्त पैसे मिळवायचा नाही. असा दोनेक महिने राहिला म्हणे तो. एकदा सेंट्रल स्टेशनपाशी मीही वेंकटप्पाबरोबर गाडीची वाट पाहत होतो. आमचं कन्नड बोलणं ऐकून त्यानं आपण होऊन आमच्याशी ओळख करून घेतली. अशीच रस्त्यात भेटून थोडी-फार ओळख वाढली. मग मी त्याला एकदा इथं घेऊन आलो. इथली वस्ती बघून आधी त्याला किळस आली. तरीही गप्पा मारत संध्याकाळपर्यंत तो राहिला. संध्याकाळी आम्ही सैंपाक करू लागलो. त्यालाही मी जेवून जाण्याचा आग्रह केला. आमचा सैंपाक सुरू झाल्यावर तो 'हे असं नाही... तसं करायचं' म्हणून सूचना देऊ लागला. मग आम्हीही त्याला तो म्हणेल ते सामान आणून दिलं. मग त्यानं काय फर्मास सैंपाक केला, म्हणून सांगू! मग आम्हीच त्याला म्हटलं, 'तिकडं स्टेशनावर राहण्यापेक्षा इथं येऊन राहा आणि आम्हाला शिजवून घालून, तूही जेवून राहा.' तोही तिथं एकटा राहून कंटाळला होता. आला इथं राहायला; दोन वेळा सैंपाक करून वाढायचं- आता तुम्ही करता, तसचं.'

'व्हिक्टोरिया केव्हा चालवायला सुरुवात केली त्यानं?'

'फक्त सैंपाक करून त्याला कंटाळा आला. सैंपाक केला, की संपून जातो. काहीच त्याचं शिल्लक राहत नाही. खरं, की नाही?'

'खरंच.'

'मी, वेंकटप्पा, बाणप्पा, लक्कण्णय्या व्हिक्टोरिया चालवत होतो त्या वेळी. मागच्या बाजूला पठाणाच्या गाड्या असलेल्या तोही बघत होता. मुंबईमध्ये सगळे राबतात आणि पैसे मिळवतात. 'मीच फक्त अन्न शिजवत का राहू?' असंही त्याला वाटू लागलं. 'सण्णप्पा, मीही व्हिक्टोरिया चालवतो- शिकव' म्हणू लागला. मीही बरं म्हटलं. त्यात काय शिकवायचं? त्याला मुंबईतले रस्ते समजायला लागले होते. घोड्याला कळेल, असा चाबूक चालवायचा, एवढंच, खरं तर, शिकवायचं होतं. तो माझ्याबरोबर येऊ लागला. नंतर पंधरा दिवसांच्या आत तो स्वतंत्रपणे व्हिक्टोरिया चालवू लागला. मीच खर्च करून त्याला लायसेन्स काढून दिलं- खाकी कपडे शिवून दिले. पठाणानं त्याला व्हिक्टोरिया चालवायला दिली. मग इथं सैंपाक करणं त्यानं सोडून दिलं. मग आमच्या पोटाची अवस्था काय विचारता!'

'व्हिक्टोरिया चालवून पैसे मिळवायचा?'

'ते काय विचारता! आमच्यासारख्या आठ-दहा-पंधरा वर्षं चाबूक मिरवलेल्यांना ओवाळून टाकावं, असं काम करायचा, बघा. इंग्लिश यायचं, म्हटल्यावर गिऱ्हाईक बघून इंग्लिशमध्ये बोलायचा. आधी 'किती पैसे' म्हणून विचारलं, तर 'तुमची मर्जी' म्हणून सांगायचा. कधी तिकडं सामान उतरवताना 'जस्ट फाय रुपीज्, सर- सिक्स रुपीज्, सर' म्हणून सांगायचा. गिऱ्हाईक मुकाट्यानं देऊ करायचं. कुणी हिंदी

गिऱ्हाईक आलं, तर आम्ही आपले 'जा, रे- क्या, बे' म्हणायचो. हा मात्र अगदी मऊ आवाजात त्यांच्याशी बोलायचा. त्यामुळं गिऱ्हाईक त्याच्याकडे जायचं आणि तो म्हणेल, त्या रेटनं पैसे द्यायचं. दररोज पठाणाचे पंधरा रुपये देऊन बारा-तेरा रुपये सुटायचे. त्याहून कमी एक दिवसही नाही ! एका वर्षात त्यानं चार हजार रुपये बँकेत टाकले होते! आणखी कुणाला तो सांगायचा नाही- समजलं, तर आमची ही माणसं सोडतील काय त्याला? आधी कर्ज म्हणून घेतील, आता देतो- मग देतो, म्हणून उडवा-उडवी करतील आणि शेवटी कुठले पैसे- कुठले काय, म्हणून हात झटकून मोकळे होतील! एक दिवसाचाही खाडा न करता तो राबत होता-'

'मग त्यानं ते का सोडलं?'

'सांगतो तेही-' आता सण्णप्पाला सांगायचा उत्साह आला. पण अशक्तपणामुळं एवढ्या बोलण्यानंही त्याला गळून गेल्यासारखं झालं होतं.

रंगनाथांनी त्याला खालून चहा आणून दिला. तो प्यायल्यावर थोडा उत्साह येऊन सण्णप्पा पुढं सांगू लागला,

'त्या दिवशी व्ही टी. जवळ आम्ही गाड्या उभ्या करून पॅसेंजरची वाट बघत होतो. पंजाबमेल निघायची वेळ झाली होती. तिकडून नागपूर एक्स्प्रेसही यायची वेळ झाली होती. त्याच वेळी इकडं परळपाशी दोन गाड्यांची टक्कर झाल्याची बातमी आली. काय टक्कर झाली, म्हणून सांगू! पेपरात नंतर बत्तीस माणसं गेली, म्हणून छापलं होतं. पण मी सांगतो, शंभरावर माणसं नक्की गेली बघा! इकडं व्ही.टी. वर सांगितलं. लाऊडस्पीकरवरून, गाड्यांची टक्कर होऊन लाइन खराब झालीय्- गाड्या जाणार नाहीत, म्हणून- इथून निघणाऱ्या सगळ्या गाड्या दादरहून निघतील, म्हणून सांगितलं. अस म्हटल्यावर पंजाबमेलनं जाणाऱ्यांना आणि बाकीच्या गाड्यांनी जाणाऱ्यांना दादरला जाणं भाग होतं. तुम्हीच सांगा, अशा वेळी रेट वाढल्याशिवाय कसे राहतील? व्ही.टी. ते दादर एवढं अंतर जायला काय रेट सुरू झाला असेल, म्हणता?'

'मला समजत नाही. तुम्हीच सांगा.'

'खरं सांगायचं, तर एवढ्या अंतरासाठी कुणी व्हिक्टोरिया करत नाही. तीन वर्षांपूर्वी एवढं अंतर जायचं, म्हणजे सहा रुपये घेत होते. अगदीच जास्त, म्हणजे आठ रुपये. त्यात सामानाचे वेगळे धरले, तर नऊ रुपये. त्या दिवशी आम्ही चाळीस रुपयांपर्यंत रेट चढवला. टॅक्सीवाले साठ म्हणाले. मध्येच इस्वनाथ पन्नास म्हणून ओरडला. आम्हीही होय म्हणालो. काय करणार? रिझर्वेशन केलेली माणसं पैशाकडे बघून नाही म्हणणार व्हय? इस्वनाथ इथून दादरला गेला. परतीची ट्रिप तीस रुपयांची मिळाली. पुन्हा दादर चाळीस रुपये. किती झाले? एकशे वीस. मग दादरहून ओव्हलचं एक गिऱ्हाईक मिळालं. नवरा-बायको आणि मुलं. सकाळपासून

सगळे उपाशी होते. सामान वेस्टर्नला पाठवून लोकल पकडावी, म्हटलं, तर हमाल एकेका बॅगचे पंधरा-पंधरा रुपये मागत होते. एवढं सामान लोकलमधून नेणंही शक्य नव्हतं. मग गिऱ्हाईक काय करणार? चाळीस रुपये द्यायला तयार झालं. ईस्वनाथाची व्हिक्टोरिया निघाली. एवढ्या हेलपाट्यांनी घोडं दमल्याशिवाय राहिलं काय? ते पुढं चालायला तक्रार करायला लागलं. यानं तसंच हाणत-मारत परेलरोड पर्यंत आणलं. मग त्या घोड्याच्या अंगात काय आलं, कोण जाणे! ते रस्त्यातच हटून उभं राहिलं. किती मारलं, तरी ढिम्म हलेना. पुढं घोडी आणून उभी करतो, म्हटलं, तरी पाऊल उचलेना. यानं चाबकानं मारायला सुरुवात केली. आता गिऱ्हाईक खवळलं. त्यांच्याही पोटात अन्नाचा कण नव्हता. त्यांनी विचारलं, काय भाऊ? हा म्हणाला- घोडं पुढं पाऊल टाकेना, बघा! यावर गिऱ्हाईक म्हणालं- एरवी जागेवर पोहोचल्यावर पैसे घेता- आज आधीच घेतलेत- मग घोडं कसं चालेल?' हा काय बोलणार? त्यानं घोड्यावर राग काढायला सुरुवात केली. गिऱ्हाईक चिडलं- त्यानं याच्या थोबाडीत मारली. हाही चिडला- यानंही हातातल्या चाबकानं रपा-रप ठेवून दिले-

'मग?'

'मग काय? व्हिक्टोरियावाले असेच असतात, म्हणून आरडा-ओरडा सुरू झाला. पोलिस आला. याला बाजूला नेऊन म्हणाला, मला पन्नास दे- नाही तर चल पोलिस स्टेशनात! शेवटी गिऱ्हाइकाला चाळीस आणि आपल्याला तीस रुपये घेऊन याची व्हिक्टोरिया सोडली. म्हणजे किती राहिले?'

'एकशे विसातले चाळीस आले नाहीत आणि तीस गेले- नव्वद राहिले.'

'नव्वद राहिले- आजची कमाई भरपूर झाली- पंधरा रुपये पठाणाचे गेले, तरी पंच्याहत्तर शिल्लक पडतील, म्हणत हा निघाला. या सगळ्या गोंधळात कुणालाही या वेळेपर्यंत चहा सुद्धा मिळाला नव्हता. दुपारचे तीन वाजले होते. घोड्याला दाणा-पाणी देऊन हॉटेलात पोळी-भाजीची ऑर्डर देऊन घाम पुसत बसून राहिला. त्या वेळी रेडिओवर सांगितलं- सव्वीस माणसं मेली- आणखी चार जणांचं काही खरं नाही. तिथला सप्लायचा पोऱ्या म्हणाला, 'रेडिओवाले खोटं सांगतात- मी स्वत: जे.जे. हॉस्पिटलात जाऊन बघून आलो. शंभरवर माणसांच्या हाडांची पूड होऊन गेलीय्!' चपाती खाल्ल्यावर तिथंच घोडा-गाडी ठेवून तो जे.जे.त गेला. तिथून ते जवळच आहे. सप्लायच्या पोऱ्यानं सांगितलं होतं, तेच खरं होतं. बाहेरच्या लोकांना प्रेतं मोजायला देत नव्हते. ओळीत प्रेतं मांडून ठेवली होती, तरी हिशेब लागत नव्हता. मुंबईतल्या माणसांचे नातेवाईक आणि मित्र आले होते. परगावच्या लोकांचे डोळे पुसायला तिकडं कुणीच नव्हतं. आपले आपण पुसायचं म्हटलं, तर आपले हात मोडलेले-

रंगनाथ उगाच 'हं- म्हणाले.

'तो पुन्हा हॉटेलापाशी आला. घोडा थोडा ताळ्यावर आला होता. त्याला जास्त दमवायला नको, म्हणून तिथंच उजवीकडे वळून कामाठीपुऱ्याच्या तिकडच्या टोकानं आत शिरून गाडी आणि घोडा पठाणाच्या पागेत नेऊन बांधला. नंतर पठाणाला नेहमीप्रमाणे पंधरा रुपये देऊ केले. आमचा पठाण तुम्ही बघितलाय्, न्हवं? तो काय, मुलांकडून घोड्यांना मालिश करवून घेतोय्, बघा-'

'हं-' त्यांनी खिडकीतून बघून सांगितलं.

'तो कसा गप्प राहील? आधी म्हाताऱ्याची थट्टा करतो काय?' म्हणून हसला, म्हणे. याला काही कळलं नाही, म्हणाला, 'थट्टा कसली' हे पैसे- ' त्यानं याची डावी मांडी घट्ट धरली. त्याला हात बघितला काय? त्याचा तळहात म्हणजे माझे चार तळहात! माझ्या मांडीएवढा त्याचा दंड आहे. त्याची पकड अशी काही तरी होती, की आत काही तरी खटकल्यासारखं होऊन वाईट कळ आली. हा अय्यय्यो- म्हणून ओरडलाच. पठाणानं त्याचा चार लगावून सांगितलं, आजचं माझं भाडं शंभर रुपये! हा म्हणाला, 'ॲक्सिडेंट झाला, तरी मी तिकडं नव्हते - मी वरळीकडं होतो.' तो बरा ऐकेल? पकड आणखी घट्ट करून 'मादरचोद- बात मत करो-' म्हणत त्याच्या खिशात हात घातला. तिथं किती पैसे होते?

'नव्वद रुपये...'

'हं- आणि आदल्या दिवशीचे उरलेले बारा रुपयेही त्याच खिशात होते म्हणे. त्यांतला एक रुपया पोळी-भाजीसाठी खर्च झाला होता. 'एकशे एक रुपया ठेवून खोटं बोलतोस?- लक्षात ठेव, वरळीकडे गेला असतास, तर तू बेवकूफ. त्यासाठी माझं नुकसान का? यापुढं लक्षात ठेव, ॲक्सिडेंटचा हिशेब वेगळाच असतो. अजून बच्चा आहेस- नियत शीक!-' हा काय करणार? लंगडत इथं आला. घामानं अंग चिकट झालं होतं. अंघोळ करून पांढरा पायजमा-शर्ट घालून मूगण्णाकडून वीस रुपये घेऊन हा बाहेर पडला. सेंट्रलला जाऊन, चर्चगेटपाशी ऊतरून तो गेटवेकडे निघाला. डावी मांडी अजूनही दुखत होती. तिथं जहांगीर हॉलच्या बाहेर एक गाण्याचा बोर्ड दिसला. हा तिथं गेला. गाणं सुरू झालं होतं. 'खालची तिकिटं नाहीत- पंधराचं घ्यावं लागेल...' म्हटल्यावर पंधरा रुपयांचं तिकीट घेऊन आत गेला. गाणं फर्स्टक्लास होतं म्हणे. तोही नाटक कंपनीत काम करताना गाणं शिकला होता, न्हवं?-'

'होय? मला ठाऊक नाही-'

'व्हय. शिकला होता. घोडं हाकतानाही केव्हा केव्हा आऽऽ आऽऽ म्हणायचा. तिथं गाणं ऐकत असताना आत काय तरी झालं म्हणे. रडू आलं त्याला. दुपारचं सगळं आठवलं. एवढी माणसं मेली आणि आपण तेवढा रेट वाढवून पैसा करायला

गेलो! इथं त्या लोकांना बघणारं- सुख-दुःख विचारणारं कुणीच नाही आणि इथं तीस-चाळीस वाढवले! तिकडं माणसं मेली- त्यांना आणि उरलेल्यांना मदत करायचं ऱ्हायलं- उलट, लोकांना लुटलं- या विचारानं तो टिपं गाळत बसला. तिकडं तो गाणं म्हणतोय्- हिकडं हा डोळे पुसतोय्! तेव्हा त्याला वाटलं, म्हणं- बाकीच्यांनी काय बी करू दे- मी धर्मानं वागायला पायजे होतं- प्रत्येक ट्रिपचे, फार तर सामानसकट नऊ रुपये म्हणायला पाहिजे होते.'

रंगनाथ लक्ष देऊन ऐकत होते.

'इंटरव्हल झाली. दिवे लागले. हा सगळीकडे मान फिरवून बघायला लागला, तर दहा रुपयांच्या खुर्च्या रिकाम्या पडल्या होत्या. हलकट लेकाचे! मी गडबडीत आलो- सांगेन तेवढे पैसे देणार म्हटल्यावर खालची तिकिटं संपली, म्हणून सांगितलं. त्याला राग आला. जाऊन भांडूनही आला. मग त्याचं त्यालाच वाटलं, वेळ बघून सगळेच स्वार्थ साधतात- यांनीही तेच केलं. त्यापायी मी उगाच भांडून चार माणसं जमवली. पुन्हा गाणं सुरू झालं. तेव्हाही हाच विचार. माणसाचं डोकंच असलं- गू खाणाऱ्या कुत्र्यासारखं. बाकीच्यांना काहीही करू दे. मी न्यायानं वागायला पायजे होतं. पुन्हा रडायला यायला लागलं म्हटल्यावर तो सरळ उठून बाहेर आला.'

'हं- रंगनाथांचं मन अडकल्यासारख झालं होतं.

यातलं काहीही त्यानं मला सांगितलं नाही. तो तिथं गप्प राहायचा किंवा अध्यात्मातले काही तरी प्रश्न विचारायचा. त्या प्रश्नांमागचे अनुभवच वेगळे आणि मी त्याला देत होतो, ती उत्तरंच वेगळी होती. माझी उत्तरं पुस्तकी होती.

'चर्चगेटकडून तो निघाला. त्याचं चालणं तरातरा. पुन्हा मांडी दुखू लागली. पठाणाचा राग आला. त्याला एक ठेवून द्यायला हवी होती. किंवा दातानं लचका तोडायला हवा होता, असं वाटलं. तसाच लंगडत चर्चगेटला येऊन त्यानं गाडी धरली. रस्ताभर डोक्यात तोच विचार- बाकीचे सगळे कसे का वागेनात, मी न्यायानं वागायला पाहिजे होतं. त्याच वेळी आणखी एक मनात आलं, मी न्यायानं वागून सहाच रुपये घेतले असते, तर मग पठाणाला शंभर रुपये कुठून दिले असते? म्हणजे फक्त मला वाटलं, म्हणून न्यायानं राहायलाच येणार नाही काय? विचार केला, तर हेही बरोबर आहे- खरं, की नाही?'

'हं...' ते म्हणाले.

इथं न्याय-धर्म-नीती या सगळ्याच शब्दांना नवे अर्थ आल्यासारखं दिसत होतं. यानं न्यायानं पैसे घेतले असते, तर काय गत झाली असती त्याची?

ते याच विचारात गढून गेला असता मूगण्णा जेवायला आला. नेहमीच त्याची जेवणाची घाई असे. त्या वेळेत आलेलं कोणी गिऱ्हाईक परत जाऊ नये, म्हणून ही

घाई! दुपारची विश्रांतीही दुकानात बसल्याबसल्या डुलकी घेऊन. तरी बरं! त्या गल्लीतली सगळी गिऱ्हाइकं फक्त त्याच्याच दुकानातून सामान घ्यायची. 'काय, रंगप्पा, चला, लवकर जेवून घेऊ या-' म्हणत त्यानं घाईघाईनं ताटात जेवण वाढून घेतलं. डाव्या हातातल्या जळत्या बिडीतून धूर निघत होता. उजव्या हातानं भात कालवून त्याचे गोळे तोंडात टाकून तो गपागप गिळत होता. रंगनाथांनी मागच्या खिडकीतून बाहेर पाहिलं. तिथं पठाण एका व्हिक्टोरियापाशी उभा राहून दुरुस्ती करत होता. इथूनही त्याचे दंड, रुंद हात दिसत होते. एखाद्या दैत्यासारखा तो दिसत होता. तिकडं पाहत रंगनाथांनी विचारलं,

'या पठाणानं आतापर्यंत किती पैसे मिळवले असतील?'

'सात-आठ लाख सहज! ते त्यानं कर्जाऊ दिले आहेत- दररोज शंभर रुपयांना एक रुपया व्याज! ' मूगण्णानं तत्काळ माहिती पुरवली.

सण्णप्पाही म्हणाला,

'याहून जास्त असेल; पण कमी नाही.'

भातावर दही वाढताना रंगनाथांना वाटलं, निवांतपणे दोन घास न खाता मूगण्णा का राबतोय् अशा बायको-मुलांसाठी?

त्यांनी विचारलं,

'पठाणाचं लग्न झालंय्?

'न व्हायला काय झालं? त्याच्या जातीप्रमाणे चार बायका आहेत त्याला. मुलांनाही त्यानं वेगवेगळी दुकानं सुरू करून दिली आहेत.'

म्हणजे या पठाणाचं चार-चौघांसारखं आहे, म्हणायचं. पण मूगण्णाचं काय म्हणायचं?

एवढ्या अवधीत मूगण्णा दही-भाताचा शेवटचा घास पोटात ढकलून ताटली विसळून- पुन्हा डाव्या हातातली विझलेली बिडी पेटवून निघून गेला होता.

त्यांनी बाहेर येऊन सण्णप्पाला विचारलं,

'समजा, त्या दिवशी पठाणानं पंधरा रुपयेच घेतले असते आणि तुम्हीही नेहमीच्या रेटनं पैसे घेतले असते, तर?'

'का कमी घ्यायचे पण? इतर वेळी आम्ही चार पैसे मागितले, तर कोणी देईल काय? वेळ बघूनच चार पैसे गाठीला मारायला पाहिजेत. त्यासाठीही हुशारी लागते' सण्णप्पाला त्यांच्या प्रश्नामागील हेतू न समजल्यामुळं तो सरळ म्हणाला, 'त्या दिवशी मीही धावलो. मीही पैसे मिळवले. नंतर पठाणाला सांगितलं- मला उशिरा समजलं म्हणून. चांगल्या शब्दांत त्याला पंच्याहत्तर रुपयांना पटवलं आणि मला पंचावन्न रुपये सुटले.'

पौष महिना असला, तरी दुपारी उकाडा जाणवत होता. सण्णप्पा मुकाट्यानं

झोपला होता. त्याला विचारून रंगनाथांनी पंखा लावला.

बाहेर 'अरे ए माझ्या सरदारा! नुस्ता काय टका-मका बघतोयस! आत ये...' वगैरे आवाज ऐकू येत होते.

'म्हणून विश्वनाथानं व्हिक्टोरिया चालवायचं सोडलं?'

'फक्त एवढंच नव्हे, सण्णप्पा काही वेळ आठवत राहिला. पुढं म्हणाला, '... हं ... त्या दिवशी तो सकाळी उशिरा उठला. गाडी घेऊन बाहेर पडला, तेव्हा आठ वाजून गेले होते. स्टेशनवर जाऊन फ्रँटियरची वाट पाहत राहिला. तेव्हा तिथं दोन मित्र आले. एक दिल्लीहून आला होता आणि दुसरा त्याला नेण्यासाठी आला होता. त्याच्या बोलण्यावरूनच ते समजलं व्हिक्टोरियातून जाताना इथला मित्र दुसऱ्याला रात्री इथं असं असं गाणं होत- इंग्लिश पेपरात आलंय्, म्हणून सांगत होता, म्हणे. शिकलेली मुलं म्हटल्यावर एकमेकाला गाणं असं-पुस्तक असं- प्रपंच असा आहे, म्हणून काही तरी इंग्लिशमध्ये सांगत होती. घोडा हाकताना हा त्यांचं सगळं बोलणं ऐकत होता. त्यांना सोडून व्ही.टीवर आल्यावर त्यानंही पेपर विकत घेऊन वाचायला सुरुवात केली. त्यात गाण्याचं छान लिहिलं होतं, म्हणे! यानंतर दररोज पेपर विकत घेऊन वाचून काढायचा, म्हणून ठरवत असताना दोन मद्रासची माणसं आली. ती त्याला विचारू लागली, 'कामाठीपुरा कुठं आहे? अंहं- बायकाची गल्ली कुठं आहे, ठाऊक आहे?' यानं होय म्हणून सांगितलं. त्यांनी सांगितलं तिकडं जाऊन, दुपारी मद्रास-एक्सप्रेसच्या वेळेपर्यंत स्टेशनवर आणून सोडायचं. थोडी घासाघीस करून त्यानं तीस रुपये ठरवले आणि इकडं घेऊन आला. मूगण्णाच्या दुकानाकडं एक घर आहे. तुम्ही बघितलंय्?'

'नाही...'

'तिथं नेहमी हायक्लास माल असतो. वेगवेगळ्या खोल्या आहेत. हा त्यांना तिकडं घेऊन गेला. त्यांनी माल पाहिला- सिलेक्ट केला. तिथल्या घरवालीनं याला दोन रुपये दिले. तशी पद्धतच आहे. हा तिथून खाली आला. उगाच गाडीत बसून काय करायचं? घरी जाऊन यायचं म्हटलं, तर गिऱ्हाईक लवकर परत आलं आणि निघून गेलं, तर पैसे बुडणार. यानं या आधी कधीही असलं गिऱ्हाईक केलं नव्हतं. गिऱ्हाईक व्हिक्टोरियावाल्याचं तोंड बघून सांगतं ना! नाही तर काही व्हिक्टोरियावालेही 'काय, राव? मी तसला वाटलो काय?' म्हणून भांडण काढतात. गाडीत बसल्यावर त्याला वाटलं, हे भडवेगिरीचे पैसे आहेत- घ्यायला नको होते. पाठोपाठ मनात आलं- बघू या तरी, असे किती पैसे मिळतात! हा आपल्या गाडीच्या जवळपास

फिरत रस्त्यानं जाणाऱ्या गिऱ्हाइकाला माल पाहिजे काय? म्हणून विचारू लागला. नाटकात काम करून आलेला गडी! वेगवेगळ्या प्रकारे बोलवायला लागला. नव्या गिऱ्हाइकांना सरळ घरवालीकडं जायचं धैर्य नसतं. कुणी बोलावलं, तर ती येतात. हा माणसं बघून त्या- त्या प्रकारचा माल दाखवायला लागला. इकडं गिऱ्हाइकाकडून कमिशन घ्यायचं- तिकडं घरवालीकडून घ्यायचं. मद्रासचं गिऱ्हाईक येईपर्यंत यानं अडीच रुपये मिळवले. त्या गिऱ्हाइकाला गाडीच्या वेळेत पुन्हा स्टेशनवर सोडलं. त्यानंही बक्षिसी दिली. रात्रीपासून त्याच्या डोक्यातला भुंगा सुरूच होता. एवढी माणसं मेली- एवढी जखमी झाली. ती संधी धरून टॅक्सी-व्हिक्टोरियावाल्यांनी दर वाढविले. हॉस्पिटलजवळच्या हॉटेलवाल्यांनी पैसे वाढवले. माणसानं पैसे मिळवणं म्हणजेच मोठं काही तरी आहे! व्हिक्टोरिया चालवून एका वर्षात चार हजार रुपये जमवले. आज गिऱ्हाइकांना वेश्येकडे नेऊन सव्वादोन-अडीच रुपये मिळवले, एका दिवसाचा खर्च हा. दोन-तीन तासांत तेवढे मी मिळवले. मुंबईमध्ये सगळे दिवस-दिवसभर राबतात. याला काही अर्थ आहे काय?- असं वाटलं, म्हणे. फ्राँटियरमधून आलेली मुलं बोलत होती, ते आठवलं त्याला. याला रात्रभर मनात येत होतं- हे कसलं आयुष्य माझं? रात्री झोप आली नाही. आठ वाजून गेले, तरी हा झोपलाच होता. पठाणानं येऊन विचारलं, 'अरे बिस्वनाथ, गाडी नाय घेतली?' यानं सांगितलं, 'नाही, मन ठीक नाही.' यावर तो म्हणाला, 'मग ते दोन दिवस आधी सांगायचं. गाडी आणखी कुणाला तरी दिली असती. आजचे भाड्याचे पंधरा रुपये दे-' म्हणून हात पसरला. हा नाही कसा म्हणणार? म्हटलं, तरी तो बरा ऐकेल? 'घोड्याला दाणापाणी तुझा बा देईल काय?' म्हणत त्यानं पैसे वसूल केले. यानं जवळ असलेले पैसे दिले आणि उरलेले 'नंतर देतो', म्हणून सांगितलं. तेच शेवटचं. त्यानंतर त्यानं पुन्हा व्हिक्टोरिया चालवली नाही. पेपर आणून वाचत बसायचा नंतर लायब्ररीत जायला लागला.'

'आणखी काहीही काम करायचा नाही तो?'

'नाही. फक्त पुस्तकं वाचायचा. त्याच्याजवळ एक नोटबुक होतं. कॉलेजातल्या मुलांकडे असतं, न्हवं काय? तसलं. दोन-तीन महिने गेले, की तो त्यात काय काय तरी लिहीत बसायचा. बँकेत चार हजार रुपये जमवून ठेवले होते, न्हवं? त्यातले पाहिजे तेवढे पैसे मोडून आणायचा. संध्याकाळच्या वेळी इकडं लेक्चर-तिकडं भाषण म्हणून जायचा.'

रंगनाथांच्या मनात अशांती निर्माण झाली. गेले किती तरी दिवस ते शांत होते. आत्म-निर्भर्त्सनेत बुडून जात नव्हते. बाबाबुडनगिरीची आठवणही कुठं तरी आत गेली होती. विश्वनाथाची सारी कथा ऐकल्यावर पुन्हा तिथली आठवण उसळी मारून वर आली.

तो काही अपेक्षेनं माझ्याकडे आला होता. जगण्याइतका करावा लागणारा अन्याय करायला लागू नये- त्यात अप्रत्यक्षरीत्या सहभागी व्हावंही लागू नये. आपण आपल्यापुरतं कुठं तरी जगायला पाहिजे- आत्म्याचं स्वरूप शोधायला पाहिजे- पण तो आत्मा-जीव यांविषयी फारसं विचारत नव्हता. बोलता-बोलता अचानक तो काही तरी विचारायचा. एखादा ग्रंथ समजावून घेण्यासाठी विचारल्यासारखे त्याचे प्रश्न होते. त्याला आणखी कुठल्या विषयात आस्था होती? त्याला मी संस्कृत शिकवत होतो- तोही शिकत होता. स्वयंपाक, मंडपाचा केर काढणं, जमीन सारवणं, लाकडं तोडणं- स्वत:पुरता तो राहत होता. सतत मौनात बुडालेला असायचा. त्याच्या अंतरंगात काय चाललं असेल, याचा मी त्या वेळी विचार केला नाही. आज विचार केला, तरी सगळं समजत नाही.

तीन दिवस ते याच विचारात गढून गेले होते. आपल्याला काहीच समजत नाही, आता तीव्रपणे पुन: -पुन्हा जाणवत होतं.

पळशीकरांनी त्याची ओळख करून देताना सांगितलं होतं-

'याला अध्यात्मात अत्यंत आसक्ती आहे. याचा स्वीकार करा- सोबत घेऊन जा...'

त्यांना नेमकं विश्वनाथाविषयी काय म्हणायचं होतं? पण आता पुन्हा त्यांना जाऊन भेटणं आणि विचारणं शक्य नाही, हेही त्यांना समजत होतं. पण आयुष्यात त्याची कधी भेट होईल काय? पण त्याला तरी भेटून मी काय करणार आहे? आता मलाही डोंगरावर जाऊन बसण्यात रस राहिलेला नाही. त्याउलट, आता इथल्या जीवनाचं आकर्षण वाटत आहे. त्याच्याविषयी सण्णप्पाकडून जेवढं जास्तीचं समजत आहे, तितकी ती ओढ कमी होत आहे. पण असं का व्हावं?

आणखी काही वाबींचा नि:संशय खुलासा होणं त्यांना अत्यावश्यक वाटलं.

रात्री जेवण झाल्यावर सण्णप्पाला बाहेर नेऊन त्यानं विचारलं,

'एक विचारतो- मला खरं खरं उत्तर पाहिजे.'

'विचारा की-'

'इथं राहत असताना विश्वनाथ बायकांकडे जायचा ना? एखाद्या ठरलेल्या बाईकडे किंवा वेगवेगळ्या-'

'का?'

'मला ते जाणून घ्यायलाच पाहिजे.'

'माझ्या आईची शपथ घेऊन सांगतो- तो कधीही कुठल्याही बाईकडे गेला नाही.'

'तुमच्या नकळत जात नसेल कशावरून?'

'नाही. आमच्यापैकी प्रत्येकजण जात असतो. त्याला तरी इथं कसली चोरी

होती?

तो उलट मलाच सांगायचा, 'सण्णप्पा, हे चांगलं नव्हे- सोडून दे' म्हणून. 'मन आवरत नाही-' म्हटलं, तर म्हणायचा, 'काही तरी करून आवरायला पाहिजे- हेही त्यानं माझ्याव्यतिरिक्त आणखी कुणालाही सांगितलं नाही. त्याच्या मनात जे असेल, ते तो माझ्याबरोबरच बोलायचा. मला तरी त्यातलं सगळं कुठं कळायचं?'

रंगनाथांना खोल-खोल गर्तेत फेकलं गेल्यासारखं जाणवत होतं.

काय केलं यानं हे? मला बाईच्या नादाला लावलं. जीव देण्याच्या क्षणी स्त्री-सुखानं वाचवलं, म्हणून सांगितलं. इंद्रानं विश्वामित्राचं अध्यात्म पक्व होण्यासाठी रंभा-मेनका पाठवल्या, असं सांगून यानं भलावण केली. त्यानं हे खोटं सांगितलं, म्हणायचं? मला नष्ट करण्यासाठी, माझ्यावर सूड उगवण्यासाठी त्यानं हे सांगितलं असेल? मी माझ्या दुर्बलतेमुळं तसा वागलो- मी त्याला अध:पतित केलं नाही. जाणूनबुजून तर मुळीच नाही.

सण्णप्पानं विचारलं,

'मीही तुम्हांला खूप दिवसांपासून विचारेन, विचारेन, म्हणतो-'

'हं-' ते विमनस्कपणे उद्गारले.

'तुमचं ईस्वनाथाशी काय नातं?'

नातं?

त्यांनी वर पाहिलं.

चांदणं होतं. आज तिथी कुठली म्हणायची? इथं आल्यापासून तिथी-नक्षत्र-पंचांग कशाचंही भान राहिलं नाही. चंद्र दिसतोय्- पण आकाश धुरानं भरून गेलंय्. एवढे कारखाने- एवढी माणसं राहतात म्हटल्यावर ते जाळत असलेलं जळण-तेल-

'तसं नव्हे- इथं आला, तेव्हा तुम्हीच सोयरे म्हणून सांगितलं होतं-'

'हे...'

'अरे, इथं कशासाठी उभे?' म्हणत दुकान बंद करून मूगण्णा त्या दोघांपाशी आला.

पाच

'काय न्हाय घ्या- हा बाबाच लई हट्टी हाय-' नंजमण्णी बाळाला दूध पाजायला घेऊन पाठमोरी बसत म्हणाली.

'तिकडं कशाला वळून बसलीस? घरात आणखी कोण हाय?' गंगण्णानं विचारलं.

यावर काही उत्तर न देता तिनं आणखी पदर ओढून घेतला. त्यानंही यावर आणखी काही थट्टा केली नाही. हे तिलाही ठाऊक होतं.

'दिसायला बी कसा रूपवान होता! लेकरू बी तसंच दिसतंय्, न्हवं?'

'ए! आणि मान करून बगितलं नाही, म्हणत होतीस की!'

'लई गुणाचा हाय, असंच मला बी वाटत होतं. कदी आवाज यायचा न्हाय. नुस्ता शिवत बसायचा मशीनवर. कदी प्यायला पाणी बी आत मागायचा न्हाय.'

'त्या दिवशी मोठ्यानं बोलला नाही तो?'

'मोठ्यानं कसचं? बोललाच नाही तो. दगडाची मूरत बसावी, तसा बसला होता नुस्ता! एवढा मित्र माझा. पण बोलायचं म्हटलं, तर जीवच पडून गेला होता माझा! बिचाऱ्या सुनंदम्मांकडं तर मी मान वर करून बघितलंच नाही. लेकरू झोपलं होतं. ती बिचारी जमिनीत नजर रुतवून बसली होती. सुब्बम्मा- त्या तरी काय बोलणार? खरं तर, मीच काय तरी बोलायला पायजे होतं. पण माझी बी जीभ पडल्यागत झाली होती. त्याला काय मंत्राची शक्ती आली होती, की काय, कोण जाणे! नंतर गेला, तो आलाच नाही.'

पिता पिता बाळ तसंच झोपलं. ही नेहमीचीच सवय हिची, म्हणत नंजम्मण्णीनं तिच्या तोंडातलं बोंड हलकेच काढलं. बटण लावून पदर सारखा करत तिनं विचारलं,

'असं माघारी धाडलं, म्हणजे कायमचं सोडलं, असं न्हाय का होत?'

यावर तो काही बोलला नाही. त्याला या सगळ्याचा अर्थ चांगलाच समजला होता. माझंच चुकलं. मी एकट्यानं जाऊन विश्वनाथाची मानगूट पकडून जाब विचारायला पाहिजे होता, 'काय, रे- महिनाभर तिच्याशी मजा करायला पायजे आणि आता तिच्या बापाचं कारण सांगून तिला सोडतोस? बापाच्या खोटेपणासाठी पोरीनं

आयुष्यभर रडायचं काय? तुझी वस्तू कशी आहे, तेवढंच तू बघून घे-' यावर तो 'माझी फसवणूक झाली, हे तुला ठाऊक नाही काय?' म्हणून विचारल्याशिवाय राहणार नाही.

लग्नाच्या भानगडीत कधीही मध्यस्थ होऊ नये, हेच खरं! संध्याकाळपर्यंत कंतेनहळ्ळीच्या गिऱ्हाइकाचे कपडे दिले नाहीत, तर तो रागावल्याशिवाय राहणार नाही.

त्यानं बाहेर येऊन पाटावर कापडाची घडी पसरली.

बायकांची पोलकी म्हणजे शिंप्याची फजिती! नीट माप घेता येत नाही- नंतर 'इकडं घट्ट झालं आणि तिकडं सैल झालं' काही संपत नाही. त्यापेक्षा बायकाच का बायकांची पोलकी शिवत नाहीत, कोण जाणे! नुस्तं जुनं पोलकं देऊन इथं कमी ठेवा- इथं जास्त ठेवा, म्हणतात, वर या कापडातच बसवा, म्हणून बंधनही घालतात.

घडीवरून पट्टी ठेवून रेषा मारताना नंजम्मण्णीनं बाहेर डोकावत म्हटलं,

'मी म्हणते, आप्पांना बरोबर नेऊन बायकोला ठेवून घे- नाही तर पोलिसांना पाठवतो, म्हणून दम दिलात, तर? तो घाबरनार न्हाय, म्हन्ता?'

'त्यानं पोलिस-स्टेशन बघितलंय्. आम्ही तसं काय तरी करायला गेलो, तर तो सरळ उठेल आणि मुंबई किंवा भावनगरीला निघून जाईल-'

'सब-इन्स्पेक्टरला घेऊन गेलं, तर-'

'तू हवालदाराची लेक आहेस, हे त्याला ठाऊक आहे. आय् जी गेला, तरी तो घाबरणार नाही. त्याला कायदा ठाऊक आहे. आत जाऊन तू सैंपाक कर, बघू-' तो संतापानं म्हणाला.

माझ्यावर याचा राग असेल काय? तसं त्यानं कधी बोलून दाखवलं नाही, खरं. पण राग असल्याशिवाय कसा राहील? उगाच प्रत्येक गोष्ट तुटेस्तोवर ताणायचा याचा स्वभावच आहे. झालं-गेलं गंगेला मिळालं, म्हणून सगळं विसरून जायला हा तयारच नाही. आता ही बाईमाणूस काय करेल? 'बाळाला पदरात बांधून एखाद्या विहिरीचा तळ गाठणं हेच माझं नशीब-' म्हणाली होती ती. तिनं तसं काही केलं, तर? तिची समजूत काढायला पाहिजे. लग्नाच्या मध्यस्थीची जबाबदारी अंगावर मात्र कधीही घेता कामा नये. पण सगळ्यांनीच असं म्हटलं, तर जगात लग्नं कशी होतील? रामदासप्पांनी मध्यस्थी केली नसती, तर माझं लग्नं झालं असतं काय?

याच कारणासाठी मीही त्यांच्या मुलीच्या लग्नात पुढाकार घेतला ना! यालाही बायको पाहिजे होतीच. त्यांना थोडं-फार वाढवून- चढवून सांगायची सवय आहे, हे सगळ्यांनाच ठाऊक आहे. पण त्यांच्या घरातली परिस्थिती इतकी वाईट आहे, हे कुणाला ठाऊक होतं? ठाऊक असतं, तर मी कसा या फंदात पडलो असतो? खरं

तर, यात त्याची चूक नाही. त्यानं मला अगदी स्पष्ट शब्दांमध्ये सांगितलं होतं.

मी रामदासप्पांना स्पष्टच सांगितलं होतं- मी का? त्यानं अगदी स्पष्ट शब्दांत सांगितलं होतं, मी धर्मादाय हॉस्टेलमध्ये फुकट राहणारा विद्यार्थी आहे. यदा इंटरमीजिएट होईन. लग्न झाल्यावर मला या हॉस्टेलमध्ये राहायची परवानगी मिळणार नाही. तुम्ही यानंतर माझ्या शिक्षणाचा खर्च कराल, म्हणून गंगण्णाला सांगितलंय्, म्हणे.'

त्या वेळी रामदासप्पा म्हणाले,

'आपला जावई बी.ए., एल्एल्.बी. असावा, अशी आम्हाला आशा नसेल काय?' याचा अर्थ ते शिक्षण देतील, असा आम्ही घेतला. म्हणूनच विश्वनाथ म्हणालाही, 'एल्एल्.बी. ची खात्री मी देणार नाही. मला जमेल, तेवढं मी शिकेन.'

यावरही ते म्हणाले,

'तुम्हाला जेवढं शिकायचं आहे, तेवढं शिका. तेच न्यायाचं आहे.'

माझा मामाही असल्याच थाटाचा आहे! महिन्याला ऐंशी रुपये पगार आणि वरची कमाई! रामदासप्पांची कमाई काय असेल? असल्या फाटक्या वकिलांना काय मिळणार, म्हणा! लग्नानंतर एक दिवस विश्वनाथानं सांगितलं ना! 'हातात पैसा असेल, त्या दिवशी डाळ- तांदूळ शिजतो. पैसा असेल, तेव्हा रवा-साखर घेऊन येतात- अगदी राजाच्या थाटात! ते संपून गेलं, की निघाले अरसीकेरेचं कोर्ट किंवा हासनचं ऑफिस म्हणत. हातात चार दमड्या आल्या, की स्वत: हॉटेलात खायचं - वकिलांच्या ऑफिसात झोप काढायची. गावाकडं बायको-मुली परसात कसली तरी पालेभाजी पिकवतात, ती आणि कसलं तरी पीठ शिजवून खातात. तेही मिळालं नाही, तर परसातल्या विहिरीचं थंड पाणी पिऊन राहतात.'

एका मापाची चार पोलकी बेतून झाल्यावर गंगण्णा मशीनवर बसला. छे:! सारखं-सारखं मशीन मारून कंटाळा येतो. विश्वनाथ मात्र एकदा शिवायला बसला, की- गेल्या सुटीत तो बसला होता ना! लग्नाआधी- उन्हाळ्यात. सकाळी तोंड धुऊन तो एकदा मशीनवर बसला, की संध्याकाळीच उठायचा. दुपारी जेवण्यासाठी उठत होता; तेवढाच. तेवढ्या सुटीतच त्यानं तीनशेपेक्षा जास्त रुपये मिळवले होते. लग्नाच्या वेळी ते खर्च झाले. नाही म्हटलं, तरी मंगळसूत्र, बांगड्या, साड्या, नाकातली चमकी शिवाय वरखर्च. आताही रामोजीरायाच्या दुकानात संध्याकाळी पाच वाजल्यापासून रात्री नऊ वाजेपर्यंत राबतो. पण म्हैसूरच्या महागाईत एवढ्या पैशात काय येतं? सहा रुपये मिळाले, तरी त्यातले निम्मे रामोजीरायाला द्यायचे. एक आण्याचीही फसवणूक करत नाही हा हिशेबात. छे:! यानं धर्मादाय हॉस्टेलमध्ये राहून शिक्षण पूर्ण करायला हवं होतं. उगाच लग्नाच्या भानगडीत पडला हा.

पोलकी शिवून काजं-बटणं करायच्या जागी खुणा करून त्यानं बाजूला सारून

ठेवली. आता नंजम्मण्णी आत स्वयंपाकघरात असेल, हे त्याला ठाऊक होतं. अजूनही शिलाईचं कापड पडलं होतं.

वेळेवर कपडे तयार नसतील, तर गिऱ्हाईक आरडा-ओरडा करतं. पण कोण लेकाचा सतत मशीन बडवत बसणार?

त्यानं आधी गुंडेनहळ्ळीच्या गिऱ्हाइकाचं कापड शिवायला घेतलं.

उद्या सकाळी आल्या-आल्या कपडे तयार नसतील, तर आरडाओरडा करतील. एव्हाना ते तीन वेळा येऊन गेले आहेत. पण विश्वनाथ कधीही दिलेली वेळ चुकवत नाही, म्हणे. जमणार नसेल, तर तसं आधीच सांगतो. पण असं स्पष्ट सांगायला लागलं, तर गिऱ्हाईक येईल काय? पण त्याचं गिऱ्हाईक येतं म्हणे! रामोजीरावच सांगत होता.

दोन-चार कपडे बेतून ठेवत असताना नंजम्मण्णीनं हाक मारली,

'जेवायला चला- निवून जातंय्-'

अजून रुद्रेश शाळेतून आला नव्हता. नंजम्मण्णीनं एवढ्यात दोन पोलक्यांची हात-शिलाई आणि काजं-बटणं केली होती. अजून बाळ उठलं नव्हतं. न्हाऊ घातलेल्या दिवशी ती भरपूर झोपते.

सार वाढताना ती पुन्हा म्हणाली,

'मी म्हणते, तुमी एकट्यानं तरी म्हैसूरला का जाऊ नये?'

'मी एकटा?'

आधीच उकाडा जाणवत होता. त्यात समोरच्या सार- भाताची वाफ तोंडावर येत होती. अस्वस्थ होऊन तो म्हणाला,

'थोडी वाफ मुरल्यावर वाढलं असतंस, तर काय झालं असतं? उन्हाळ्यात कसलं अन्न वाढतेस हे? मी एकटा म्हैसूरला गेलो, तर तो सोडेल? 'तूही त्यांच्यापैकी एक होऊन खोटं बोलतोस-' म्हणाला, तर?' त्यानं बोटानं भाताचा एक घास बाजूला काढला आणि तो निवल्यावर घाईनं गिळला.

'खोटं बोललं न्हाय, तर लग्नं कशी होतील? आन् मी म्हणते- एवडं झालंय् तरी काय? नाय तरी आता ते शिकतात, न्हवं का? मशीनही चालवतात-'

भात-सार आणखी थोडं थंड झालं होतं. ते कालवत तो म्हणाला,

'लग्न झालं नसतं, तर ब्रह्मचाऱ्यांच्या हॉस्टेलात राहून आणखी नीट शिकता आलं असतं.'

'पण करणार काय? सगळे काय थोरा-मोठ्यांच्या घरचे असतात? सुनंदम्मासारखी गुणी मुलगी आहे. त्यात आता मुलगा झालाय्! हे काय त्याला शिकू नको म्हणतात? केव्हा तरी येऊन बायको-मुलाला भेटून जायचं. रामदासप्पांनी खोटं सांगितलं, यातलं त्या माय- लेकीला एक अक्षर बी ठाऊक नव्हतं, म्हणं.

बाईमाणसं आणखी काय करणार, हो? दोघींनीही आपापल्या कानांतली पाठवून दिली. त्यानं ती माघारी का धाडून दिली? एवढी अडचण असेल, तर विकून शिका, म्हणूनच ठेवून आल्या होत्या, न्हवं?'

सार-भात निवल्यामुळं आता त्याचं जेवण सुरळीत चाललं होतं.

असा का वागला हा? संतापापोटी? मला तो नेहमी सांगायचा- राग बरा नव्हे, म्हणून. लग्न होऊन फार तर महिना झाला असेल- पहाटे पक्षी जागे होण्यापूर्वी येऊन त्यानं दार वाजवलं. अंगावर लग्नातला रेशमी शर्ट नव्हता- मी मागं शिवून दिलेला जुना शर्ट आणि पायजमा होता. मी विचारलं,

'हे काय? आज लवकर जाग आली?'

तो रात्रभर झोपला नव्हता, हे डोळ्यांवरून स्पष्टच दिसत होतं. येताना तळ्यात अंघोळ करूनच आला होता. कॉफी प्यायल्यावर तो म्हणाला,

'गंगण्णा, माझी फसवणूक झाली आहे-'

मी घाबरून गेलो. विचारलं,

'काय, रे? काय झालं?'

'लग्नानंतर हॉस्टेलमध्ये ठेवून शिक्षण देईन, म्हणून त्यांनी तुझ्या पुढ्यातच कबूल केलं होतं, की नाही? पण वस्तुस्थिती अशी आहे, की त्यांच्याकडे काहीच नाही. शेती-वाडी, घर-दार, मळा-बागा- सगळं-सगळं त्यांनी खटल्यांच्या नादानं गमावलं आहे! तुरुंगातही ते मध्यंतरी जाऊन आले होते, ते स्वातंत्र्य-चळवळीसाठी नव्हे! शानभोगकी करताना पैसे खाल्ले, म्हणून ही शिक्षा झाली त्यांना. मला ठाऊक नव्हतं हे! तुला?'

प्रश्न विचारताना कॉफी पीत असल्यामुळं त्याची नजर माझ्यावर नव्हती. मी उत्तर दिलं,

'काही खटले आहेत, म्हणून मला ठाऊक होतं. परिस्थिती इतकी वाईट आहे, याची मला कल्पना नव्हती.'

'घरामध्ये दोन वेळच्या अन्नाची भ्रांत आहे. बायको-मुली परसातल्या जागेत राबतात- थोडं काही तरी पिकवतात. किती तरी वेळा त्यावरच राहायची पाळी येते. ते जेव्हा घरी येतात, तेव्हा येताना तांदूळ, कॉफी, रवा, साखर असं काही सामान घेऊन येतात- दोन-तीन दिवस पुरेल एवढं. ते मला हॉस्टेलमध्ये ठेवून काय शिकवतील? यानंतर मला त्या अविवाहितांच्या हॉस्टेलमध्ये फुकट राहू देणार नाहीत! एकंदर माझ्या शिक्षणावर आता धोंडा पडला, म्हणायचा! निकाल लागलाय्. दुसऱ्या वर्गात मी पास झालो. आणखी चार दिवसांत कॉलेजमध्ये पैसे भरून प्रवेश घ्यायला पाहिजे. तुला खरंच यातलं ठाऊक नव्हतं?'

त्यानं सरळ दृष्टीनं माझ्याकडे पाहिलं. चेहऱ्यावर खरं उमटल्याशिवाय कसं

राहील?

त्यानं पुढं विचारलं,

'तुला सगळं ठाऊक असून, तू असं काय केलंस?'

तो म्हैसूरला निघाला, तेव्हा मी म्हटलं,

'झालं, ते झालं! यानंतर मी तुला दर महिन्याला पैसे पाठवेन-' आणि खिशातले पन्नास रुपये काढून दिले. पण त्यानं ते घेतले नाहीत.

खिशात दहा रुपये होते, की पंधरा, कोण जाणे. लग्नाचा खर्च झाल्यावर किती राहणार आहेत? तोच राग मनात असावा. मी रामदासप्पांबरोबर त्याला भेटायला गेलो, तेव्हाही तो नीट बोलला नाही. या दोघींना घेऊन गेलो, तेव्हा तर तो उठून निघून गेला. काय केलं मी हे-

ताक-भात संपत आला होता. नंजमण्णी म्हणाली,

'काही नाही! स्वभावच तसला आहे तुमच्या मित्राचा. गेल्या उन्हाळ्यात हितं बी ऱ्हायले होतेच की! कधी हसणं- कधी बोलणं? नाव नको-'

गंगण्णा हात धुऊन बाहेर येत असतानाच रुद्रेश शाळेतून आला. रुद्रेशला पाहताच त्याला एक प्रसंग आठवला. जेव्हा विश्वनाथानं रुद्रेशला इथं पाहिलं, तेव्हा त्यानं विचारलं होतं,

'तू दोन वर्षांचा असताना तुझे वडील हात झटकून मोकळे झाले होते. त्यांनी कधी आपला मुलगा जिवंत आहे, की नाही, हेही मागं वळून पाहिलं नाही. आता तू कष्ट करायच्या वयात आलास, म्हटल्यावर ते आपल्या दुसऱ्या बायकोच्या मुलाला इथं टाकून गेले. त्यांना लाज नाही- पण तू का ठेवून घ्यायला तयार झालास?'

विश्वनाथ फारच टोकाचा विचार करतो. अलीकडे त्याची परोपकारी धर्मबुद्धी कमीच होत चालली आहे-

त्याला जांभई आली. त्याच वेळी बाळ जागं झालं. पाळण्यातून तिला उचलून नंजमण्णीकडे देऊन त्यानं चटईवर अंग टाकलं.

पण एवढ्याशा गोष्टीसाठी यानं मैत्री तोडायची? माझ्या शब्दाचीही त्यानं काही किंमत ठेवली नाही. माणसाला एवढा अहंकार बरा नव्हे-

याच विचारात त्याला झोप लागली. रुद्रेशला जेवायला वाढण्यासाठी तिनं साराच्या भांड्यावरच झाकण काढलं आहे- रुद्रेश सार-भात खात असल्याचा आवाज- तो पुन्हा शाळेत निघून जाईल- तेवढ्यात झोप संपवायला हवी-

पण लवकर जाग आली नाही. जाग आली, तेव्हा साडेतीन वाजले होते. उठता-उठता मनात प्रश्न आला-

पार्सलबरोबर त्यानं काही पत्र लिहिलं असेल काय? काय लिहिलं असेल

त्यात? रामदासप्पांनी त्याविषयी काहीच सांगितलं नव्हतं. ते फक्त येऊन म्हणाले होते,

'पाहिलंस? तू या दोघींना सोबत नेऊन दोघींची कानांतली काढून देऊन आला होतास ना? ते दोन्ही जोड आणि लग्नात दिलेलं रिस्टवॉच त्यानं पार्सल करून माघारी पाठवलं आहे, बघ! त्या तिरसटाला विसरून जा, म्हणून सांगितलं, तरी ऐकत नव्हत्या दोघी! आता तरी अक्कल येईल, म्हणावं!'

त्या वेळी सोबत काही पत्र लिहिलंय् काय, हे विचारायचं माझ्याही लक्षात आलं नाही.

नंजमण्णी कॉफी करेपर्यंत बाळाशी खेळताना वाटलं-

आता रामदासप्पा हासनला गेले आहेत. केव्हा परत येतील, ते अनिश्चित आहे. त्यापेक्षा इथल्या इथं मुगूतिहळ्ळीला जाऊन चौकशी करून आलं, तर? तेच बरं होईल.

कॉफी पिऊन होताच अंगावर शर्ट चढवत त्यानं सांगितलं,

'मी मुगूतिहळ्ळीला जाऊन चौकशी करून येतो. गुंडेनहळ्ळीनं कुणी आलं, तर सांग- 'कटिंग करून ठेवलंय्- आमचे नातेवाईक फार आजारी आहेत, म्हणून अर्जंट निरोप आला- म्हणून भेटायला हास्पिटलात गेलेत. 'उद्या संध्याकाळी यायला सांग.'

तो छत्री घेऊन निघाला, तेव्हा नंजमण्णी म्हणाली,

'तिकडं जाऊन काय होणाराय्? त्यापरीस म्हैसूरला जावा की-'

'त्यानं पार्सलबरोबर काय पत्र लिहिलंय्, ते बघायला नको? नंतर काय करायचं, ते ठरवता येईल-' म्हणत वहाणा चढवत तो निघाला.

बसनं गेलं, तर दीड मैल चालावं लागणार. सायकलीवरून जायचं, म्हणजे समोरून वारं येतं आणि मध्ये मोठाले चढ आहेत. पायवाटेनं सायकल न्यायची, म्हणजे काटे लागून पंक्चर झाली, तर? नको. त्यापेक्षा रुळांवरूनच चालत जाणं चांगलं. पाच मैलाचं तर अंतर आहे.

सिगारेट पाकीट आणि एक काडेपेटी घेऊन त्यानं चालायला सुरुवात केली. तळ्याजवळचा माळ ओलांडून पुढं गेल्यावर सिगारेट पेटवताना त्याच्या मनात आलं,

मध्ये काही तरी थोडंफार घडलं, म्हणून कुणी मैत्रीच सोडून देतं काय? माणूस फार शिकायला लागला, तर फारच वाकड्यात शिरायला लागतो.

रेल्वेरुळांच्या दोन्ही बाजूंना पाऊलवाटा तयार झाल्या होत्या.

मुगूतिहळ्ळीची माणसं नेहमीच या पाऊलवाटांनी जातात. म्हैसूरला जाताना मायलेक आणि सोबत तान्हं मूल. तीन महिन्यांची बाळंतीण. रेल्वेचे रूळ उन्हात

लकाकताहेत. गाडी धावून-धावून किती गुळगुळीत झालेत ते! यांवरूनच तुमकुरहून राणेबिन्नूरपर्यंत एकटाच चालत गेला, म्हणून सांगत होता ना! कंटाळा येत नाही याला? याला कसला कंटाळा, म्हणा! हा तर नेहमीचाच एकटा. अशी मैत्रीच सोडून द्यायची काय? किती तरी वेळा प्रतिकूल परिस्थितीत आम्ही एकमेकाला आधार दिला आहे. चेलुवम्मा-कांतिमणीबरोबर रुद्रप्पांनी खेळ केला नसता, तर टॉकीज जळालं नसतं- विश्व बाहेर पडला नसता. पण मला दत्तक घेतलं असतं, की नाही, तो प्रश्न वेगळा. ते जाऊ दे- स्नेहच सोडून द्यायचा काय? तो संन्यासी असा वागला, म्हणून सांगत होता डोंगरावरून आल्यापासून. मला शोधतच आला ना? स्नेह नसता, तर आला असता काय?

इथं आल्यावर मी त्याला म्हटलं- तू हुशार आहेस. शिकत राहा. चोविसाव्या वर्षी त्यानं एस्.एस्.एल्.सी.ची परीक्षा दिली. हा नाही म्हणत होता, तेव्हा हेडमास्तरांनी पुढं होऊन त्याच्या उपस्थितीचा प्रश्न मिटवला आणि नंतर म्हैसूरच्या हॉस्टेलमध्येही जागा मिळवून दिली. मीच त्याची हेडमास्तरांशी ओळख करून दिली होती ना? तो शिकू नये, असं माझ्या मनात असतं, तर मी कशाला या फंदात पडलो असतो? आता बी.ए. होतोय्. यानंतर एल्एल्.बी. ही होईल. ढुंगणावर चरबी चढली, तर अहंकार झाल्याशिवाय कसा राहील? मग मित्राच्या उपकाराचंही विस्मरण झाल्याशिवाय राहणार नाही!

तो खाकरून पचकन थुंकला. त्याच्या चालण्याचा वेग वाढला. पाठीवर सूर्याची किरणं सरळ टोचत होती. वेगवेगळ्या दिशेनं लोटणारं वारं. रुळांवरून चालावंसं वाटलं-

अंहं- ही छत्री- छत्री बंद केली, तरी बॅलन्स जमेना. हा कसा गेला असेल, रुळांवरून तुमकुरहून राणेबिन्नूरपर्यंत?

लग्नाला हेडमास्तरही आले होते ना! रामदासप्पा म्हणजे घाटी वकील! कुठलं काम कुणाकडून करवून घेता येईल, याचा अंदाज घेऊन, कामं करवून देण्यात तरबेज माणूस. याला म्हैसूरला हॉस्टेलमध्ये सीट मिळवून देताना त्यांनीही मदत केली होती आणि 'आता लग्न करा-' म्हणून शिफारसही केली होती. मुलगी बघायला तेही आले होते. त्यांच्यासमोरच रामदासप्पांनी जावयाला पुढं शिकवेन, म्हणून शब्द दिला होता. त्या जोडप्यानंच नवऱ्यामुलाकडून करायचे सगळे लग्नविधी केले होते. ते इथं गावात असते, तरी किती तरी बरं झालं असतं. त्यांच्याकरवी विश्वनाथावर दडपण आणता आलं असतं. त्यांचीही बदली करून सरकारनं त्यांना कोलारला टाकलं होतं. आता आणखी कुठं टाकलंय्, तेही ठाऊक नाही. सरकारला तरी दुसरा उद्योग आहे, की नाही?

गाव अर्ध्या मैलावर असताना तळं दिसलं. विश्व म्हणाला होता,

'या तळ्यामुळं गावाला काय शोभा आलीय्!'

मुलगी बघायला आलेल्या दिवशीच तो हे म्हणाला होता.

तळं, त्याभोवतालच्या नारळीच्या बागा, पाण्याचा थोडा भाग एकीकडे सारून गेलेला रेल्वेचा पूल. पूल ओलांडून गेल्यावर गाव-

रामदासप्पांच्या घरापाशी तो जाऊन पोहोचला, तेव्हा त्यांच्या पत्नी घराच्या पायरीवर बसल्या होत्या. बरोबर दोन लहान मुली होत्या.

एकूण किती?- सात मुली नाही काय? सगळ्या मुली दिसायला देखण्या आहेत.

त्याला पाहताच 'आता आलात?' म्हणत सुब्बम्मा उठून उभ्या राहिल्या.

घरात सर्वत्र शांतता पसरली होती. बाकीच्या मुली परसदारी बागेला पाणी घालत असाव्यात. गंगण्णाला तिथल्या बाकावर बसायला सांगून त्यांनी आत जाऊन त्याच्यासाठी पाणी आणून दिलं. त्यांनी हाक मारली,

'सुनंदा...'

त्यांच्या हाकेसरशी विश्वाची बायको दारात येऊन उभी राहिली.

ते सगळे बघायला आले होते, तेव्हाही ती अशीच दारात उभी राहिली होती. त्याच वेळी जाणवलं होतं- ही विश्वाच्या बरोबरीनं उंच आहे. म्हैसूरला जाताना पाहिली होती- त्यापेक्षाही आता ती घुमी झाली आहे, हे जाणवलं. तो सुब्बम्मांना म्हणाला,

'आज सकाळी रामदासप्पा आले होते घरी-'

'मग त्यांनी सांगितलं असेलच.'

'सोबत चिठ्ठी काय म्हणून लिहिली आहे?'

'काहीच नाही. फक्त पार्सल पाठवलंय्. लहान डबीमध्ये कानांतल्याचे दोन्ही जोड आणि घड्याळ ठेवलंय् आणि वर सुनंदाचा पत्ता लिहून पाठवून दिलंय्. लेकराला करदोटा किंवा साखळ्या पाठवल्या असतील, म्हणून आशेनं बघितलं, तर हे! काय म्हणायचं याला?'

गंगण्णाला संताप आला. तोंडात एक शिवी घोटाळली. पण त्यानं तिचा उच्चार केला नाही.

तेव्हाही आम्हां तिघांना खोलीत सोडून हा निघून गेला शर्ट चढवून! त्यावर एक पत्र नाही- काही नाही! केवळ मी म्हणतो, म्हणून नव्हे- या सुब्बम्मा आणि सुनंदम्मानी आपल्या मनानं आपल्या कानांतली आणि घड्याळ तो ठेवून गेला होता. बाईमाणसं याहून काय करणार? 'हे किडूक-मिडूक विकून तुमचं शिक्षण सुरू ठेवा आणि अधून-मधून इथं येऊन जा-' हेच सांगण्यासाठी आम्ही गेलो होतो ना? कधी? बुधवारी- या बुधवारी आठ- आज दहा दिवस झाले. या गावात पोस्टमन आठ

दिवसांनी एकदा येतो. म्हणजे यानं त्या वस्तु संपूर्ण एक दिवसही आपल्याकडे ठेवल्या नाहीत. छे:! हीच माझ्या शब्दाची किंमत? मला तर मुद्दाम चुकवल्यासारखं करतो हा.

लग्न तर त्यानं आपल्यासाठीच केलं ना? त्या दिवशी उतावळेपणानं त्या नाटक-कंपनीतल्या बयेमागं धावत गेला होता लाळ घोटत! 'नाटकात काम करत माझ्याबरोबर राहायचं, तर राहा...' म्हणून सांगितलं, म्हणे, तिनं. नाही तर रात्री आठनंतर यायचं आणि पहाटेच्या आधी जायचं, असं सांगितलं. आला चेहरा पाडून मुकाट्यानं अरसीकेरेला. त्यानंतरच हा मुली पाहायला तयार झाला ना? संपूर्ण अरसीकेरे तालुक्यात मिळणार नाही अशी मुलगी! हेडमास्तरांनीही हेच नाही का सांगितलं? नशीब लेकाचं. आता वडलांच्या खोटेपणावर बोट ठेवून निघून गेला शहाणा! लग्न झालं नसतं, तर चवलीपावलीवाल्या रांडांकडे जाऊन रोगिष्ट झाला असता! तीच लायकी याची!

त्यानं मान वर करून पाहिलं.

सुनंदा दारात उभी होती.

केवढी उंच- गोरापान रंग- कुठं मिळणार होती त्याला असली मुलगी? नंजमण्णी हिच्या खांद्याएवढीही नाही. ही पौर्णिमा- ती अमावास्या. मी नाही संसार करून राहिलो?

'काय करावं तुमच्या मित्राला?' सुब्बम्मांनी विचारलं.

'कसला मित्र अन् कसलं काय! आता खरी त्याची लायकी समजली!' तो रागानं म्हणाला.

सुनंदा आत गेली आणि बेलफळाचं पन्हं घेऊन बाहेर आली. अपुरं गोड- पण लोटा ठेवताना तिच्या बोटांकडे त्याचं लक्ष गेलं-

किती गोरीपान बोटं!

खांबापाशी बसलेल्या सुब्बम्मा म्हणाल्या,

'आमचं दुर्दैव काय सांगायचं? कशी परिस्थिती होती- आणि आज काय गत झाली! माझ्या सगळ्या लेकी काय गुणाच्या आहेत, म्हणून सांगू! हिचं असं घडलं, म्हणून आता लोकांमध्ये जायची लाज वाटते. मोठे-मोठे अधिकारी निवडून घेऊन जातील, अशा माझ्या मुली आहेत- खरं, की नाही? पुढं होऊन बघणारं कुणी नाही- यांचा स्वभाव हा असा. मुलीचं वय वाढलं- तिचं लग्न करा, म्हणून मी हट्ट धरला, म्हणून या असल्या मुलाच्या गळ्यात बांधून मोकळे झाले-'

दहा दिवसांपूर्वी म्हैसूरहून येताना त्या एवढं बोलल्या नव्हत्या. आज त्या दुःखी झाल्या आहेत. यात काय योग्य आणि काय अयोग्य? अशी मुलगी मिळायची विश्वची लायकी तरी आहे काय? जे मिळालंय्, ते नीट सांभाळून ठेवायचं सोडून

हा असा वागला. काय असेल त्याच्या मनात? लग्न झाल्याचं त्यानं म्हैसूरला रामोजीरावांना सांगितलं नव्हतं. त्यांनी 'आता, लग्नाचं बघा की-' म्हटल्यावर 'करू या शिक्षण संपल्यावर-' म्हणून यानं सांगितलं, म्हणे. म्हणजे याचा हिला सोडून दुसरं लग्न करायचा विचार आहे, की काय? अजून हे आपण सुब्बम्मांच्या कानांवर घातलं नाही, म्हणून ठीक आहे!

ऊन उतरलं. पुन्हा पाच मैल माघारी जायचं होतं. त्यानं सांगितलं,

'निघतो आता-'

त्या म्हणाल्या,

'एवढं चालत आलात. आता घाईनं जाण्यापेक्षा उद्या जा-'

त्याच्याही मनात त्यांच्याशी आणखी बोलायची इच्छा होती. त्याही म्हणाल्या,

'थांबलात, तर आणखीही बोलता येईल.'

यांनाही संपूर्ण गावात सुख-दु:खाच्या गोष्टी करायला आणखी कुणी दिसत नाही. आत कुठं तरी बरं वाटलं.

रात्री विश्वच्या मेहुणीनं स्वयंपाक केला होता. परसातल्या कुठल्याशा पालेभाजीचं सार होतं.

नाव काय तिचं? शांता, वाटतं.

सुब्बम्मांनी जेवायला वाढलं. त्यांनी विचारलं,

'नाचणीची उकड आवडते?'

तो संकोचला.

न आवडायला काय झालं?

मऊ-नरम हलकी उकड होती. त्यानंतर भात नव्हता. त्याला कसं तरी वाटलं. सगळ्यांना उकड आहे, की नाही, कोण जाणे! त्यांनी पुन्हा विचारलं, तेव्हा त्यानं नको म्हणून सांगितलं. त्या पुन्हा म्हणाल्या,

'तुम्हांला आमचं सार आवडलं नाही, वाटतं.'

सारात नारळ नव्हता- डाळही अगदी तळाशी चार दाण्यांएवढी होती. एवढ्या मोठ्या घरात तो जेवत असलेल्या ठिकाणी एक लहान रॉकेलची चिमणी होती, तेवढीच. फार-फार तर अशीच आणखी एक चिमणी स्वयंपाकघरात असेल. विश्वचा मुलगा अजून झोपला नव्हता. त्याला आठवलं, आपण त्याला नीट पाहिलं नाही- उचलूनही घेतलं नाही.

त्यानं म्हणताच सुब्बम्मांनी बाळाला बाहेर आणलं.

आईसारखा गोरापान रुंद चेहरा- वडलांसारखे काळेभोर तेजस्वी डोळे. स्थिर दृष्टीनं तो त्याच्याकडे बघू लागला. नुकताच चौथा महिना लागला होता. त्यानं सहज चौकशी केली,

'वरचं दूध घेतो?'

त्याची आजी म्हणाली,

'नाही. आईचंच पुरतं.'

एवढं दूध येण्यासाठी तिला काय आहार मिळत असेल?

त्यानं विचारलं,

'घरात गाय आहे ना?'

'होय. सहा महिन्यांपूर्वी व्यालीय्. अडचणीच्या वेळी तीही विकून यायला हे निघाले होते. म्हटलं, घरात गर्भारशी लेक आहे आणि गाभण गाय विकायला निघालात! डोकं ताळ्यावर आहे की नाही? गाय विकली असती, तर बाळंतिणीला काय घातलं असतं?'

रात्री बाकापाशी एक सतरंजी अंथरून त्याच्या झोपण्याची व्यवस्था केली गेली. सुब्बम्मा मधल्या दाराशी आतल्या बाजूला बसल्या होत्या. अधून-मधून त्यांचं बोलणं सुरूच होतं. सगळ्या मुली आत कुठं-कुठं झोपल्या असाव्यात. त्यांची कुठंच चाहूल ऐकू येत नव्हती. मधूनच दहा वर्षांच्या मुलाचं बोलणं आणि दंगा ऐकायला येत होता. चिमणी उंचावर ठेवली होती. घर उंचावर असल्यामुळं वारं भरपूर वाहत होतं. वारा थांबला किंवा त्याची दिशा बदलली, की डासांची गुंई- गुंई ऐकू येत होती. त्यानं विचारलं,

'तुमचे थोरले बंधू वकील आहेत ना? त्यांना मुलं नाहीत. त्यांनी तरी यात पुढाकार घ्यायला हवा होता-'

'माझा भाऊ? वकील?'

'तिपटूरचे. काळेले, उंच, सरळ नाक, फेटा-'

'ते होय? यांच्या बहिणीचे यजमान आहेत ते. त्यांना मूल-बाळ नाही- ' काही क्षणांनंतर त्या पुढं म्हणाल्या, 'आमच्या वन्संच्या मनात होतं- मुलींना आपल्या घरी नेऊन शाळेत घालावं, गाणं शिकवावं, कशिदा शिकवावा- पण -त्यांच्या यजमानांचा स्वभाव फार विचित्र आहे. प्रत्येक बाबतीत हे असंच का... तसंच का, म्हणून कटकट करतात. मागं एकदा वन्सं सुनंदाला घेऊनही गेल्या होत्या. 'आम्ही तिला शिकवू- लग्नही लावून देऊ' म्हणत होत्या. पण देवरय्यांच्या स्वभावाला कंटाळून सुनंदा निघून आली. त्या वेळी ती एस्.एस्.एल्.सी च्या वर्गात होती. आणखी तीन महिने तिथं काढले असते, तर वर्ष पदरात पडलं असलं. पण सारखी, 'इथंच काय उभी राहिलीस? असंच काय केलंस?' 'वेणी अशीच का घातलीस?' अशी कटकट असायची. त्यांचा स्वभावच तसा आहे. म्हणूनच, खायलाप्यायला भरपूर असलं, तरी आमच्या वन्संना, सुख म्हणायचं, ते नाही.'

'तुमच्या यजमानांचा स्वभाव चांगला दिसतोय्.'

'स्वभाव वाईट म्हणता येणार नाही. पण मोठेपणाचा सोस फार आहे. त्यामुळं आमची ही परिस्थिती आली.'

काही क्षण शांततेत बुडाले. त्यानंतर त्या पुढं म्हणाल्या,

'वेंकटदासप्पांचं नाव ऐकलं असेल ना? ते माझे सासरे. फार मोठं नाव! अगदी सढळ हातानं जगले ते. मालेकल तिरुपतीच्या जत्रेत दहा दिवस ते अन्नदान करायचे! हे घर त्यांनी कसं बांधलय्, पाहिलंत ना? त्यांचं सगळंच भव्य- बडं. हे त्यांचे एकुलते एक चिरजीव. फारशी पकड राहिली नाही. हातांत वडलांची दौलत- विवेक नाही. हातात शानभोगकी होती. हासन-अरसीकेरेला फिरायचं. त्यात बाहेर हॉटेलच्या खाण्याची चटक लागली. हे अठरा वर्षांचे असताना मामंजी वारले. ते आणखी थोडे दिवस जगले असते, तर हे असे राहिले नसते.'

'त्या आधी लग्न झालं होतं?'

'होय. ते सतरा वर्षांचे आणि मी बारा वर्षांची होते. माहेरची गरिबी. पण वळण चांगलं आहे. वागणं चांगलं आहे, म्हणून त्यांनी स्वत: दोन्हींकडचा खर्च करून घेऊन लग्न केलं.' काही वेळ थांबून त्या पुढं म्हणाल्या, 'तेव्हा सासूबाईंना जाऊन पाच वर्षं झाली होती. वन्संचं लग्न होऊनही वर्ष झालं होतं. घरात करणारं कुणीच नव्हतं. तेव्हा कामाधामाची मुलगी मिळाली, याच आनंदात तेही होते.'

'वेंकटदासप्पा वारल्यानंतर तुम्ही त्यांना सांगायचा प्रयत्न नाही केला?'

'मी गरिबाघरची. त्यांच्या दौलतीपुढं तोंड उघडायचं धैर्य माझ्यापाशी तरी कुठून असणार? आणि बाहेर त्यांचे कुठं काय व्यवहार चालले आहेत, ते मला समजणार तरी कुठून? शानभोगकीचे पैसे खाल्ले, म्हणून त्यांना पकडून नेलं, तेव्हा मला अक्कल आली. त्या वेळेपर्यंत घरात रवा, काजू, बेदाणे, केशर, बदाम भरलेले असत. मलाच वाटायचं- रोजच्या संसारात या पदार्थांचं काय काम? रामदासप्पांचं घर असंच चाललं पाहिजे, असा तेव्हा माझाही भ्रम होता. सासरे वारल्यावर मी इथं राहायला आले. त्या वेळी वरचेवर प्लेग यायचा, बघा! आला, की सगळं गावच्या गाव घेऊन जायचा. कुणाला गाठ येईल आणि कुणाला नाही, ते सांगता यायचं नाही. गेल्या दहा वर्षांत मात्र त्याचं नाव कानांवर आलं नाही.'

'होय- मलाही आठवतंय्. सगळी माणसं गाव सोडून शेता-मळ्यावर राहायला जायची. विश्वची आईही प्लेगनंच गेली, म्हणे माझीही. आम्हां दोघांच्या मैत्रीमधला हाही एक बोलण्याचा दुवा होता. दोघांच्याही वडलांनी मुलांकडे ढुंकूनही पाहिलं नाही'

गार वारा वाहत असल्यामुळं डास नव्हते. सुब्बम्मा काही बोलल्या नाहीत. त्यांना झोप आली, की काय, कोण जाणे. कूस बदलून गंगण्णा उताणा झाला.

रात्री येणार नाही, असं घरी सांगितलं नाही. घरात नंजमण्णी एकटी आहे.

रुद्रेश बाहेर मशीनपाशी झोपतो. यांच्या घरातल्या मुलींच्या श्वासोच्छ्वासाचाही आवाज ऐकू येत नाही. दूर वर झूक-झूक आवाज ऐकू येतोय्. कुठून? अरसीकेरेहून? नाही- तिपटूरकडून. वारं वाहू लागलं, की आवाजाची नेमकी दिशाच कळेनाशी होते. किती देखण्या मुली आहेत या! सगळ्या- एकजात. उंच- गोऱ्या- नितळ. लग्नघरात डोळ्यांत काजळ घालून फिरत होत्या, तेव्हा काय शोभा आली होती! नंजमण्णीचा बांधाच बुटका. आई बुटकी - बापही बुटबैंगण! मग मुलगी कशी होणार? रामदासप्पा रूपानं उजवे, यात शंकाच नाही. त्याही देखण्या आहेत. म्हणून मुलीही सुरेख आहेत. गाडी मालेकरे उतारावरून उतरतीय्- नाही- जवळ आली. काही क्षण घर थरकापलं- गाडी धाड-धाड करत पुढं निघून गेली. तिपटूरहून आली- मिरज गाडी- म्हणजे अकरा- साडेअकरा वाजले असणार. बॅटरी आणली नाही. त्यामुळं घड्याळ बघायचाही प्रश्न नाही. या गावचे लोक कसे झोपत असतील? अजूनही एक मेल आणि तीन मालगाड्या जायला पाहिजेत. माझी जात यांच्या जातीशी मिळण्यासारखी असती, तर!

'तुमच्या मित्राला बायको नको होती, तर लग्न तरी का केलं?'

अजून झोप लागली नाही, तर! का लग्न करायला तयार झाला हा? स्वतःला खाज होती, म्हणूनच ना? किती देखणी मुलगी- बुटकी- बेढ नाही. दाराच्या चौकटीएवढी उंच. गोरीपान.

त्याला विश्वचा पराकोटीचा संताप आला-

विचाराच्या तंद्रीत तो एकदम थबकून म्हणाला,

'नको- ते कशाला सांगायचं? काही नको-'

'काय ते? सांगा की-'

'जाऊ द्या-'

'सांगा. काहीही लपवून ठेवू नका. तुम्ही माझ्या सख्ख्या भावासारखे-'

त्याच्या मनाला संताप आणखी वाढला. तो संताप आवरत सांगू लागला,

'तो हॉस्टेलमध्ये राहून शिकत होता ना म्हैसूरमध्ये? चूक म्हणून सांगत नाही- वयच तसं असतं, नाही काय? कधी-कधी असं व्हायचं, हा पुस्तक उघडून अभ्यास करायला बसला, की पुस्तकावर लक्षच राहायचं नाही, म्हणे! मनात कुठले विचार यायचे. कधी-कधी वेड लागलं, तर पाच-सहा दिवस अभ्यासातलं लक्षच उडून जायचं. पूर्वी तसं नव्हतं. त्या आधीच्या उन्हाळ्याच्या सुटीत आला, होता ना! सकाळ-संध्याकाळ मशीनवर बसून खूप शिवत राहायचा. पण नंतरच्या सुटीत तो आला, तेव्हा त्याचं मन ताळ्यावर नसायचं. यात चूक काय? सत्तावीस वर्षांचं वय. त्याच वेळी तुमचे रामदासप्पा 'तुमच्या मित्राला सांगा' म्हणून माझ्या मागं लागले. त्याला म्हटलं, तर तो म्हणाला, 'आता कसलं लग्न? आधी शिक्षण संपवून, कुठं

तरी पोटा-पाण्याचा उद्योग पाहतो- मग लग्न. ते शिकवतील म्हटलं, तर 'दुसऱ्याच्या लाचारीवर मी शिकणार नाही.' म्हणाला. मीही सगळं रामदासप्पांच्या कानांवर घातलं होतं आणि तिथं बोलणंच संपून गेलं होतं. नंतर एक दिवस माचीनहळ्ळीचं माझं एक गिऱ्हाईक आलं होतं. त्याच्या चेहऱ्यावरून तो रात्री झोपला नसावा, असं वाटलं. म्हणून मी सहज चौकशी केली. तो म्हणाला, 'काल रात्री दासरहळ्ळी नाटक कंपनीचं नाटक बघितलं-' पुन्हा गंगण्णा एकाएकी थांबला.

गाडी रुळांवरून निघाली, की धावत राहते, याची त्याला आठवण झाली.

पण त्याच पुढं म्हणाल्या,

'सांगा तुम्ही. मी सांगितलं ना? तुम्ही मला पाठच्या भावासारखे- काही लपवू नका.'

'नको- जाऊ द्या-'

'मर्जी तुमची!'

आता तोच थोडा अवघडून गेला. सांगितलं, तरी पंचाईत आणि एवढं सांगून झाल्यावर सांगितलं नाही, तरी विचित्र! तो पुढं सांगू लागला,

'माचीनहळ्ळीचं गिऱ्हाईक आलं, म्हणून सांगितलं ना? तेव्हा विश्व तिथंच मशीनवर बसून शिवत होता. त्यानं लगेच विचारलं, 'दासरहळ्ळी?' यानं 'हं' म्हणून सांगितलं. यानं विचारलं, 'कुठलं नाटक?' त्यानं सांगितलं, 'सुभद्रापरिणय.' त्यानं विचारलं, 'त्यात सुभद्रा कोण झालंय्?' तो म्हणाला, 'एक सुशीलाबाई नावाची बाई आहे.' कापड घेणं- माप घेणं झाल्यावर यानं पुन्हा विचारलं, 'आता दासरहळ्ळी कंपनी कुठं आहे?' 'गावातच झोपलेत वड्डुकल्लप्पाच्या खोबऱ्याच्या घरात-' असं सांगून तो निघून गेला.'

'मग?'

'ती सुशीलाबाई म्हणजे आधीची मुनियम्मा म्हणे. बाणसंद्रपाशी दासरहळ्ळी म्हणून खेडं आहे- तिथली डोंबाऱ्याच्या जातीतली. तीच सुशीलाबाई नावानं नाटकात काम करत होती, म्हणे. तिपटूरमध्ये विश्वनं तिचं नाटक बघितलं होतं- ओळखही झाली होती म्हणे तेव्हा. तिच्या मागून तेव्हा हा दहा-पंधरा दिवस खेड्यांतूनही फिरला होता. लहान तेरा वर्षांचा मुलगा. कुणी विचारणारं- सांगणारं नाही-' म्हणत तो पुन्हा थांबला.

पुढं तोच सांगू लागला,

'त्या दिवशी दुपारचं कडकडीत ऊन पडलं होतं. याला एकाएकी तिला जाऊन भेटावंसं वाटलं. त्यानं माझ्याकडे दहा रुपये मागितले. खरं तर, तो असा वागणाऱ्यांपैकी नाही. पण वेड डोक्यात शिरल्यावर तो तरी काय करणार? पैसे घेऊन उन्हात चालत गेला- पण संध्याकाळी साडेचार वाजता परतही आला! मी, का लवकर आलास,

म्हणून विचारलं. त्यानं सगळं सांगितलं. तो तिकडं जाऊन पोहोचला, तेव्हा सगळे झोपले होते. यानं निरोप पाठवल्यावर ती उठून माजघरात आली. यानं सगळं सांगितल्यावर तिला याची ओळख पटली. लहान वयात त्यानं तिची नाटकं पाहिली होती ना? यानं तिला त्यातली गाणी म्हणून दाखवली. तिची त्याच्यावर मर्जी बसली. तिनं याला सांगितलं, 'तूही आमच्यासंगं नाटक-कंपनीत चल. दोघंही गावात एकत्र राहू या. आता मला शिंदीच्या कंत्राटदारानं ठेवली आहे. मीही त्याच्याकडून मोकळी होईल-' -पण हे त्याला पटलं नाही. निदान त्या दिवशी तरी राहून यायची त्याची इच्छा होती. पण तिच्याबरोबर आणखी तीन-चार बाया होत्या. त्या आत झोपल्या होत्या. पुरुषाचं एक जाऊ द्या- पण बायांना मत्सर आल्याशिवाय कसा राहील? हिनं त्याला आपल्या खोलीत घेतल्याचं त्यांच्यापैकी कुणी तरी तिच्या मालकाला सांगितलं असतं, तर? हे सगळं त्याला सांगून ती म्हणाली, 'माजाबी तुज्यावर जीव हाय- बेस्तरवारी गावाकडं ये- रातच्याला ये- आन् सकाळ व्हायच्या आदी जा. तो रातच्याला येत न्हाय. आन् आला, तरी आई त्याला अडवून ठेवेल तू बाहेर जाईपर्यंत.' हा वैतागला. ती ऐकेचना, म्हटल्यावर हा रागानं निघून आला. सगळं ऐकून मी त्याला चार समजुतीच्या गोष्टी सांगितल्या. म्हटलं, 'असलं खुळ्यासारखं करत फिरण्यापेक्षा लग्न कर. रामदासप्पा मुलगी द्यायला तयार आहेत- हॉस्टेलात ठेवून तुझं शिक्षण करतील. किती केलं, तरी स्वतःची म्हणून बायको पाहिजे, त्याच वेळी रामदासप्पांनी हेडमास्तरांकडूनही सांगायला लावलं. एवढं झाल्यावर त्यानंही खाली मान घालून मुंडी हलवली. त्याच दिवशी आम्ही सगळे तुमच्या घरी मुलगी बघायला आलो-'

त्याचं दीर्घ बोलणं संपलं. आपली बाजू मांडल्यामुळं आपला मान वाढला, असं वाटून त्याला समाधानही वाटलं. पण त्यांनी विचारलं,

'त्या दोघांची एवढी सलगी होती, म्हणजे ते आधी केव्हा तिच्याकडं गेले होते?'

या प्रश्नानं गंगण्णा विषण्ण झाला. आपलं चुकलंच- आपण हे सांगायला नको होतं. लगेच सुचलं, ते उत्तर त्यानं दिलं,

'तेराव्या वर्षी तो त्यांच्या कंपनीमध्ये गेला होता ना? तेव्हा ती चार वर्षांच्या मुलाची आई होती-' बोलता बोलता तो थांबला.

म्हणजे आता ही मुनियम्मा अठरा-एकोणीस वर्षांच्या मुलीची आई! आणि हा तिच्यामागं धावत गेला!

त्याचा श्वास अडकल्यासारखा झाला. काही तरी खुलासा करायला जाऊन सगळंच अवघड होऊन बसल्याचा त्याला अनुभव आला.

त्याच वेळी त्यांनी विचारलं,

'एवढं सगळं ठाऊक असताना तुम्ही आमच्या मुलीला त्यांना देण्यात पुढाकार का घेतला?'

'रामदासप्पांनी मला त्याला पटवायला सांगितलं. शिवाय तो त्या वेळी काही तिच्याबरोबर राहत नव्हता. पुरुष म्हटल्यावर कधी तरी असं घडायचंच. लग्न झालं, की सगळं योग्य होतं. म्हैसूरला रामोजींनी तुमच्या पुढ्यातच सांगितलं ना, वाईट वस्तीत राहत असला, तरी तो कुणाकडेही नजर वर करून बघायचा नाही, म्हणून? तसा त्याचा स्वभाव चांगलाच आहे.'

यावर त्या काही बोलल्या नाहीत.

छे:! चुकलंच माझं. या बाबतीत बायका नीट समजावून घेत नाहीत. त्यांना सांगून उपयोग काय?

दुसरी गाडी- अरसीकेरेकडून. बेंगळूर मेल. घर हादरलं. खिडकीतून प्रकाशाचे झोत टाकत धडधडत गाडी निघून गेली. त्याच वेळी आणखी एक गोष्ट मनात आली.

एकदा हा विषय निघालाय्, म्हटल्यावर नीट मार्गी लागल्याशिवाय दुसरा काही उपाय नाही.

तो पुढं म्हणाला,

'त्याचा स्वभाव चांगला आहे, यात संशय नाही. दिसेल त्या बाईच्या तो मागं लागत नाही. पैशामागंही धावायचा त्याचा स्वभाव नाही. त्याचे आजोबा आईचे वडील-कंठीजोईस म्हणून होते. पाच-सहा वर्षांपूर्वी ते याला शोधण्यासाठी माझ्याकडे आले होते-'

'ठाऊक आहे. अरसीकेरेहून ना? उंच घोड्यावरून आले होते, तेच ना?'

'तुम्हाला कसं ठाऊक?'

'इथंही आले होते ते. इथूनच अरसीकेरेकडे गेले. आमच्या यांनीच त्यांना तुमचा पत्ता दिला होता. त्यांचा नातू म्हणूनच विश्वनाथांना मुलगी द्यायचं त्यांच्या मनात आलं होतं. एवढा घोडा बाळगणारे म्हणजे बडं घर असेल, अशी यांची समजूत झाली. त्यांचं काय सांगत होता तुम्ही?'

'अरसीकेरेत ते माझ्याकडं आठ दिवस राहिले होते. त्यांनी जाताना मला नवं मशीन घ्यायला अडीचशे रुपयांची मदत केली. नवं मशीन घेतल्यावर मलाही खूप फायदा झाला. त्यामुळं माझी गिऱ्हाइकं वाढली. त्यांनी मला सांगितलं होतं, कधी विश्व आलाच, तर त्याला लगेच चन्नरायपट्टणला घेऊन यायला. त्यांनी त्याच्यासाठी साडेपाच हजार रुपये जमवून ठेवले होते. चार वर्षांपूर्वी विश्व मुंबईहून अरसीकेरेला आला, तेव्हा त्याला मी हे सांगितलं. हा म्हणाला, 'मला काय करायचंय् ते पैसे घेऊन?' मी त्याला म्हटलं, 'अरे, असं काय करतोस? आजोबांना भेटायला, तरी

जाणार नाहीस काय? मलाही त्यांना भेटायचंय्- चल, मीही येतो.' मग तो तयार झाला. त्याचा आजोबांवर खूप जीव होता- पण तेवढा परिचय नव्हता. आम्ही दोघं ते राहत असलेल्या जागी जाऊन पोहोचलो. समोर राहणाऱ्या एका म्हातारीनं सांगितलं, अरसीकेरेहून परतल्यावर दीड महिन्यातच ते वारले म्हणून. घशाला भोक पडलं होतं- तोंडात ओतलेलं पाणी भोकातून बाहेर येत होतं म्हणे. पाठीचं दुखणंही भयंकर झालं होतं म्हणे. त्याचं गाव नागलापूर. तिथं मुलगा-सून राहायचे. सून भारी कजाग होती. सासरा जिवंत असेपर्यंत तिनं कधी त्याला घासभर अन्न शिजवून वाढलं नाही. ते मरायला टेकले, तेव्हा मुलगा करायला गेला होता म्हणे. जवळ असलेले पैसे नातवाला मिळावेत, म्हणून त्यांची चार-दहा जणांपुढं सांगून ठेवलं होतं म्हणे. पण सून बरी सोडेल? 'आमचा मामंजींचा माझ्यावर भारी जीव होता. मी याचे सोन्याचे दागिने करून घालेन. तो आला, की त्याला देईन. किंवा लग्न झाल्यावर त्याच्या बायकोला देईन.' ती समोरची म्हातारी तर म्हणत होती, 'आत्ताच्या आत्ता नागलापूरला जाऊ या- आता सुद्धा या वस्तीतले चार-सहा साक्षीदार मिळतील. त्यांना घेऊन जाऊ या.- पंचायत बसवू या- त्या भवानीला घेतलेले पैसे ओकायला लावू या.' पण हा म्हणाला, 'मला काहीही नको गंगण्णा. आपण अरसीकेरेला जाऊ या, आपली दुपारची बस चुकेल.'

'लग्नाच्या वेळी तरी या मामा-मामीला बोलवायला हवं होतं.'

'मीही तसं म्हटलं. पण तोच नको म्हणाला.'

पुन्हा शांतता पसरली. वारंही स्तब्ध झालं होतं.

अरसीकेरेला अशी शांतता नसते. सतत कसला ना कसला आवाज-

आतून लहान बाळाच्या रडण्याचा आवाज ऐकू आला. हलकेच समजूत घालून थोपटल्याचा आवाज. रडायचा आवाज बंद झाला.

दूध पीत असणार.

आत जेवायच्या खोलीतून आवाज ऐकू आला.

नाही तरी विश्वचं चुकलंच. मोठ्या माणसानं दिलेले पैसे- मग ते किती का कमी असेनात?- त्यांच्यासमोर चुलीत जाळले, तर कोण कसं गप्प बसेल? पंचवीस रुपये म्हणजे कमी नव्हेत. त्या वेळी रामदासप्पांनी शोध लावला नसता, तर हा म्हैसूरमध्ये राहत असल्याचंही समजलं नसतं. हा मुंबईलाच निघून गेला, या भ्रमात मी राहिलो असतो.

रामदासप्पांना मात्र खूपच माहिती आहे. त्यांनीच दासोप्रकाश हॉटेलच्या मागच्या रस्त्याला उजवीकडे वळून सरळ माडीवर जायचं. जुना जिना. आम्ही दोघं वर जाऊन त्याच्या पुढ्यात उभे राहिलो, तेव्हा त्याला राग आला नाही. पण तो काहीही न बोलता बसून राहिला. यांनी पैसे देऊ केल्यावर तो म्हणाला, 'नको-नको - तुमचे

पैसे तुमच्याकडेच राहू द्या.' ही पद्धत झाली सासऱ्याशी बोलायची? यांनाही त्याच्याशी काय बोलायचं, ते तरी कुठं उमजत होतं? तेही सारखे माझ्याकडेच बघत 'काय, गंगण्णा - खरं आहे, की नाही?' 'गंगण्णा, तूच सांग-' म्हणून प्रत्येक वेळी माझीच साक्ष काढत होते. तेही मधूनमधून काय भाव खातात! म्हणे, 'त्या गुम्मप्पाच्या मुलानं- पिक्कप्पानं मला सात हजार रुपये द्यायचे आहेत. ते यायची वाट पाहतोय् मी. ते आले, की तुमच्या नावानंच बँकेत ठेवेन. म्हणजे त्याचं व्याज तुम्हाला मिळत राहील. मग दर महिन्याला पैसे पाठवायची कटकटच नको. काय, गंगण्णा!'

यांचं बोलणं तर असं, की कुणीही विश्वास ठेवावा! यांनी त्याला तीन- तीन वेळा पैसे दिले, तरी त्यानं घेतले नाहीत. अखेर त्यानं ते घेऊन चुलीत टाकले, ते चुकलंच. त्यानंतर यांनीही त्याच्यावर एवढं रागवायला नको होतं. तेही तेव्हा संतापानं म्हणाले,

'अरे ए हलकटा, तुला मी माझ्या गावी नेऊन चार-चौघांकडून वर्गणी मिळवून दिलीय्. आज तू एवढी मस्ती दाखवतोस? वेंकटदासप्पांचा मुलगा आहे मी!'

आत बाळ गाढ झोपलं असावं. चोखल्याचा आवाज येणं बंद झालं होतं. दूरवर गाडीचा आवाज-

तिपटूरकडून? होय. पूना मेल? किती वाजले असतील? देवानं तरी या दरिद्री जाती काय म्हणून तयार केल्या असतील? झोप कुठं गेली, म्हणायची? हं- जवळ येतेय् धाड- धाड. जमीनही हळूहळू थरथरते. इकडून आलेल्या गाडीचा उजेड घरात येत नाही. विश्व याच घरात महिनाभर बायकोबरोबर झोपायचा. त्याला तर एक रात्रही झोप लागली नसेल. रोज रात्री थोड्या-थोड्या वेळानं जाणाऱ्या या गाड्या- सोबत नवी सुंदर बायको! त्याच्याएवढ्याच उंचीची. त्या महिन्यात तो एकदाही अरसीकेरेलाही आला नाही. नंतर एक दिवस निघून गेला- एवढे दिवस संसार केला- आता त्या बायकोची आठवणही होत नाही याला? त्या आशेनंही याला यावंसं वाटत नाही? छे:! हा कसला माणूस म्हणायचा? नंजमण्णी या सुनंदाच्या पायाच्या लायकीचीही नाही-

वाऱ्याचा झोत आत आला.

झोपायला पाहिजे.

नेहमी ज्या पद्धतीनं हमखास झोप येई, त्या पद्धतीनं तो कुशीवर वळला. आपल्या पद्धतीनं त्यानं डोळे मिटून अंधार तयार केला.

यानं रामोजीरावांना आपलं लग्न झाल्याचं सांगितलं नव्हतं. त्या दिवशीही मी त्यांना म्हटलं,

'सासऱ्याशी भांडण आहे, म्हणून एवढी चांगली बायको सोडायची, म्हणजे

वेडेपणाच नाही काय?'

यावर तेही म्हणाले होते,

'मी पन्नाशीचा आहे आणि दर आठवड्यातून एका बाईकडे जाऊन येतो!'

म्हैसूरला विश्वच्या घराच्या भोवताली अशा बायका आहेत म्हणे! रस्त्यानं निघालं, की त्या हाका मारतात.

रामोजीराव सांगत होते,

'विश्व मागं वळून त्यांच्याकडेही पाहत नाही. मलाच तो मोह-'

याचं काहीच समजत नाही. याला तो मोह होत नाही काय? तर मग लग्नाच्या आधी तो भर उन्हात मुनियम्माच्या मागं का धावला होता? माणसानं आपला राग विनाकारण बायकोवर काढू नये. रामोजीराव सांगत होते, ते तरी यानं समजावून घ्यायला नको काय?

'या बायकांना बुद्धी नसते, हेच खरं! पुरुषाच्या आधी का मरतात त्या? माझी बायको मेली नसती, तर माझ्या वाट्याला हे जगणं का आलं असतं?'

विश्वला अक्कल नाही, हेच खरं आहे. त्या बायकोला सोडून कसंबसं शिवण शिवून शिक्षण घेत जगतोय्! तेही जाऊ दे- अधून मधून इथं येऊन जायला काय हरकत आहे?

सहा

हिरड्यांनी चावत राहायचा चाळा याचा. एकीकडे त्यातही सुख वाटतंय्. तसंच तोंडात ठेवून झोपही लागली त्याला.

सुनंदा सावध होती. आईनं सांगितलेली गोष्ट ती विसरली नव्हती. अरसीकेरेमध्ये अशीच एक बाई बाळाला पाजता पाजता झोपी गेली. बाळाच्या नाका-तोंडांत दूध भरलं आणि बाळ मरून गेलं.

झोप आली नाही, तर इवले-इवले हात हलवत पडून राहतो- रडत नाही- पण झोपूही देत नाही. दीड महिन्याचा झाल्यापासून हे असंच.

आई गंगण्णांशी बोलत बसलीय्. बोलायला काही राहिलेलंच नाही, हे अजून आईच्या लक्षात आलं नाही, की काय? म्हैसूरमधल्या त्या अरुंद खोलीत बसले असता हे माझ्या निश्चित लक्षात आलंय्. देवळाच्या गर्भगृहात एकटीनं बसल्यावर कानांत गुंई आवाज निःशब्दपणे भरून राहावा, तसं वाटलं होतं. असं का झालं? का मी मान वर करून त्यांच्याकडे पाहणंही टाळलं? मी त्या वेळी घाबरायला नको होतं. भीती? अंहं- डोळ्यांपुढं अंधारी येऊन गरगरल्यासारखं झालं होतं. ते खोलीतून उठून निघून जाईपर्यंत तसंच वाटत होतं. देवानं किंवा भुतानं झपाटावं, तसं. यानंतर मन बदलणार नाही, हे नक्की. यात पुनर्विचार व्हावा, असं आहे, तरी काय?

मिरज गाडी येतेय्. या गावात- या घरात दरिद्री रेल्वेगाड्यांचा एक तापच आहे. सलग तासभर काही या झोपू देत नाहीत. लग्न झालं आणि झोपच उडून गेली. त्या आधी किती छान झोप यायची! फक्त रात्रीची मालगाडी गेल्याचं तेवढं ऐकू यायचं. नंतर पहाटेच्या सुमारास कावळ्यांच्या आवाजाबरोबर बेंगळूर-लोकल. जास्त आवाजही ऐकू यायचा नाही. तेव्हा तळा-मुळासकट हलवून सोडणाऱ्या या गाड्यांचं अस्तित्वही जाणवायचं नाही. वर्ष आणि दोन महिने झाले. तेव्हापासून दररोज रात्री पाच गाड्या मोजायचं एक कामच होऊन बसलंय्.

अक्षता पडल्या आणि त्यातच रात्री पुढील कार्यक्रम ठरवला होता. 'त्यांना पलीकडच्या घरी सोडून या आणि इतरांना इकडं जेवायला वाढा-' म्हणून आप्पांची गडबड. खोलीत गेल्यावर काय प्रेम! 'सुनंदा- तुला सुनंदा म्हणू? काय म्हटलं, तर

तुला आवडेल? इकडं बघ पाहू- माझ्याकडे बघ- मान वर कर-' किती तरी प्रकारे अनुनय करून मालगाडी जायच्या आधी त्यांनी मला वश करून घेतलं. बाई, ग! खरंच, मला काहीही कल्पना नव्हती. कल्पनेत यायचं काही-बाही; पण- नंतर एक डुलकी लागली असेल- मालगाडीनं पुन्हा जागं केलं. एकेक गाडी येत होती आणि हे मला पुन:पुन्हा वेडं करून- महिनाभर ते स्वत: झोपले नाहीत आणि मलाही झोपू दिलं नाही. त्यानंतर स्वत: निघून गेले. कधीही त्यांना माझी आठवण येत नसेल? असला कसला स्वभाव? मग त्यांनी लग्न तरी का केलं?

मिरजगाडी आली. त्या खोलीत झोपलं आणि खिडकी उघडी ठेवली, की उन्हं आत शिरून धावत सुटावंसं वाटतं. बाळ झोपलंय्, म्हणून बाळाला हलकेच बाजूला करून बटण लावून झोपावं, म्हटलं, तर बाहेरचं बोलणं. गंगण्णा आईला सांगताहेत,

'यात चूक नाही. वयच तसं असतं ना...'

ही सुशीला किती मोठ्यानं घोरतेय्! काहीही नीट ऐकू येत नाही. तिचा दंड हलकेच हलवून- ती कुशीवर वळली. ही चौथी. तिचं घोरणं थांबलं.

'मुनियम्मा- हा वैतागला- मी त्याची समजूत काढली- त्याच दिवशी मुलगी बघायला-'

इतके दिवस एक गोष्ट समजत नव्हती- यांनी लग्नच का केलं? आता समजलं- महिनाभर मजा मारली- नंतर हे आप्पांच्या खोटेपणाचं निमित्त मिळालं. हे निमित्त मिळालं नसतं, तरी ते निघूनच गेले असते. त्या बयेकडे गेले असते, तर दिवस मावळल्यावर जाऊन दिवस उगवण्याआधी यावं लागलं असतं. इथं महिनाभर रात्रं-दिवस राहिले. नावापुरतं गळ्यात मंगळसूत्रही बांधलं. अशा माणसाशी माझी जन्माची गाठ बांधून देणारे आप्पा!-

'रामदासप्पांनी आग्रह केला- पण तो काही तिच्याबरोबर राहिला नाही- पुरुष म्हटल्यावर-'

गंगण्णा आपल्या मित्राचं पुन:पुन्हा समर्थन करताहेत! पुरुष नेहमी पुरुषाचीच बाजू घेणार!

पोट भरलं- यानं दुपटं ओलं केलंय्. आता कोण उठणार? उन्हाळाच आहे- आता सुकेल.

तिनं त्याला थोडं अलीकडे ओढलं आणि हळूहळू थोपटू लागली. हळूहळू बाळ शांत झोपला.

आई अजूनही भ्रमात आहे. काल पार्सल आलं, तेव्हा तीही शेजारी उभी होती. म्हैसूरहून आलंय्, म्हटल्यावर मी सही करून घेतलं. डावीकडे त्यांचं नाव होतं. आई हुरळून गेली. म्हणाली,

'बाई, ग! पापण्णासाठी काही तरी पाठवलंय् वाटतं! करदोटा किंवा छोटंसं

झबलं- टोपडं!-’

माझंही जळलं मेलीचं मन! तेही हुरळलं. सोबत एखादं पत्रही असेल. आजपर्यंत त्यांनी मला एकही पत्र लिहिलेलं नाही. बाजूला ‘इन्शुअर’ म्हणून लाल पेननं लिहिलंय्. छोटी डबी. वरचं कव्हर खोललं- आत पुन्हा कागद. आतल्या डबीत लाल कागदात गुंडाळलेला- हो- करदोटाच असेल. जन्मल्यावर बारसंही केलं नाही- वडीलच बघायला आले नाहीत, म्हटल्यावर कसलं बारसं अन् कसलं काय! पापा- पापू- पापण्णा म्हणतात- तेच नाव पडलंय्. चांदीचा करदोटा कसला? माझ्या आणि आईच्या कानांतल्या जोड्या आणि नाकांतल्या चमक्या. लग्नात दिलेलं रिस्टवॉच. सोबत पत्र नव्हतं. आईनं सगळ्याजणींना ‘चला-चला... परसदारी ढिगानं कामं पडली आहेत- इथं कशाला उभ्या राहिला?’ म्हणत तिथून पिटाळलं. डोळ्यांत पाणी भरल्यामुळं मला तर काहीच दिसेनासं झालं होतं. म्हैसूरमध्ये त्यांच्यासमोर बसल्यावरही असंच झालं होतं मला-

सकाळी गंगण्णा जायला निघाले, तेव्हा आईनं मला बाहेर बोलावलं. पुढं होऊन ‘जाऊन या’ म्हणावंसं मला वाटलं नाही. मुनियम्मा नाव काय तिचं? त्या दिवशी मला बघायला हेच त्यांना घेऊन आले होते. पुरुष म्हटल्यावर हे असं व्हायचंच, म्हणे! लग्न झाल्यावर ते कमी होतं म्हणे! आईनं पुन्हा हाक मारली. तिनंच बाहेर जाऊन त्यांना ‘जाऊन या’ म्हणून निरोप दिला. तेही ‘निघतो-’ म्हणत निघून गेले. त्यांना तरी काय म्हणायचं? चांगले आहेत बिचारे! म्हैसूरला जाताना त्यांनीच सगळा खर्च केला. बसखर्च- वाटेत खाणं- कॉफी- पापण्णाला दूध-

गंगण्णा गेल्यानंतर आईची मैत्रीण-देवळाकडची पुट्टम्मा आली. तिच्या नात्यापैकी कुणी तरी कंबनकेरेजवळच्या एका खेड्यात राहत होतं. ती सांगत आली,

‘तुमच्या जावयाच्या गावाजवळच ते राहतात. त्यांना तुमच्या जावयाच्या घरची सगळी माहिती आहे.’

आईनं त्यांना घरी घेऊन यायला सांगितलं. ते आले. साठीच्या घरातले गौड. पुढं केलेली पान-सुपारी खात ते म्हणाले,

‘अव्वा, तुमच्या लेकीच्या आयुष्याची सगळी कथा मला समजली. तो मुलगा खूप लहानपणीच देशांतरी निघून गेलाय्, असंच गावाकडे सगळे म्हणतात. इकडं आल्यावर मला त्याची बाकीची हकीकत समजली. तिकडं कुणी यांच्या घराविषयी बरं बोलत नाहीत. हा मुलगा तर आपल्या जातीतल्या माणसांमध्येही वाढला नाही. कुठल्या तरी एका जंगमानं त्याला सांभाळलं होतं. त्याची आजी, वडील आणि काका आमच्या गावातही भीक मागत फिरतात सुगीच्या दिवसांत. आमच्या जातीत बोलणार नाहीत, एवढ्या शिव्या आहेत त्यांच्या तोंडी. सारखे एकमेकांशी कडाडून भांडत असतात. याच्या धाकट्या काकूला सासूनं नीट नांदवलं नाही, म्हटल्यावर

ती दुसरा घरोबा करून निघून गेली- हे असलं घराणं! कशाला सोन्यासारखी मुलगी तुम्ही त्या घरी दिली?'

आई त्या म्हाताऱ्या गृहस्थांशी बोलत बसली आहे. खरं तर, मलाही तिथं बसून सगळं ऐकायचं आहे. पण तिथं जाऊन बसले, तर आई रागावेल. स्वयंपाकघरात जाऊन बसलं, तर नीट ऐकायला येत नाही.

सुनंदा परसात गेली. तिथं एवढ्यातच नऊचं ऊन जाणवत होतं. सौभाग्या आणि सुशीला रहाटानं पाणी ओढत होत्या. शांता, सुजया, गुणी झाडांखालची मुळं मोकळी करत होत्या.

ही भाजी आता लवकर संपवायला पाहिजे. नाही तर ती सुकून जाईल. हे पडवळ बरंच मोठं झालंय्- दृष्ट लागू नये, म्हणून त्याला एखादं फडकं बांधून ठेवायला पाहिजे. अलीकडे मोगरीची फुलं काढलीच जात नाहीत.

तिला पाणी ओढावंसं वाटलं. तिनं एक घागर जमिनीवर ओतली. पाणी सुकून जमीन पुन्हा कोरडी होऊन गेली. रिकामी घागर विहिरीकडे घेऊन जाताच सुशीलानं पुढं होऊन घागर काढून घेऊन म्हटलं,

'नको, ताई. तू इतक्यात पाणी ओढायचं नाही-'

आणखी किती दिवस पाणी ओढायचं नाही? साडेचार महिने झाले ना? लग्नाच्या सहाव्या-सातव्याच दिवशी त्या वेळी आई नकोच म्हणत होती.

मी विहिरीवर पाणी ओढायला गेले, तेव्हा आपल्या खोलीबाहेर येऊन पाहत राहिले. वर म्हणाले, 'सुनंदा, विहिरीला डाव्या पायानं जोर देऊन पाणी ओढताना तू किती सुरेख दिसतेस!'

जवळच आई होती. तिला ऐकू आलं, तर? सारखं चालायचं,

'केसांत फुलं माळली, की तू फार सुंदर दिसतेस-'

एकाएकी तिच्या मनातला वडलांवरचा राग उफाळून आला.

का त्यांनी खोटं सांगितलं? का खोटं बोलले ते? सगळं खोटं-मुळापासून सगळं खोटं. मुलगी बघायला आले होते, तेव्हा वयाचा प्रश्न निघाला होता, तेव्हा यांनी सांगितलं, मुलीची वीस वर्षं पूर्ण झाली- एकविसावं वर्षं सुरू आहे. खरं सांगितलं असतं, तर? 'लग्नाच्या वेळी सगळं खरं सांगून कसं चालेल?' म्हणतात अप्पा. पत्रिकाही नंतर दाखवतो, म्हणून सांगितलं आणि नंतर दाखवलीच नाही.

'ताई-ऊन बरंच आहे- आत चल ना-' सुशीलानं सांगितलं.

किती दिवस ऊन-पाणी म्हणत राहायचं?

'असू दे' म्हणत सुनंदा एका रोपाच्या मुळाशी खणत राहिली. पण थोड्याच वेळात उन्हाच्या झळा असह्य झाल्या, म्हणून आत निघून गेली.

आत एका चटईवर पापण्णा झोपला होता. आई मुकाट्यानं चुलीपुढं बसली

होती.

आज काय शिजवायचं? नाचणीचं पीठ कालच संपलं होतं. म्हणजे आज फक्त पालेभाजी. घरात मीठ आहे.

ती पापण्णापाशी बसली. तिला पाहताच तो दुधासाठी रडू लागला. त्याला असा एकटा टाकून आई कधीही आजूबाजूला जात नाही. आत मात्र ती चुलीतला जाळ पाहत होती. तिचा चेहराही जड दिसत होता. तिनं बाळाला उचलून घेतलं. तेव्हा त्याचं तिच्याकडे लक्ष जाऊन त्या काही क्षण गप्प बसल्या. भाजीत मीठ घातल्यावर त्या म्हणाल्या,

'आता त्यांना विसरायला पाहिजे. नशीब आपलं! आपणच पापण्णाला आंबील आणि पालेभाजी शिजवून घालून मोठं करायला पाहिजे-' त्या काही क्षण थांबून पुन्हा म्हणाल्या, 'यानंतर मनात कुठलीही आशा ठेवू नकोस-'

खरं तर, तिनंच आशा ठेवली होती. म्हैसूरहून आल्यापासून मी तर कसलीच आशा ठेवली नाही.

त्यांना जायचं, तर जाऊ दे. पण, अमुक कारणासाठी जातोय्, म्हणून सांगायला नको काय? त्यांना कसला तरी मनस्ताप झालाय्, एवढंच मला त्या वेळी जाणवलं होतं. त्या वेळी मी, काय झालं, म्हणून विचारलं होतं. 'काही नाही- डोकं दुखतंय्' म्हणत डोळे मिटून झोपले. मलाही झोप आली. सकाळी उठून पाहिलं, तर ते तिथं नव्हते. लग्नात दिलेला सिल्कचा शर्ट आणि घड्याळ पलंगावर होतं. वाळत टाकलेला दोरीवरचा पायजमा, शर्ट आणि टॉवेल नव्हता. सोडमुंजीच्या वेळी काशीयात्रेला जाताना दिलेला नवा चप्पलजोडही पलंगाखाली तसाच होता. मला झोप लागली असताना का निघून गेले ते? मी रडून गोंधळ घालेन, म्हणून?

आता कुठलाच संशय राहिला नाही.

बाळ रडतंय्. तिनं त्याला पाजायला घेतलं. त्याचं छातीला बिलगून दूध पिणं तिला हातभर अंतरावर चाललेली घटना वाटली. आईनं त्याला उचललं. ती तेल लावतेय् त्याला. त्यांनी तिलाही हाक मारली,

'तुलाही थेंबभर तेल लावते ये.'

तिनं 'नको-' म्हटलं. आईनंही फारसा आग्रह केला नाही. अंघोळीनंतर आई म्हणाली,

'हे का उगाच काढून ठेवायचं? चेहरा कसा ओका ओका दिसतो-'

सुनंदानं चमकी आणि कानांतले जोड घालायला नकार दिला. पण आई रागावून म्हणाली,

'मी सांगते, ते आधी ऐक-' ही एवढी का रागावते माझ्यावर? नाइलाजानं तिनं काना-नाकांतले दागिने चढवले.

एक दिवस हवालदार बस्सप्पा आप्पांबरोबर घरी आले. त्यांना बाकावर बसवून आप्पा सांगत होते,

'मला न्याय पाहिजे. बायको- पोराच्या पोटाला घालायची लायकी नसलेल्यानं माझ्या मुलीच्या गळ्यात मंगळसूत्र तरी का बांधावं? मजा मारायला पाहिजे आणि जन्मलेल्या मुलाची जबाबदारी घ्यायला नको? आणखी दोन महिने वाट पाहीन. नंतर पोटगीसाठी दावा दाखल करेन. नोटीस पाठवली, की येईल पाय धरत-'

कान बंद करावेसं वाटत होतं. न्याय म्हणजे काय? यात मी कुणावर काय अन्याय केलाय्? या एकूणच प्रकरणात कुणी कुणावर अन्याय केलाय्? ते काही मुकाट्यानं गप्प बसणार नाहीत. तेही प्रतिवाद करतील. नाही तर मुंबईला निघून जातील. दर महिन्याला अमुक इतके पैसे आले, तरी त्याला काय अर्थ आहे? आप्पा अविवेकी आहेत, हेच खरं.

नाचणी किंवा इतर कुठलं धान्य निवडायचं काम नाही. दळायचंही काम नाही. स्वयंपाकाचाही प्रश्न नाही. त्या सगळ्या पापण्णाला उचलून घेऊन कौतुकानं खेळवत असतात. फक्त दूध पिण्यापुरतीच त्याला आई लागते. रात्री कुशीत झोपतो, तेवढंच. एकदा आईनं जबरदस्तीनं तेल लावून न्हाऊ घातलं. केस सुकल्यावर दुपारी केस विंचरून नाकातली चमकी घालताना वाटलं- त्यांनी माघारी धाडलेली ही वस्तू. खरं तर, त्यांनीच लग्नात ही दिली होती. मग त्यांनी ती का पाठवून दिली? आमच्या पैशातून घेतलेली वस्तू विकायचा त्यांना हक्क होताच. या माणसाला पैशाचा काहीच मोह नाही काय? उन्हाळ्याच्या सुटीत त्यानं साडेतीनशे रुपये मिळवले होते म्हणे. रामोजीला एकशे पंचाहत्तर. रोज जे कमवायचं, त्यातलं निम्मं रामोजीला द्यायचं.

वालाची आमटी पोटात ढकलताना वाटलं

पोटगी मागितली, की दर महिन्याला तेवढे पैसे भिरकाटून मोकळे होतील. आप्पांना समजत नाही, हेच खरं! का द्यावी त्यांनी? तुमची चूक आहे, म्हणून ते सांगणार नाहीत काय?

रात्री झोप येत नाही. पाच गाड्या मोजत राहायचं. तेही कुठं तरी लांब डोंगरामागं गाड्या गेल्यासारखं जाणवत राहतं. झोपेत तरंगत दूर गेल्यासारखं वाटतं. दिवसाही झोपेत तरंगल्यासारखं वाटतं.

एका रात्री वाटलं- एवढ्या रेल्वे-गाड्या जातात- त्यांतल्या एकीखाली डोकं ठेवून स्वत:ला का संपवू नये? कशासाठी असं मुकाट्यानं जगत राहायचं? हा विचार मनात येताच आनंद झाला. एकाएकी सुटल्यासारखं वाटलं. 'माझ्यामुळंच सुनंदानं असं केलं-' म्हणत पापण्णाला उराशी कवटाळून-

या कल्पनाविलासात अर्धा तास छान गेला. नंतर मनात आलं- ते रडणार

नाहीत. तसा त्यांचा स्वभाव नाही. निष्ठुर आहेत ते. उगाच पापण्णा तेवढा अनाथ होऊन जाईल! या विचारासरशी मनातलं समाधान गेलं. त्या आधी मी एकदा पापण्णाला घेऊन म्हैसूरला त्यांना भेटायला गेले, तर? 'का बोलत नाही? काही तरी सांगा-' म्हणत पापण्णाला त्यांच्या मांडीवर ठेवलं, तर? काय करतील ते? हं- हेच योग्य ठरेल. मनात समाधान दाटलं. पण तो एक दगड आहे. त्याच्यापुढं काहीही बोलणं शक्य नाही.

पुन्हा कानांत किण्ण् आवाज. नि:शब्द शांतता. हेच बरं आहे.

दोन रात्री मन याच ओढाताणीत गुंतलं होतं. तिसऱ्या दिवशी ती सकाळीच उठली. घागर घेऊन परसात जाऊन ती मोगरा, भाज्या, जाई-जुईच्या वेलांना विहिरीचं पाणी ओढून घालू लागली. सात-आठ महिने सवय नसल्यामुळं दमणूक जाणवतेय्. नंतर तिनं मोगरीच्या कळ्या खुडल्या- त्यांचा जाडसर गजरा केला. सगळ्या आपल्याकडे विचित्र नजरेनं पाहताहेत, हे तिला जाणवत होतं. पण पाणी ओढलं- गजरा केला, यात आश्चर्य काय? शांताला सांगून तिनं आपल्या केसांच्या दोन वेण्या घालायला लावल्या. त्यांवर गजराही माळला. हातानं चाचपून पाहिलं- किती छान दिसत होतं! दुपारी भाजी, वालाची आमटी आणि नाचणीची भाकरी पोटभर खाल्ली. पापण्णा झोपला. पण फुलं चुरगाळतील, म्हणून ती झोपली नाही. तिला शांता आणि सुशीला म्हणाल्याही,

'ताई, किती छान दिसतेस, ग! पापण्णा झाल्यापासून तू वेणीच घातली नव्हतीस!'

तिलाही वाटलं-

खरंच छान दिसतेय् मी!

संध्याकाळी तिच्या दोन्ही कानांत दडे बसल्यासारखे झाले होते. होन्नवळ्ळीकडे जाणारी मालगाडी ऐकू येऊ नये, असे. घरात रॉकेल नाही- बाहेर चांदणं नाही. लवकर झोपायला हवं.

उरलेल्या भाकऱ्यांपैकी प्रत्येकीच्या वाट्याला अर्धी-अर्धी भाकरी आली. नंजेगौडांच्या घरून फणस पाठवला होता. तो खाऊन सगळे झोपले. तीही झोपली. शेजारी कुशीत पापण्णा. केसांची वेणी तशीच होती. तीवर माळलेला गजराही तिनं काढला नाही.

किती वाजले, कोण जाणे! वेळच जात नाही. सुदैव म्हणजे, सगळे झोपी गेले आहेत. पोटात फणसाचे गरे गेलेत ना! नाही तर या कुशीवरून त्या कुशीवर वळत

गप्पा मारत- गोष्टी सांगत- ऐकत पडल्या असत्या- पण कुणीही भुकेचं नाव काढलं नसतं. आता मालगाडी गेली- पुढची मिरज गाडी.

पापण्णा जागा होऊन चुळबुळ करू लागला. तिनं वळून त्याला जवळ घेतलं.

आईला ओळखताच तो शांत झाला. त्यानं दूधही मागितलं नाही. पोटात काही नसलं, तरी दूध मात्र चांगलं येतं.

उद्या तो भुकेजून रडू लागला, तर दूध कुठून आणतील? नऊ जणांच्या उपवासी- अर्धपोटी राहण्यात यानंतर याचाही वाटा.

उताणं झोपून विचार करताना मिरज गाडी गेल्याचं ऐकू आलं.

सगळ्यांची गाढ झोपेची वेळ. अजून दीड तास वेळ आहे. लांबून गाडीचा आवाज ऐकू येईल. हात-पाय गरम झाले आहेत. सूक्ष्म कंपही सुटला आहे. त्यात काय घाबरायचं? फक्त एक क्षण. त्यानंतर दु:खही नाही आणि दुखणंही नाही. मग स्वत:वर चूक लादण्याचाही प्रश्न नाही- दुसऱ्यावर लादायचाही प्रश्न नाही- तसं नाही-

तिनं स्वत:चं समाधान केलं. 'स्वत:ला अपराध्यासारखं वाटायचं कारण नाही आणि दुसऱ्यावर दोषारोप करायचंही कारण नाही-' हा विचार मनात चांगलाच स्थिरावला. हाता-पायांचा कंप कमी झाला. आत आणखी नि:शब्द होऊन गेलं.

ती उठून बसली. कानांतली आणि चमकी काढून ठेवली.

आणखी काय? हातांतल्या बांगड्या तर काचेच्या आहेत.

दूर रेल्वेचा आवाज.

लवकर उठून जायला पाहिजे. नाही तर ती निघून जाईल. जाऊ दे. उद्या पुन्हा येईल-

तिनं मनाचं समाधान केलं. तरीही आतली तळमळ वाढली.

उद्यापर्यंत पुन्हा ही तळमळ का सहन करायची? काही तरी राहिल्यासारखं वाटत होतं. काय बरं राहिलं? आठवेना.

गाडी आली- जवळ आली. आली-तशी धडधडत निघून गेली-

आठवलं.

तिनं गळ्यात हात घालून मंगळसूत्र काढून हातात घेतलं. एकवार दोन्ही दागिन्यांबरोबर घट्ट मुठीत धरलं. नंतर सगळं अंथरुणावर जपून ठेवलं. पाठोपाठ आठवलं-

तोही मध्यरात्री असाच आम्ही दिलेला शर्ट, घड्याळ अंथरुणावर ठेवून निघून गेला होता. आता उशीर होता कामा नये. होन्नवळ्ळीपाशी क्रॉसिंग... पुणेमेल येतेय्.

होय- वेगात येतेय्. ती उठली.

हाता-पायांचा कंप थांबलाय्. अंग मात्र तापलंय्.

थोड्या वेळात झुक-झुक जवळ-जवळ येणारा आवाज.

आता उशीर होता कामा नये.

तिनं पटकन पापण्णाला उचलून घेतलं. त्यानं न मागताच त्याच्या तोंडात स्तन

कोंबला आणि त्याला छातीशी कवटाळलं.

उजवीकडे डाव्यापेक्षा जास्त दूध का आहे, कोण जाणे!

ती सावकाश उठली- आवाज न करता कडी काढून उतारावरून चालू लागली. समोरच दोन रुळ.

जवळ येऊ दे- आणखी- आणखी-

उजेड दिसला. डोळे दिपले. ती घाईनं पुढं झाली. थोडी पुढं गेली. गाडीचा उजेड पसरत होता.

देवा, न्याय-अन्याय तूच पाहा-

म्हणत ती रुळांवर झोपली. एका रुळावर मान- दुसरीवर मांड्या.

तोंडातला स्तन चावत पापण्णा किंचाळला. तिनं त्याला आणखी आवळलं- आणखी-

आवाज - धडा-धडा आवाज-

आली... एक क्षण- भोवताली अंधार- हात-पाय कापताहेत- रुळ तापलेत- आली...

पण पुन्हा जाग आली. प्रेतात जीव यावा, तशी जाग. डोळे उघडायला हवेत- पण जमत नाही. आई सावकाश हाक मारते- 'सुनंदा-सुनंदा' हातांना काटे टोचावेत, तसं दुखतं. मनगटांना काय टोचतंय्? 'उठवू नका- त्यांची त्यांना जाग येऊ द्या-' एक अनोळखी बायकी आवाज. कुशीवर वळावंसं वाटतंय्; पण दंड दुखताहेत. पाण्यात बुडाल्यागत वाटतंय्. किंवा घरात चिमण्यांचा आवाज ऐकू यावा, तसं होतंय्.

थोड्या वेळानं तिनं डोळे उघडले.

डॉक्टर नरसम्मा आणि आई धावत जवळ आल्या. बस्सप्पा हवालदार, आप्पा, गंगण्णा, नंजमण्णी- नंजमण्णीच्या हातांतलं बाळ पाहताच आठवलं- पापण्णा? तोंडातूनही शब्द फुटला- 'पापण्णा?-'

आई रडू लागली. डॉक्टरांनी सांगितलं,

'इथं रडायचं नाही- बाहेर जा.'

तिच्या लक्षात आलं- पापण्णा- तिला जोरात रडू आलं. हुंदक्यावर हुंदके- श्वास कोंडून जाईल, असे हुंदके.

डावा स्तन दुखतोय्-छातीची ती डावी बाजू ठणकतेय्.

रात्री हॉस्पिटलमध्ये पडल्या-पडल्या ती वैतागली. हवालदारांनी तीन लिहिलेले कागद आणले आणि त्यांवर सह्या करायला सांगितलं. 'यानंतर काही त्रास होणार नाही. मी सांगून ठेवलंय्-' म्हणूनही त्यांनी सांगितलं. आप्पांनी सांगितलं, तिथं तिनं सह्या केल्या. डॉक्टरांनी घरी जायची परवानगी दिली. गंगण्णांनी चार दिवस आपल्या

घरी बदल म्हणून यायला सांगितलं. पण तिनं नकार दिला.

आत्ताच्या आत्ता घरी जायला पाहिजे. पापण्णा नाही. छातीला बँडेज बांधलंय्. औषधही दिलंय्- रडू येतंय्.

दोन दिवस शुद्ध नव्हती, हे आता कळतंय्. आता मात्र सारखं रडू येतंय्- मीच दूध पाजायच्या निमित्तानं स्तन त्याच्या तोंडात कोंबून मारलं. किती रडलं, तरी रडू संपत नाही. तिसऱ्या दिवशी सायकलवरून गंगण्णा आणि त्यांची बायको बाळाला घेऊन आले. तिच्या हातांत लहान मूल बघून उमाळे येताहेत. आप्पा आणि गंगण्णांनी अरसीकेरेमध्ये दूध-तूप सोडलं, म्हणे, पापण्णासाठी. पंधरा दिवस गेले- पापण्णा नाही. महिना गेला - पापण्णा नाही. सगळ्या बहिणी रडताहेत - पापण्णा नाही. आणखी काय घडलं? काही नाही. पापण्णा नाही, एवढंच! सगळे विचारतात, गेलेला जीव येईल काय? खरंय्. दिवस जाताहेत. गेलेला जीव येत नाही. पण आठवणी येताहेत. पुन:पुन्हा आई-सुशीला- सगळ्याजणी पुन:पुन्हा पापण्णाविषयीच बोलत राहतात.

हल्ली आप्पा जास्त करून घरातच राहतात. कुठं परगावी गेले, तरी दोन रात्रींपैकी जास्त घराबाहेर राहत नाहीत. रात्री झोपताना अलीकडे आई असते, पलीकडे शांता. माझ्या लक्षात येणार नाही, अशा प्रकारे आई रात्री झोपताना दाराला आतून कुलूप लावते. पापण्णाची आठवण- सारखा दूध मागायचा छातीला बिलगून. तसाच मरून गेला. त्याचा श्वास कोंडला गेला- माझा भार त्याला सहन झाला नाही. मीच मारलं त्याला. माझंच चुकलं. मी त्याला सोडून जायला हवं होतं. आईनं त्याला काही तरी करून जगवलं- वाढवलं असतं. आता त्या पापण्णा खेळायच्या खोलीत कुणीच जात नाही.

ती परसातल्या मोगरीच्या वेलीपाशी- आंब्याखाली- कुंपणापाशी उभी राहून- बसून वेळ काढत होती.

अशीच उभी असताना एकदा मनात आलं-

माझं लग्नच का झालं? एका मुलाला जन्म देऊन- त्याला मारून एकटी राहण्यासाठी? असलं लग्न होण्यापेक्षा मी एकटीच राहिले असते, तर काय बिघडलं असतं?

ती विहिरीपाशी आली.

यात उडी मारली असती, तरी संपून गेलं असतं. गाडीचा उजेड आणि आवाज यांमुळं मन गोंधळून गेलं. गाडी आली, असं वाटलं. पण आली नाही. गाडीच्या ड्रायव्हरनं पाहिलं आणि गाडी थांबवली, म्हणे. स्वत: जिवंत राहिल्याचं दु:ख सहन करणं शक्य आहे. पण पापण्णा गेल्याचं दु:ख कसं सहन करायचं?

आणखी एका रात्रीही मनात आलं- पण नको. सगळ्यांच्या मनांत संशय आहे.

दुपारच्या वेळी कुणाला संशय येणार नाही. ड्रायव्हरही बेसावध असेल. एक्स्प्रेस येईपर्यंत वाट पाहायची. दहा हातांवर इंजीन असताना रुळांवर अंग झोकून द्यायचं.

दोन दिवस मन याच विचारात होतं.

मी मरणाला घाबरत नाही. ते कसं असतं, ते मला समजलं आहे. त्यात घाबरण्यासारखं काहीही नाही. आता हाता-पायांना कंप सुटायचाही बंद झालाय्. मनात विचित्र अभिमान जन्मला. पापण्णाला मारल्याचं पाप धुवायचा हा एकच मार्ग आहे. या विचारानं मन हलकं झालं. डोंगर चढताना हलकं वाटतं, तसं. 'उशीर झाला, तरी मी आले, बाळ- म्हणत त्याला उचलून घेईन. आई नाही, म्हणून पापण्णा किती रडला असेल, कोण जाणे! तिथं भूक लागली, तर त्याला दूध कोण पाजेल?

आतून रडू उन्मळून आलं. तोंडावर पदर ठेवून दाबावंसं वाटलं नाही. अंत नसल्यासारखी किती तरी वेळ कुंपणापाशी बसून ती रडत राहिली.

लांबून शांता- सुशीला पाहताहेत. त्यांनाही रडू येतंय्. त्या आत जाऊन आईला सांगतील. ती समजूत घालायला येईल- तरीही रडू आवरत नाही.

रडून एक प्रकारे हलकं वाटलं. समाधान. पापण्णाची आठवण पुन:पुन्हा उसळून आली. आणखी-आणखी रडू आलं. काही वेळानं ते आपोआप कमी होऊन थांबलंही.

नंतरही ती तशीच बसून होती. थोड्या वेळानं तिनं मागं वळून पाहिलं.

मागं आई उभी होती. तीही रडत होती, ती म्हणाली,

'आत चल, बाळ. रडून तो परत येणार आहे काय? त्याच्या नशिबात एवढेच दिवस राहायचं लिहिलं असेल-'

आईनं डावा दंड धरून तिला आत आणलं. तीही मुकाट्यानं आली. जेवणघरात एका चटईवर मुकाट्यानं पडून राहिली. गुंगी आल्यासारखं होऊन ती झोपीही गेली.

छान झोप झाली. संध्याकाळी दिवस मावळल्यावरच तिला जाग आली. त्याआधी जागही आली नाही. आईनंही उठवलं नाही. जागी झाली, तरी न उठता कूस बदलून ती पडून राहिली. आत शांता भाकऱ्या थापत होती. पुट्टम्मानं ज्वारी आणून दिल्याचं तिलाही ठाऊक होतं. आईनं हाक मारली, तेव्हा उठून, चूळ भरून, ती जेवायला बसली. दीड भाकरी खाल्ल्यावर ताक पिऊन ती पुन्हा माजघरात झोपली. इकडं आई आणि पलीकडं शांता. सुशीलेनं लवकरच अंथरुणं घालून ठेवली होती. अजूनही घर नि:शब्द होतं. आप्पा गावात नसले, की मालगाडी जाईपर्यंत सगळ्या बाहेर ओसरीवर बसत. चांदण्याचे दिवस असतील, तर मिरज-गाडी जाईपर्यंत ओसरीवरची बैठक हलत नसे. चंद्र- आकाशातल्या चांदण्या - थंडगार वाऱ्याची झुळूक. रेल्वेचे रूळ घालताना घडलेल्या किती तरी घटना आई

सांगायची आठवून आठवून, पुन:पुन्हा! तिच्या वडलांनी ते स्वत:च्या डोळ्यांनी पाहिलं होतं. कधी कधी पुट्टम्मा गप्पा मारायला यायची.

आता त्या दिवसापासून कुणीही ओसरीत बसत नाही- रेल्वेकडे पाहत नाही- त्याविषयी बोलतही नाही. ही पूना एक्स्प्रेस- ही अरसीकेरे लोकल म्हणून खिदळणारी धाकटी भावंडं आता गप्प असतात. सगळ्यांचंच मौन. घरात रॉकेल नाही- लवकर झोप येत नाही- आता ओसरीवर बसून गप्पा मारायचं सुखही नाही! घरात सुजया- सौभाग्या नेहमी एकमेकींशी गप्पा मारत खिदळत राहायच्या. आता तोही आवाज नाही. मीच याला कारणीभूत आहे. मी रडेन, म्हणून कुणी पापण्णाचा विषयही काढत नाही.

चार-सहा दिवस दुपारच्या वेळी रेल्वेखाली जाऊन पडायची इच्छा डोकं वर काढत होती. मी मरण पाहिलंय्- मला मरणाची भीती वाटत नाही. हात-पायही कापत नाहीत. तिकडं जाऊन पापण्णाला भेटायचं स्वप्न उसळी मारून वर येत होतं.

एका रात्री लांबवर पुणे-मेलची शिटी ऐकू आली. तिला जाग आली. तिनं कूस बदलली. लगेच आईनं हलकेच हात फिरवून पाहिलं. सुशीलेनंही कपाळावरून हात फिरवला. या दोघीही लक्ष ठेवून आहेत. इतरही झोपल्या आहेत, की नाही, कोण जाणे! पण तिनं स्वत:ला जाग आल्याचं दाखवलं नाही.

नि:शब्दपणे पापण्णाच्या आठवणीत रमून जाणं आणि पापण्णाला जाऊन भेटायचं स्वप्न पाहणंच सुखाचं आहे.

पण पाठोपाठ वाटलं-

आता तो कसा भेटेल? त्याला अरसीकेरेला माती दिली ना! एवढ्या अवधीत मातीत मिसळूनही गेला असेल. हाडं - कोवळी - हाडं किती दिवस शिल्लक राहतील? नाही. मरणाच्या विचाराची भीती पूर्णपणे गेली नाही. मी मरण पाहिलंय्, म्हणजे तरी काय? छातीचे ठोके थांबल्यासारखे झाले होते. रेल्वे-इंजीन किती अंतरावर आहे, ते न समजण्यासारखी मन:स्थिती- चक्कर येऊन भानरहित व्हावं, तशी अवस्था. जाग आल्यावर हे सगळं आठवतं. मेल्यावर तोही प्रश्न नाही. मेल्यावर काय असेल? पापण्णासारखं माझंही शरीर सडून किंवा जळून जाईल. नंतर? नंतर कधीच नाही. आई रड-रड रडेल. डोळे-चेहरा सुजून जाईल. शांता- सुशीला-सरोजा- सुजया-संध्या-सौभाग्या-अप्पा- सगळे रडतील- आठवण काढून रडतील. त्यानंतर दिवसाही रेल्वेकडे बघणार नाहीत. रात्री तर नाहीच नाही. मग सगळ्यांचा वेळ कसा जाईल? मरण म्हणजे एवढंच! शिल्लक राहिलेले रडणार- एवढंच. पापण्णा गेला, तरी मी तरी दुसरं काय करते? मी रडते- आई रडते- इतरांनाही न बोलता त्याची आठवण काढत माझ्याकडे बघायचं- दु:ख करायचं. मूक दु:ख.

आठवडा गेला. रात्री आई कुलूप लावत असताना सुनंदा तिच्यापाशी जाऊन म्हणाली,

'कशाला कुलूप लावतेस, आई? यानंतर मी जीव देणार नाही.'

आईनं तिच्या चेहऱ्याकडे पाहिलं.

कुलूप काढून आईच्या हातात देत ती म्हणाली,

'खरं तेच सांगतेय् मी. माझ्यावर विश्वास ठेव. तुला फसवायचं ठरवलं, तर दिवसा मला जाता येणार नाही काय? मी शब्द देते-'

रात्री आई आणि शांताच्या मध्ये झोपतानाही तिला हलकं वाटत होतं. घर, परसू, आपण लावलेली रोपं, दूध देणारी गाय, मोगरीचा वेल, ओसरी, अंगण, रेल्वेचे रूळ, त्यांवरून धावणारी गाडी- सगळं पुन्हा पाहावंसं वाटत होतं.

हा आनंद पंधरा-वीस दिवस टिकला. पुन्हा कंटाळा आला.

असंच किती दिवस राहायचं? एकोणतीस वर्षं गेली. आणखी किती वर्षं जगायचं? कसं जगायचं? आज दुपारी जेवायला असेल, की नाही, ठाऊक नाही. भाजी-पाला शिजवायचा. काही नसेल, त्या दिवशी त्यातच मीठ घालून भागवायचं. शांता माझ्यापेक्षा सहा वर्षांनी लहान- तेवीस वर्षांची. सुशीला एकवीस वर्षांची. माझ्यापाठोपाठ त्यांचीही वय वाढताहेत. सगळ्या बागेला पाणी घालत पाला शिजवून खात जगताहेत. आई आता शेहेचाळीस वर्षांची. माझं लग्न होऊन ही कथा झाली आणि ती एवढ्यातच म्हातारी दिसू लागली. पापण्णा गेल्याला चारच महिने झाले- पण चेहरा सुरकतून गेला.

एक दिवस तिला आत्याची आठवण झाली.

माझ्यावरच्या मायेपोटी मागं आत्या मला आपल्याकडे घेऊन गेली होती. मीही तिपटूरला उत्साहानं गेले होते. किती प्रेम तिचं माझ्यावर! कौतुकानं वेणी घालायची, नवं परकर-पोलकं शिवून दिलं होतं. किती कौतुकानं नटवायची मला! पण तिचे यजमान- काका- देवरय्या, म्हणे! कुणी हे नाव ठेवलं, कोण जाणे! यानं तर त्यांचं नाव शनीदेव म्हणून ठेवलं होतं, म्हणे! त्यांच्यामुळंच हा तिपटूर सोडून गेला होता. होय- मलाही होन्नवळ्ळी पुट्टय्यांच्या घरी मुंजीच्या दिवशी एका मुलाला भर पंक्तीतून उठवल्याचं चांगलं आठवतं. थू:! त्याची आठवण नको. आठवणी एकमेकींत मिसळताहेत. एवढं सगळं घडलं- आत्याला ठाऊक नसेल? लग्नासाठी आली होती, तेव्हाच ती आईला म्हणत होती,

'सुब्बू, आम्हांला ना मूल- ना बाळ. सुनंदाचं लग्न आपण करून द्यायचं, असं माझ्या फार मनात होतं. आताही तिचं नशीब चांगलं आहे. हुशार मुलगा आहे! हाच पुढं येईल बघ! जबाबदारी नाही.'

तिला यातलं काहीच समजलं नसेल काय? कोण कळवणार? पेपरात आलं

असतं, तर समजलं असतं. पण तसं येऊ नये, म्हणून बस्सप्पा हवालदारांनी काळजी घेतली आहे. पहिल्यांदा पाळी आली, तेव्हा किती लाड केले होते आत्त्यानं! दळभद्र्या देवरय्या काकांनी कटकट केली नसती, तर एस्.एस्.एल्.सी. सहज पूर्ण झालं असतं. फक्त तीन महिने शिल्लक राहिले होते. पाळी सुरू झाल्यावर मी शाळेत गेले असते, तर काय बिघडलं असतं? आता तर तिपटूरच्या मुलींना म्हैसूरच्या हॉस्टेलमध्येही ठेवतात शिकायला! गावातच कॉलेज व्हावं, म्हणूनही धडपडताहेत.

आत्त्याला भेटायची इच्छा दिवसेंदिवस प्रबळ होऊ लागली. ती आईला म्हणाली,

'होन्नप्पाला एक पाकीट आणायला सांगते. तूच लिही- असं घडलंय्, म्हणून' आईनं सांगितलं.

'नको- मी कसं लिहू आपण होऊन?'

'तेही खरंच. शांताकडून लिहून घेते, थांब-'

आठ दिवसांतच आत्त्या धावत आली. 'असं कसं झालं, ग, पुट्टी-' म्हणत तिला जवळ घेऊन रडू लागली. 'हिचं एकटीचं तरी चांगल्या घरी लग्न लावून द्यावं, म्हणून फार मनात होतं- पण माझ्या हातांत काय आहे?-' म्हणत ती चरफडली.

येताना तिनं शंभर रुपये चोरून आणले होते. आईनं होन्नप्पाला पाठवून तांदूळ, डाळ, रवा, साखर- कॉफी मागवली.

चौथ्या दिवशी आप्पा आले. तीन दिवस पुरतील, एवढी डाळ-तांदूळ घेऊन! आत्त्या त्यांच्याशीही कडाडून भांडली,

'नीट न बघता कसल्या मुलाच्या गळ्यात बांधलीस सोन्यासारखी लेक!'

'तू काळजी करू नकोस. मलाही कायदे ठाऊक आहेत, म्हटलं! तुझ्या नवऱ्यासारखा मी बी.एल्.पास झालो नाही, म्हणून काय झालं?'

'आता कायदा जाणून काय करणार आहेस?'

'गेले चार-पाच दिवस हवालदार बस्सप्पांशी तेच तर बोलत होतो. गळ्यात मंगळसूत्र बांधलंय्, म्हटल्यावर बायकोला बरोबर घेऊन तरी जायला पाहिजे किंवा पोटगी तरी द्यायला पाहिजे. नाही तर तुरूंगात धाडेन मी! आता आधी वकिलाकडून एक नोटीस पाठवून देतो हलकटाला! तो न्यायला आला, तरी मी सुनंदाला पाठवणार नाही. दिलेले पैसे माझ्या पुढ्यात चुलीत जाळतो काय?'

'तो स्वतःच संध्याकाळी चार कपडे शिवून शिकतोय्. तो कुठून पोटगी देणार?'

'आता शिकतोय्- पण आणखी सहा महिन्यांत बी.ए. होईल ना? नंतर तरी देईल, की नाही, तो? मी सोडणार नाही. मंगळसूत्र बांधलं, ते खोटं आहे काय?'

'हॉस्टेलमध्ये ठेवून शिकवतो, असं खोटं का कबूल केलंस?'

आत्त्याच्या या प्रश्नाला मात्र उत्तर न देता आप्पा देवरय्यांच्या प्रकृतीची चौकशी

करू लागले. तिपटूर गावाविषयी गप्पा मारून अखेरीस 'किती दिवसांनी आलीस तू! हल्ली तुझं येणंच होत नाही. आता आलीस, तशी एक-दोन महिने राहून जा-' वगैरे आग्रहही केला. लगोलग दुसरे दिवशी कोर्टाची कामं आहेत, म्हणून सांगत हासनला निघूनही गेले.

नंतर बोलता बोलता एक दिवस आत्त्या म्हणाली,

'पुट्टी, आता यांचा स्वभाव पहिल्याइतका वाकडा राहिलेला नाही. वयही झालंय् ना! आता तू माझं ऐक. माझ्याबरोबर तिपटूरला चल. अलीकडे माझ्याकडेही चार पैसे असतात. एस्.एस्.एल्.सी. पर्यंत तुझं शिक्षण झालंच आहे. आमच्या मागच्या बाजूला एक हायस्कूल-मास्तर राहतात. त्यांची बायको माझी मैत्रीण आहे. त्यांना मी सांगेन. घरात अभ्यास करून परीक्षा दे. टायपिंग, नाही तर आणखी काही शीक. त्यांच्या मदतीनं कुठल्या तरी शाळेत नोकरी मिळणं काही कठीण नाही. शंभर-दीडशे सहज मिळतील तुला. स्वत:च्या पायांवर उभी राहा. तुझ्या बापावर विसंबलीस, तर काहीही होणार नाही-'

पहिल्यांदा आत्त्यानं हे सांगितलं, तेव्हा तिला ते फारसं पटलं नाही. एक रात्रभर निवांतपणे विचार करताना तेच योग्य वाटू लागलं.

नाही तरी यानंतर जीवनाच्या अंतापर्यंत काय करायचं? झाडांना पाणी घालायचं-गाईची देखभाल करायची... त्यानं पोट भरत नाही. पाठची सहा भावंडं. दररोज अर्धपोटी राहायचं.

आईही म्हणाली,

'तुझी आत्त्या सांगतेय्, ते खरं आहे. या दरिद्री गावात अर्धपोटी गाड्या मोजून काय होणार आहे?'

आत्त्या तिला आपल्याबरोबरच येण्याचा आग्रह करत होती. पण तिनं सांगितलं,

'आणखी आठ-दहा दिवसांनी मी येईन.'

निघताना आत्त्यानं पुन्हा आग्रह करून सांगितलं,

'आता नवरात्राची सुटी संपली आहे. मी पुढं जाऊन बाकीची चौकशी करून ठेवते. तू लवकर ये. म्हणजे हे वर्ष वाया जाणार नाही. तशी तू हुशार आहेस. पण मागचं सगळं विसरलं असेल ना? किती वर्षं झाली? चौदा वर्षं झाली ना शाळा सोडून?'

दोन दिवस आत्त्याचा सल्ला मनात चांगलाच रुजला. मनात उत्साह निर्माण झाला.

काकांचा स्वभाव आता पहिल्यासारखा राहिला नाही म्हणे. काही का असेना-आता त्याचा फारसा विचार करायचा नाही. यानंतर जिवापाड अभ्यास केला, तर हे वर्ष पदरात पडणं अशक्य नाही. थोडे कष्ट घ्यावे लागतील. त्या वेळीही विशेष अभ्यास न करता साठ-पासष्ट टक्के सहज मिळायचे. फक्त गणितात तेवढे कमी पडायचे.

शिक्षिकेची नोकरी मिळणार नाही काय? एकशेपन्नासही नकोत. शंभर मिळाले, तरी पुरेसे आहेत. दुपारी आणि रात्री एकेक नाचणीची भाकरी किंवा एकेक उकडीचा उंडा तरी नक्की मिळेल. नंतर सुशीला- शांताला घेऊन गेलं, तर? दर महिन्याला आईला पंधरा- वीस रुपये न चुकता पाठवायचे. प्रत्येकीला दोन-दोन साड्या.

एक संपूर्ण दिवस अशी स्वप्नं उभारण्यात गेला. पाठोपाठ पापण्णाची आठवण.

जीव द्यायला जायला नको होतं. त्याऐवजी पापण्णाला घेऊन आत्याकडे गेले असते, तरी तिनं हाच मार्ग दाखवला असता. मग पापण्णा गेला नसता.

दुःख पुन्हा उफाळून आलं.

जे झालं, ते होऊन गेलं. या, पुढचा तरी नीट विचार करायला पाहिजे. आता उगाच का वेळ दवडायचा?

तिचं मन आत्याकडे जायला आतुरलं होतं. पण आई म्हणत होती,

'दोन चिटाची चांगली पातळं असल्याशिवाय लोकांच्या दारात जाऊ नये. या वेळेला तुझे आप्पा आले, की काही तरी करून दोन लुगडी आणायला सांगू या. नंतर तू जा-'

तेही खरं वाटलं. त्याला लग्नात दिलेलं घड्याळ इथंच पडलंय्. त्याला चावीही दिलेली नाही. ते विकून दोन साड्या घेतल्या, तर काय बिघडलं? पण आई तयार नाही. का, म्हणून विचारलं, तर म्हणते- पुढं कधी तरी त्याचा प्रश्न येईल. यात काही अर्थच नाही. पण तरीही आई नको म्हणते.

दुसऱ्या दिवशी आप्पा घरी आले. सारं ऐकून ते म्हणाले,

'काही नको. माझ्या मुलीनं शिकून चार पैसे मिळवायची गरज नाही-'

'आत्याच म्हणाली. तिनं सांगितल्यावर आईनं होकार दिला, एवढंच-'

यावर ते गप्प बसले. नंतर म्हणाले,

'उद्याच अरसीकेरेला जाऊन दोन नवी पातळं घेऊन येईन. संध्याकाळी येतोच...'

म्हणजे आणखी तीन दिवसांनी आत्याच्या गावाला निघायला हरकत नाही. या खेपेला येताना आप्पांनी, आत्या असेल, म्हणून रवा-साखर, लवंग- वेलदोडेही आणले होते. सुनंदा आईला मदत करण्यासाठी स्वयंपाकघरात शिरली.

दुपारी अकराची वेळ. आप्पांनी आणलेली गवार निवडत सुनंदा बसली होती. एवढ्यात बाहेर गडबड-गोंधळ ऐकू आला. आप्पांचा जोराचा आवाज ऐकू येत होता,

'या क्षणी तू घराबाहेर गेला नाहीस, तर बुटानं बडवून काढेन. हलकट लेकाचा!'

कसला गोंधळ चाललाय, ते पाहण्यासाठी सुनंदा बाहेर आली. पाठोपाठ आईही आली.

तो-तोच दारात उभा होता. शर्ट-पँट- चेहरा स्पष्ट दिसत होता. तोच चमकी-

कानांतली माघारी पाठवून देणारा-

'कापून काढेन, पुन्हा या घराचा उंबरा ओलांडलास, तर!-'

त्याच्या तोंडून एक अवाक्षरही बाहेर पडलं नाही.

चेहरा दगडासारखा. कपाळावर घामाचे थेंब- लांबून आल्यामुळं की घाबरल्यामुळं?

'ऐकायला येत नाही? बहिरा आहेस? तुला खरोखरच पायताणानं बडवायला पाहिजे!' आप्पा विचारत होते.

'हे पाहा, तुम्ही भांडू शकता. मी भांडणार नाही. मी त्यासाठी आलो नाही-' तो सांगत होता. त्याच्या आवाजात संताप नव्हता.

'का आलास इथं?'

'मला सुनंदाशी बोलायचं आहे.'

'माझ्या मुलीशी बोलायचा तुला काय अधिकार?'

'त्याविषयीच बोलायचं आहे.'

आप्पा हात उगारून मारायला धावले.

हातातली पिशवी खाली ठेवून त्यानं त्यांचा हात घट्ट पकडला. अप्पा स्वत:ला सोडवून घ्यायला धडपडू लागले. पण ते त्यांना जमेना. खूप शक्ती असावी हातात! आई घाबरी होऊन आप्पांना वाचवायला पुढं झाली. तो शांत होता. तो म्हणाला,

'घाबरू नका- मी त्यांना मारणार नाही. ते मला मारतील, म्हणून मी हात धरून ठेवलाय- एवढंच.'

आई भेदरली होती. शांता आणि सौभाग्याही घाबरल्या होत्या. तो सुनंदाकडे वळून म्हणाला,

'हे बघ, मला तुझ्याशी बोलायचंय्- म्हणून इथं मी आलो.'

तिला पायाखालची जमीन दुभंगल्यासारखी वाटली. सर्वांग घामानं चिंब झालं. ती दारात दगडासारखी उभी होती.

तो पुढं होऊन तिथल्या बाकावर बसला. शांता-सौभाग्यांना खूण करून आई आत गेली. त्या दोघीही आत गेल्या. आता तिथं तिघंच उभे होते. लाल चेहरा करून आप्पा उभे होते. सुनंदाही दाराच्या चौकटीत उभी होती. चेहऱ्यावरचा घाम असह्य होत होता. सगळं नि:शब्द.

का आलाय् हा? याला काय बोलायचं आहे? आणि मी का बोलावं त्याच्याशी?

तिला आत निघून जावंसं वाटलं. पण का, कोण जाणे- पाऊल उचलेनासं झालं होतं. इथंच उभं राहावं, असा हट्टही मनातून उफाळून आला.

काही क्षण तसेच गेले. थोड्या वेळानं आई बाहेर येऊन आप्पांना म्हणाली,

'तुम्ही इकडं या, बघू!'

'काय?'

'इकडं या, म्हणते ना!-' म्हणत ती त्यांना परसदारी घेऊन गेली.

आता तिथं त्या दोघांव्यतिरिक्त कुणीही नव्हतं. तो आपल्या चेहऱ्याकडं पाहत आहे, हे सुनंदाला जाणवत होतं. ती मात्र जमिनीवर दृष्टी खिळवून उभी होती.

तो बाकावरून उठून तिच्याशी येऊन म्हणाला,

'तुझ्याशी मला बोलायचंय्, म्हणून मी आलोय्- सुनंदा!'

तिला, काय बोलावं, ते सुचलं नाही. डोक्यात काही तरी गरम रसायन भरावं, तशी तिची अवस्था झाली होती. आधणातली डाळ खाली-वर व्हावी, तसं तिला वाटत होतं.

तो तिच्यापुढं येऊन उभा राहिला- निःशब्द.

काही क्षण तसेच गेले.

तोच पुन्हा म्हणाला,

'आपण एकमेकांशी बोलणं आवश्यक आहे.'

तिनं मान वर करून त्याच्याकडे पाहिलं.

घामेजलेला चेहरा- भुवया- नाक अगदी पापण्णाच! पापण्णा तर मरून गेला! पापी! पाहतोय् कसा माझ्याकडे!

ती म्हणाली,

'बोलण्यासारखं काहीही राहिलेलं नाही!'

तिचा आवाज कंप पावत होता.

'तुला राग येणं साहजिक आहे. मी काय सांगतोय्, ते ऐकून घे. संतापाच्या भरात बोलू नकोस-'

मी रागाच्या भरात बोलू नये? हा मला उपदेश देतोय्?

तिला आतून रडू आल्यासारखं वाटलं.

पण याच्यापुढं रडता कामा नये.

'आता काहीही राहिलेलं नाही- हे तूच नीट समजून घे आणि निघून जा-' एवढं सांगून ती तडक आत निघून आली.

स्वयंपाकघरात चुलीपाशी बसताना तिला रडू आलं. तिनं पदर तोंडात कोंबून रडू आवरलं. रडायचं नाही, म्हणून कितीही निर्धार केला, तरी दरिद्री रडू पुन्हा येतंय्-

असाच अर्ध्या तासापेक्षाही अधिक काळ गेला. आई स्वयंपाकघरात आली. तिच्यासमोर उभं राहून तिच्या चेहऱ्याकडे एकटक बघत आईनं विचारलं,

'कुठं गेले ते?'

सुनंदावर दोषारोप करावा, तसा त्यात सूर होता. मला काय ठाऊक- म्हणावंसं वाटलं. पण शब्द उमटला नाही. पाच मिनिटांनी सुजया येऊन म्हणाली,

'आई, भाऊजी आले होते ना? मी माडीवरून बघत होते- बाकावर एकटेच

बसले होते. देवळातला देव पापणी न हालवता बसतो- तसे! नंतर आप्पांसारखे बूट चढवून हातात पिशवी घेऊन निघून गेले. खालच्या रुळांपाशी थोडा वेळ उभे होते. नंतर अरसीकेरेच्या दिशेनं निघून गेले-'

'काय, ग, सुनंदा?-' आईनं पुन्हा विचारलं.

यावरही सुनंदा बोलली नाही.

भात आणि गवारीची आमटी छान झाली होती. पण कुणीच चवीनं जेवलं नाही. काही तरी कोसळून जमीनदोस्त झाल्याची भावना. अखेर आप्पांनीच शांततेचा भंग केला,

'कोर्टात खेचेन! दावा लावेन! दर महिन्याला पोटगी ओकायला लावेन- तरच

नावाचा रामदासप्पा! मी असं म्हणतो, म्हणून बस्सप्पानं गंगण्णाला सांगितलं असेल आणि त्यानं त्याला! बघ, कसा आला मुकाट्यानं मुगूतिहळ्ळी शोधत! नाक पकडलं, की अस्सं तोंड उघडतं!'

सुनंदाच्या मनातली चडफड क्षणार्धात थांबली.

थू:! कोर्टाला घाबरून आलाय्!

थुंकावंसं वाटलं, तरी ती थुंकली नाही. जेवण झाल्यावर ती शांतपणे आप्पांना म्हणाली,

'आप्पा, उद्या संध्याकाळपर्यंत मला दोन नवी पातळं हवीत-! आजवर तिनं कधीही काहीही मागितलं नव्हतं.

ते लगेच म्हणाले,

'उद्या सकाळीच अरसीकेरेला जाऊन घेऊन येतो, पुट्टी-'

दुसऱ्या दिवशी सकाळी उठल्याउठल्या ते अरसीकेरेला निघून गेले- पण संध्याकाळी आले नाहीत. उद्या सकाळी येतील- तिनं स्वत:चं समाधान केलं. पण ते आले नाहीत. तिसऱ्या दिवशी सकाळीही ते आले नाहीत. तिला आप्पांचा राग आला. जवळ असलेल्या फाटक्या साड्यांसह जाण्याचा तिनं निर्धार केला. पण आई म्हणाली,

'ती तुझी आत्त्या आहे- तिला आपली परिस्थिती ठाऊक आहे- सगळं खरं. तरीही फाटक्या कपड्यांसह दुसऱ्याच्या दारात जाऊ नये-'

त्यानंतर तिनं म्हैसूरहून आलेल्याचाही विषय काढला. पण सुनंदानं तीव्रपणे सांगितलं,

'आई, तू पुन्हा तो विषय काढू नकोस ना!'

तिलाच जाणवलं, या आधी कधीही आईशी बोलताना आवाज असा कठोर झाला नव्हता. तिची तिलाच शरम वाटली. आईही गप्प झाली आणि मुकाट्यानं बाहेरच्या ओसरीत जाऊन बसली.

सात

अरसीकेरेला येऊन पाच दिवस झाले होते. तूर्त त्यांचं वास्तव्य रेस्टहाउसमध्ये होतं. आपल्याला हवं तसं भाड्याचं घर मिळणं तितकंसं सोपं नाही. कुटुंब कोलारलाच ठेवून नोकरीवर हजर होण्यासाठी आलेल्या हेडमास्तरांनी रेस्टहाउसचा तात्पुरता आधार घेतला होता.

वरचेवर बदली होणारी ही नोकरीच नव्हे- संपूर्ण जीवन हाच एक प्रवास आहे!

आजवर वाचलेल्या किती तरी कविता आणि निबंधांमध्येही हेच सांगितल्याचं त्यांना आठवलं.

पण हे खरं आहे का? अनुभव -अंहं- आत असलेलं पण नीट व्यक्त न करता येणारं हे काही तरी आहे. कुटुंब एकीकडे ठेवून स्वत: दुसरीकडे राहणं कठीण आहे. वेगळं राहण्यात विरहाची वेदना- तरीही त्यात एक प्रकारचं सुख आहे- एक प्रकारची हलकी भावना आहे. त्यातही अशा एखाद्या रेस्टहाउसमध्ये राहताना!

तिथल्या नोकरानं आणून दिलेल्या कढत पाण्यानं आंघोळ करताना मनात आलं-

आता हे एकटेपण पुरे झालं. कुणी तरी ओळखीची माणसं भेटायला पाहिजेत. शक्य तितक्या लवकर घर शोधून घरच्या मंडळींना बोलावून घ्यायला पाहिजे. दोन-दोन घरं करायची, म्हणजे दुप्पट भाडं, दुप्पट लाइट बिल. सगळाच खर्च दुप्पट. एकटं राहणं फारसं सोपं नाही. तिथं राहून घरच्या मंडळींनीही कुढत राहायचं. एका आठवड्यापेक्षा जास्त एकटेपणा सहन करणं कुणालाही शक्य नाही.

अंघोळ संपता संपता गंगण्णाची आठवण दाट होत गेली. त्यांनी त्याला निरोप धाडला.

त्या वेळी चार वर्षं राहिलो त्या गावात. पण तरीही फारशी ओळख झाली नाही लोकांशी. प्रत्येक गावी आपल्या आवडी-निवडीनुसार कुठून माणसं भेटणार? त्या वेळी बरोबर काम करणारेही आता बदली होऊन वेगवेगळ्या गावी निघून गेले आहेत.

गंगण्णा निरोप पोहोचताच अर्ध्या तासात आला.

आपल्याला पाहून याला मनापासून आनंद झाल्याचं त्याच्या चेहऱ्यावरून आणि 'नमस्कार, सर' म्हणताना आवाजातून जाणवलं. 'बसा-' म्हटलं, तरी न बसता

तसाच उभा राहिला. फारच आग्रह केल्यावरही खुर्चीवर जेमतेम टेकला, एवढंच. तो म्हणाला,

'येऊन पाच दिवस झाले? समजलंच नाही मला. इथं खेड्यातल्या लोकांचे कपडे शिवता शिवता शहरातलं काहीच समजत नाही, बघा! आधी निरोप पाठवला असता, तर बरं झालं असतं-'

विश्वनाथची सारी हकीकत ऐकल्यावर त्यांना आश्चर्य वाटलं. वाईटही वाटलं गेल्या सुटीत म्हैसूरला गेले असता उचित कला निलयाचे सेक्रेटरी भेटले होते. चांगल्या मित्रांपैकी ते एक. त्यांच्या सांगण्यावरूनच तिथं हॉस्टेलमध्ये विश्वनाथला जागा मिळाली होती; तेव्हा त्यांना विचारलं, तर ते म्हणाले होते,

'तो पुन्हा आला नाही. त्याचं लग्न झालंय्, म्हटल्यावर त्याला तिथं राहता येणार नाही ना!'

त्या वेळी कॉलेजमध्ये जाऊन चौकशी करावंसं वाटलं. पण तेव्हा कॉलेजलाही उन्हाळ्याची सुटी होती.

शाळेची वेळ झाली. त्यांनी प्यूनबरोबर, आपल्याला तासभर उशीर होईल, असा निरोप के. एस्.एन्. सरांकडे पाठवला.

गंगण्णा म्हणत होता,

'तेव्हा माझ्या पण एवढं डोक्यात आलं नाही, घ्या! नाही तर तुम्हाला पण घेऊन गेलो असतो. तुम्ही चार शहाणपणाच्या गोष्टी सांगितल्या असत्या.'

'मूल तर मरूनच गेलं- आता नवरा-बायको एकत्र आले, की पुरे. मीही त्यांच्या लग्नात पुढाकार घेतला होता, हे खरं. पण म्हणून तो आता माझं बोलणं ऐकेल कशावरून?'

'तुमच्या शब्दाला तो निश्चित किंमत देईल. शाळेत असताना वडलांची तिथी करताना आणि लग्नाच्या वेळी त्यानं तुमचा शब्द मानला होता.'

मनोमन हेडमास्तरांना स्वतःचा अभिमान वाटला. ते म्हणाले,

'खरंय् तुझं- काही तरी करून त्या दोघांना एकत्र आणायला पाहिजे. बघतो मीही, काय करता येईल, ते-'

शाळेत जाऊन आफिसची कामं करतानाही त्यांच्या मनात हेच विचार होते.

अरसीकेरेमध्ये दीड वर्ष सोबत होता, म्हैसूरला गेल्यावरही दोन वेळा येऊन भेटला- तरीही आज विश्वनाथ एखाद्या कथेतल्या पात्रासारखा दिसतो. तो आणि त्याची बायको. वर्णन करायला एक तोंड पुरू नये, असा रंग-बाधा! समोर चौकटीत उजवा पाय उंबऱ्यावर ठेवून उभी असलेली तिची आकृती- सुनंदा नाही काय तिचं नाव? येस्! साधं हातमागाचं सुती लुगडं- बाशिंग! राजकुमारी नव्हे, राणीचं तेज चेहऱ्यावर! नवऱ्याएवढीच उंची. जो आधी जिरेतांदूळ समोरच्याच्या डोक्यावर

घालतो, त्याचं संसारावर वर्चस्व राहतं- तुम्ही आधी घाला, म्हणून याला टी.आर.के.नं सांगितलं होतं, तरी त्यानं घातले नाहीत. विश्वास नाही, म्हणून? तिनंही घातले नाहीत. का? हात वर केले असते, तर सहज विश्वनाथच्या डोक्यावर पोहोचले असते. तिला लाज वाटली, की हे गांभीर्य म्हणायचं? 'मी कधीही वर्चस्व गाजवणार नाही- तुमच्याकडेच कर्तेपणा राहील-' ही समर्पणाची भावना? की तिचाही यावर विश्वास नव्हता? काही का असेना- काही तरी केलं पाहिजे. समथिंग शुड बी डन्!

संध्याकाळी ते स्वतःच गंगण्णाच्या दुकानात गेले.

'तुमचं चालू द्या- मी इथंच बाकावर बसतो-' म्हणत ते समोर बसले

गंगण्णानं शिवता-शिवता सांगितलं,

'सकाळी मी तुम्हांला भेटून येत असताना पुद्दूसिद्द नावाचा एक जण भेटला. तो रामदासप्पांच्या ओळखीतला माणूस. त्यानं विश्वला आठ-दहा दिवसांपूर्वी स्टेशनवर पाहिलं म्हणे. फारशी ओळख नाही म्हटल्यावर कुठनं आला- कुठं चालला वगैरे काही विचारलं नाही, म्हणून सांगत होता तो. अरसीकेरेत येऊन मला न भेटता असा कसा गेला हा? एवढं रागावण्यासारखं काय केलंय् मी त्याला?'

'मुगूतिहळ्ळीला गेला असेल. तुम्हीही रागानं त्याला पत्र लिहिलं होतं ना? तुमच्यावरचा राग-लोभ राहू दे. आता तो खरोखरच तिथं जाऊन आला असेल, तर चांगलंच!'

'तोच होता, की आणखी कोण होता, कुणास ठाऊक! पुट्टसिद्दूलाही पुन्हा विचारल्यावर त्यालाही नीट सांगता आलं नाही.'

'जर तोच असेल, तर मात्र तो निश्चित मुगूतिहळ्ळीला जाण्यासाठीच आला असेल.'

गंगण्णा उठून घरात कॉफी करायला सांगून आला.

तरी मनात एक शंका शिल्लक राहिली होती. ते गंगण्णाला म्हणाले,

'तुम्ही एकदा त्यांच्या घरी जाऊन नीट एकदा चौकशी करून या. म्हणजे तो येऊन गेला, की नाही, ते नीट समजेल तरी. मी इथं आल्याचंही त्यांच्या कानांवर घाला. जर शनिवारी त्याला पुन्हा भेटायला जायचं असेल, तर ठरवा- मीही येईन तुमच्याबरोबर. हे असं सोडता कामा नये. काही तरी करून जुळवलंच पाहिजे, थोड्या वेळानं दाराशी चाहूल लागली. कॉफी बाहेर नेण्यासाठी नंजमण्णी गंगण्णाला खूण करत होती.

सहा-सात महिन्यांची गर्भारशी- गोल मनगट- टपोरं पोट- किती सुंदर!

ती चटकन दिसेनाशी झाली. गंगण्णानं आत जाऊन कॉफी आणली.

कॉफी संपल्यावरही ते थोडा वेळ बोलत बसले होते. पुन्हा एकदा 'उद्या जाऊन भेटून या-' म्हणून सांगून ते उठले आणि एकटेच तळ्याकडे फिरायला निघाले.

रस्त्यापासून दूर एका बाजूला पसरलेलं तळं. भोवताली मळे. इकडच्या बाजूला मोकळं रान. मधूनच जमिनीतून वर आलेले कातळ. त्यांपैकी एकावर बसावंसं वाटलं.

हवा तितका वेळ बसता येईल. चांदण्याचे दिवस. आठ-नऊ-दहा वाजले, तरी कुणी विचारणार नाही, उशीर का झाला, म्हणून. नोकरानं हॉटेलमधील जेवणाचा डबा आणून ठेवला असेल. अन्न गार झालं, याची भीती नाही. सोबत संसार असेल, तर असं मनाप्रमाणे रात्री दहा वाजेपर्यंत बसता येईल काय? एका दृष्टीनं हे आयुष्य छान आहे. असं एकट्यानं एक-दोन महिने तरी राहावं.

गंगण्णाची बायको- नाव काय तिचं? गर्भार स्त्रीचं रूपच अतिशय लोभस दिसतं. हे तेज इतर कुठल्याही अवस्थेत नसतं. विश्वनाथची बायको- आधीच उफाड्याची- ती गर्भार अवस्थेत आणखी देखणी दिसेल.

वारं थंडगार होतं. ते तिथल्या खडकावर बसले- थोड्या वेळानं उताणे झोपले. सगळे विचार एकमेकांत मिसळून जातात. नवे विचार सुचत नाहीत. समोरचं दृश्य बदललं- शरीराची पोझिशन बदलली, तर मनातले विचार का बदलावेत? होय- हा नवा विचार आहे.

ते पुन्हा उठून बसले.

रामदासप्पा असा खोटं बोलेल? मी आग्रह केला नसता, तर विश्वनाथ शिकायला तयार झाला नसता. शाळेत नाव दाखल कर- मी हजेरीची व्यवस्था करतो- फक्त अभ्यास करून पेपर लिहायचे- म्हणून सांगितलं. तेव्हा त्यानं एस्.एस्.एल्.सी. ची परीक्षा यशस्वीरीत्या दिली. नंतरही 'तुमच्यासारख्यांनी कॉलेजमध्ये जायला पाहिजे- समजून घेण्याची तुझी शक्ती आहे. तिथली लायब्ररी काय आहे, म्हणून सांगू!' वगैरे सांगून मीच आग्रह धरला, तेव्हा तो कॉलेजला जायला तयार झाला. तिथंही लायब्ररीमधली पुस्तकं नेऊन कंपाउंडजवळच्या कडुनिंबाच्या झाडाखाली बसून सतत वाचायचा, म्हणून तिथल्या वाचनालयातले गृहस्थच सांगायचे ना!

अशा मुलाला त्यांनी का खोटं सांगावं? ही बस शिवमोग्याची, की चिकमंगळूची? बायको गर्भार राहिली, की पुरुषाला एक प्रकारचा अभिमान वाटतो. काही तरी साध्य झाल्याचा अभिमान! एक्सॅक्टली! नैतिकतेचीच ही दोन अंगं! सुटका झाली, तर ढोसतं; आणि दूर पळालं, तर टोचतं. वडलांच्या खोटेपणाला आणखी कुठल्या प्रकारे शिक्षा करणं शक्य होतं? रामदासप्पा म्हणजे पोकळ प्रकरण आहे, हे गंगण्णानं सांगितलं. पण त्यात त्या निष्पाप तान्ह्या बाळाची काय चूक? त्या मुलीची काय चूक? छे:! एखाद्या नाटकाचा प्लॉट असावा, तसं आहे हे! मलाही काही तरी थोडं फार सुचतं- पण मी लिहीत नाही. लिहिलं असतं, तर एव्हाना किती पुस्तकं प्रसिद्ध झाली असती, कोण जाणे!

ते घरी पोहोचले. अजून अन्न गार झालं नव्हतं. झालं असतं, तरी त्यात काय

बिघडलं असतं, म्हणा!

नीरव शांतता. कुठलंही दडपण नाही. एक प्रकारचं हलकेपण. अशा वातावरणात मेंदूही छान चालतो. काही तरी निर्माण होतं. प्रत्यक्ष लिहिलं, न लिहिलं तो भाग वेगळा.

त्यांनी आरामखुर्चीवर अंग टाकलं. पुट्टसिद्दू - तेच नाव सांगितलं होतं, ना गंगण्णानं? त्यानं विश्वनाथला अरसीकेरेत पाहिलं होतं. तो तिथं जाण्यासाठीच आला असला पाहिजे. एकदा त्याचा संसार नीट सुरू झाला, तरी पुरेसं आहे किती वर्षं झाली त्याला भेटून? त्याचं लग्न उरकून आलो आणि टेबलावर बदलीचा हुकूम वाटच पाहत होता. म्हणजे कटकटच सुरू झाली. पुन्हा घर शोधणं आलं. प्रत्येक वेळी वाढणारं घरभाडं. कोलार नको म्हटलं, तरी साहेबांनी विचारलं,

'पुन्हा अरसीकेरेला जाणार काय?'

चटणीसाठी उत्तम नारळ हवा तेवढा मिळणारी ही जागा!

काही का असेना- विश्वनाथ घट्ट माणूस. मशीन तुडवत शिकत राहिला. वुईल पॉवर- नाही तर काय! लहान वयात एवढा अनुभव अंगावर घेतल्याचा हा परिणाम. आमच्या मुलांमध्ये अशी वुईल पॉवर कुठून असणार? समोर बसून चर्चा करतानाही तसंच. तसं त्याच्या-माझ्यात काहीच साम्य नाही. तो मला स्पष्टच म्हणायचा,

'सर, यू आर् टू लिटररी... बट अ फाईन पर्सनॅलिटी!'

लग्न झालं, म्हणून काय झालं? अशा मुलांना हॉस्टेलमध्ये ठेवून घ्यायला काय हरकत आहे?

त्याचंही चुकलंच. त्यानं कोलारला येऊन मला भेटायचं किंवा एखादं पत्र तरी लिहायचं. मी स्वत: म्हैसूरला जाऊन एखादी कायदेशीर पळवाट शोधून काढली असती- नो. तो त्यासाठी तयार झाला नसता, हे नक्की! आणि आपण हे आता म्हणतोय्- प्रत्यक्ष आपल्यालाही हे जमलं नसतं. त्यापेक्षा हा शिलाई करून शिकतोय्, हेच ठीक आहे. पण त्याच्या संसाराची दुसरी बाजू?

बाराच्या सुमारास अंथरुणावर पडल्यावर त्यांच्या मनात येऊ लागलं- विश्वनाथ असा आणि त्याची बायको? ती बिचारी आणखी काय करणार?

परिस्थिती अशी- वडील असे- नवरा असा- मग तिनं लेकराला जवळ घेऊन एखादं तळं जवळ करायचं, नाही तर काय करावं? असली पात्रं आपल्या देशात पावलोपावली पाहायलाच मिळतात. गुड्! बट नथिंग स्ट्रायकिंग.

या ठिकाणी तरी या कथावस्तूत ड्रॅमॅटिक कॉन्फ्लिक्ट नाही- या विचारात त्यांची झोप निघून गेली.

सकाळीही मनात तेच विचार घोळत होते. दुपारी शाळेत वावरतानाही मनात हेच भरून राहिलं होतं. रेस्टहाउसवर येऊन, हातपाय धुऊन, कॉफी घेतल्यावर ते

गंगण्णाकडे जायला निघाले.

आज तो मुगूतिहळ्ळीला जाऊन आला असेल- त्यानं आणखी काही बातमी आणली असेल, याविषयी त्यांची खात्री होती.

गंगण्णा घरातच होता. त्यांनी हाक मारताच बाहेर येऊन त्यांना तो आत घेऊन गेला आणि चटईवर बसवलं. तो म्हणाला,

'मीच तुमच्याकडे येणार होतो. पण वाटलं- आता येऊन तरी काय उपयोग? इकडं बैलानंही मानेवरचं जू झुगारलंय् यानंतर गाडी पुढं जाणार नाही-'

विश्वनाथ तिथं जाऊन आला, ही बातमी खरी होती. रामदासप्पांच्या बायकोनं सगळी हकीकत गंगण्णाला सांगितली होती. गंगण्णा दुपारपर्यंत तिथंच होता. त्यानं कोनाड्यात ठेवलेली एक जाड वही त्यांच्या पुढ्यात ठेवली आणि म्हटलं,

'परवा तो येऊन गेला ना? त्यानंतर सहाव्या दिवशी त्यानं ही वही आपल्या बायकोच्या नावानं पाठवून दिली. त्या गावात आठवड्यानं एकदाच पत्र येतं ना? आज मी गेल्यावर त्यांनी ही मला दिली आणि म्हैसूरला पाठवून द्यायला सांगितली. विश्वची बायको तिपटूरला तिच्या आत्याकडे गेली आहे. ती वकिलाची बायको- लग्नाच्या वेळी तुम्हीही पाहिली असेल तिला. तिथं राहून ही एस्.एस्.एल्.सी. पूर्ण करणार आहे म्हणे. मी परोपरीनं सांगितलं- तो आपण होऊन आला, म्हटल्यावर तुम्ही त्याच्याकडे जा. पण विश्वची बायकोच म्हणाली- 'नाही. कोर्टात जाऊ- पोटगी वसूल करू वगैरे आप्पा म्हणताहेत. मी त्यासाठी तयार नाही. मला त्यांनी दिलेली पोटगी नको आणि कुठल्याही प्रकारचा संबंधही नको-'

'ही वही कसली?'

'त्यात एक पत्र आहे- तुम्हीच वाचून पाहा-' गंगण्णानं सांगितलं.

वहीचं पुठ्ठ्याचं कव्हर उलटल्यावर एक पत्र सापडलं. नाकावरचा चश्मा बदलून ते मनात वाचू लागले.

'- सुनंदा, आठ दिवसांपूर्वी गंगण्णानं लिहिलेलं पत्र येऊन पोहोचलं. तू रेल्वेखाली जीव द्यायचा प्रयत्न केलास- बाळ गेलं- यांतलं मला काहीही ठाऊक नव्हतं. त्या वेळी गंगण्णानंही मला लिहून कळवलं नाही. त्याचाही माझ्यावर राग आहे. मला समजलं असतं, तर मी धावून आलो असतो. ती घटना घडून गेल्यावर चार महिन्यांनी त्यांनी मला कळवलं. त्यानंतर असं का घडलं असेल, याचा विचार करता करता आठवडा गेला. काल दुपारी मी तुमच्या घरी आलो, तेव्हा तुझ्या वडलांनी आरडा-ओरडा केला. तू उत्तर दिलंस- त्यात अस्वाभाविक काहीच नव्हतं. मला तुझी भावना समजते. पण मी काय म्हणत होतो, ते ऐकून घेऊन तू उत्तर दिलं असतंस, तर ते अधिक योग्य ठरलं असतं. एका दृष्टीनं पाहता तुझ्या पुढ्यात बसून सांगायची पाळी आली नाही, हेही योग्यच झालंय्, की काय, कोण जाणे! खोलीत

तुला समोर बसवून, दरवाजा बंद करून, सगळं सविस्तरपणे सांगायचं, असं मी ठरवून आलो होतो. पण तसं सांगताना माझ्या भावना उफाळून आल्या असत्या आणि तुझ्या भावनाही डिवचल्या गेल्या असत्या. काल रात्री म्हैसूरला आल्यावरही मला वाटत राहिलं- तू मला एकदा नीट जाणून घे आणि त्यानंतर घ्यायचा तो निर्णय तू घे. त्यामुळे सोबत मी माझी डायरी तुला पाठवत आहे. मी ही माझ्यासाठी म्हणून लिहिली आहे- कुणाला दाखवण्यासाठी नव्हे. त्यामुळे यातील एकही अक्षर कुठला तरी हेतू मनात ठेवून लिहिलेलं नाही. यात माझ्या जीवनातल्या घटना विशिष्ट क्रमानं लिहिणंही मला जमलेलं नाही. यात काही वेळा काही महिन्यांचा- तर काही वेळा काही वर्षांचाही खंड पडला आहे. ही वही तू निवांतपणे वाच. त्यानंतर तुला यावंसं वाटलं, तर सरळ निघून ये. मी राहत असलेली जागा तुला ठाऊक आहेच. अमुक गाडी किंवा बसनं येणार, म्हणून कळवलंस, तर मी स्टेशनवर किंवा स्टँडवर येईन. यानंतरही तुला मी नको वाटत असेन, तर ही वही रजिस्टर्ड पोस्टानं मला पाठवून दे. का, कोण जाणे, माझा तिच्यावर मोह जडला आहे- यानंतरही त्यात काही ना काही लिहायची इच्छा आहे.

रेल्वेखाली जाण्याआधी तू मंगळसूत्र काढून ठेवलंस, ते पुन्हा तू घातलं नाहीस. म्हणून गंगण्णानं लिहिलं आहे. ते वाचल्यावर दोन दिवस मन अस्वस्थ होतं. त्यानंतर विचारान्ती ते सावरलं. काल सुद्धा मी तुझ्या गळ्यात मुद्दाम पहिलं, तेव्हाही मंगळसूत्र नव्हतं. एका दृष्टीनं ते चांगलंच झालं. यानंतर तू माझ्याकडे यायचं, की नाही, याचा विचार स्वतंत्रपणे करू शकशील.

विश्वनाथ.

एवढ्यात नंजमण्णीनं बाहेर येऊन कॉफी आणून ठेवली. न राहवून ती म्हणाली,

'आता या बयेचा नखरा सुरू झालाय् बघा! किती झालं, तरी नवरा. रागावून गेलाय्. आता तो आपणहोऊन बोलावतोय्, तर हीच, मला नवरा नको, म्हणते! हे बरं आहे काय? तुम्ही तरी जाऊन तिला चार शहाणपणाच्या गोष्टी सांगून या!'

हेडमास्तरांनी तिच्याकडे वळून पाहिलं.

भर दिवसांतली गर्भारशी. आपल्याशी बोलताना चेहरा घामानं डबडबलाय्.

एवढं सांगून ती आत निघून गेली. तेही उठले. गंगण्णाही 'चला- तुम्हाला तिथपर्यंत पोहोचवून येतो-' म्हणत त्यांच्याबरोबर निघाला. रस्त्यात तो काहीही बोलला नाही. त्यांच्याही मनात पत्रातलं 'तू मला जाणून घ्यावंस... यानंतर निणर्य घे- म्हणून वही पाठवत आहे-' वगैरे घोळत होतं.

विश्वविषयी आपल्याला बरंच ठाऊक आहे. त्याच्याविषयी खूप ऐकलंय्. पण या वहीत त्याहीपेक्षा जास्तच असणार! त्याच्याशी मीही बऱ्याच गप्पा मारल्या- दोघं मिळून भरपूर भटकत होतो- तरीही त्यानं कधीच स्वत:विषयी मोकळेपणानं सांगितलं

नाही. मला त्याच्या जीवनाची अतिस्थूल रेषा ठाऊक आहे- एवढंच!

ही वही वाचलीच पाहिजे- या विचारात ते झपाझप पावलं टाकत होते. पाठोपाठ मनात प्रश्न उमटत होता-

त्यानं स्वत:च्या बायकोसाठी पाठवलेली अत्यंत खासगी डायरी मी वाचणं योग्य आहे का?

रेस्टहाऊसजवळ पोहोचताना गंगण्णा म्हणाला,

'याला अक्कल नाही, बघा! असलं सगळं डायरीत कशाला लिहायचं? आणि लिहिलं, तरी ते बायकोला कशाला वाचायला द्यायचं? '

'असलं सगळं म्हणजे?'

'तुम्हीच वाचा. अधून-मधून बायकांच्या सहवासाविषयी लिहिलंय्. चार ठिकाणी उंडारणारा नवरा म्हटल्यावर कुठल्याही बाईला राग येणारच! आम्ही आमच्या बायकांना सगळं सांगून मोकळे होती?'

'तुम्ही पूर्ण वाचलं?'

'सुरुवातीची थोडी पानं वाचली. त्यानंतरचं सगळं मलाही ठाऊक आहेच. बाबाबुडन डोंगरावरून आल्यावर त्यानं सगळं सांगितलं होतं. उरलेला सगळा वेदान्त आहे. त्याला सुटत नाही आणि मला समजत नाही!'

खोलीत आल्या आल्या दिवा लावून ते खुर्चीवर बसले आणि चश्मा बदलून त्यांनी वही हातांत घेतली. बोटांची पकड न बसल्यामुळं ती हातांतून निसटली आणि आतली पानं विस्कटल्यासारखी झाली. वही बरीच जुनी होती. ती पुन्हा उचलून घेताना आत कुठल्याशा पानामध्ये खुणेसाठी ठेवलेली काडी दिसली.

कुणी ठेवली असेल ही खूण?-

त्यांची नजर आपसूक पुढील पानावरून फिरली-

मुनियम्माशी जे घडलं, तेच सरलाशीही झालं. पण मुनियम्माशी भेट आणि पुढील सगळं घडलं, ते अनपेक्षितपणे घडलं. सरलाशी मात्र तसं घडलं नाही. तिला पाहताच माझं मन हलून गेलं, वडलांसारखीच सडपातळ गोरी मूर्ती माझ्या कानाएवढी उंची. तिचा नवरा तिच्यापुढंच मला दहा रुपये बक्षिसी द्यायला आला. 'बिचाऱ्यानं केवढ्या कष्टानं आम्हाला स्वयंपाक करून वाढलाय्-' अशी अनुकंपा! पण तिच्या नवऱ्याकडून मी बक्षिसी घेऊ? त्या वेळी मला वाईट वाटलं. त्यानंतरही मी तिला स्वयंपाक करून वाढला आणि नंतर तीही मला भांडी विसळायला- हे काम सोडून जायचा निश्चय बऱ्याच वेळा केला. लगेच निघून जायला हवं होतं- पण गेलो नाही. काही दिवसांनी तीही मला मदत करू लागली. दोघं मिळून- एका पातळीवर येऊन काम करताना तिचा मी सहचर असल्याची भावना! पुढं चार दिवसांत तीच सगळी कामं करू लागली आणि मी तिला मदत करू लागलो स्नेह वाढू लागला. किती

सुखावह भावना ही! गंगण्णाव्यतिरिक्त इतक्या जवळचा स्नेह आणखी कुठंही मला मिळाला नव्हता. कानपूर, बनारस, कलकत्ता, उत्तर भारतातल्या किती तरी गावांविषयी ती भरभरून बोलायची. माझ्या सुख-दुःखांची चौकशी करायची. व्यथितही व्हायची. नंतर ती मला जबरदस्तीनं जेवायला बसवून स्वत: आग्रह करून वाढू लागली. काही वेळा वकिलांचं जेवण झाल्यावर ती माझ्याबरोबर जेवायची. एकदा तिनंच सांगितलं, 'मधुसूदनरायांना बायकोविषयी फारशी आस्था नाही' म्हणून! साड्या आणून देतात- सगळं करतात- पण सरलाचं मन भिजून जाईल, एवढं प्रेम करत नाहीत. नंतर तिनं माझा हात हातात घेऊन वचन घ्यायला लावलं,

'विश्वनाथ, हे आणखी कुणापुढंही बोलू नकोस. हं!'

किती मृदु आणि घट्ट तिचा हात! रंगही गोरापान.

त्या दिवशी वकील सकाळी फिरायला गेले होते. मी अजून उठलो नव्हतो. ती दार बंद करून, जवळ येऊन 'तुझा बेड टी-' म्हणाली. मी उत्तेजित झालो. मनात आशा-एकीकडे भीतीही! मुलं उठायची वेळ ही. मुनियम्मा भेटली, त्या वेळची माझी मनःस्थिती अनन्यसाधारण होती. मृत्यूत बुडत असताना तिनं मला मिठी मारून वर ओढून काढलं. स्त्री-सहवासात नेहमीच जीवनेच्छा प्रबळ होते. त्या अर्थी पाहिलं, तर मुनियम्मा माझा जीव वाचवणारी आई. तिच्याशी जे घडलं, ते अकस्मात घडलं. पण हा प्रसंग अपेक्षितच होता. गेल्या पंधरा दिवसांपासून असंच काही तरी घडेल, हे मला जाणवत होतं. त्या दिवशी ती माझ्या दंडाला स्पर्श करायचं धैर्य दाखवत होती, त्याला मीही निश्चित जबाबदार होतो. तिच्या हसण्याला मीही साथ दिली होती. चेहऱ्यावरूनही माझ्या मनातली भावना बऱ्याच वेळा व्यक्त होत होती. तिचं रूप-तिचा बांधा! एखाद्या अप्सरेची कृपा व्हावी, तसा तो अनुभव!

पण वकील येण्याची वेळ झाली, तशी माझ्या मनात भीती जन्मली त्यांना कदाचित कधीच समजणार नाही- पण मी त्यांच्या एका क्षेत्रात आक्रमणानं प्रवेश केला होता. मधुसूदनरायांविषयी माझ्या मनात राग होता. तरीही आपल्या वागण्यानं त्यांच्यावरही अन्याय होतोय्; त्याहीपेक्षा वकिलांनी दाखवलेल्या विश्वासाचा भंग केल्याची भावना-अंहं- वेदना.

बॉयलरमध्ये पाणी भरून ऑन केला. बाहेर जायची छाती झाली नाही. स्वयंपाकघरात गेलो, तर सरला मंद हसत उभी होती. चेहऱ्यावर मंद हास्य-तृप्ती आणि पुन्हा देण्या- घेण्याचं आश्वासन! वकील दररोज न चुकता पहाटे फिरायला बाहेर पडतात. नेमका एक तास. चन्नव्वा आपल्या घरची कामं संपवून सात वाजता घरी येते. रात्रीही वकील आपल्या खोलीत झोपलेले असतात.

त्या वेळी मी तिच्याकडे नीट पाहिलं नाही. दुपारपर्यंत मी विचारात गढून गेलो होतो. मुनियम्माच्या सान्निध्यानंतर मनात आशा रेंगाळत राहिली होती. रात्री आठवण

झाली, तर झोप उडत होती. पण दाम्पत्य -जीवनात खंड पाडून त्यातील एका तुकड्याकडून आनंद मिळवणं मला किळसवाणं वाटलं. उद्या सकाळी वकील फिरायला गेल्यावर सरला निश्चित माझ्याकडे येईल- त्या वेळी मी नकार दिला, तर रडेल किंवा संतापेल. भावनावेगात काही तरी करून मोकळी होईल. ती आपण होऊन जवळ आल्यावर माझा तरी निश्चय तसाच राहील कशावरून ? हे सगळं मला आधीच का सुचलं नाही.? आता एवढे सगळे प्रश्न समोर उभे राहताहेत. तिच्या मनात काय असेल? तिलाही या सगळ्या अडचणी दिसत असतील काय? तिच्याशी यावर बोलून चर्चा केली असती, तर ती काय म्हणाली असती? काहीही न सांगता तिथून निघून आल्यामुळं वकिलांच्या मनात माझ्याविषयी काय भावना निर्माण झाली असेल? खरंच, हा प्रश्न सगळ्यांत महत्त्वाचा आहे!-'

हेडमास्तरांनी बरंच आठवून पाहिलं-

-ही सरला कोण? राणेबिन्नूर- वकील यावरून थोडा संदर्भ लागला, तेवढंच विश्वनाथाच्या तोंडून या गावचं नाव ऐकलं होत, हे तर नक्की. हा तिथंच राहिला. असता, तर काय झालं असतं?

या प्रश्नाचं मात्र त्यांना निश्चित उत्तर सापडलं नाही. सापडलेल्या तपशिलावरून उभं राहणारं चित्र अत्यंत पुसट होतं. तेच साकार करायचा प्रयत्न करत त्यांनी तुळईवर दृष्टी खिळवली. डोळ्यांवरचा चश्मा त्यांनी काढून ठेवला.

चश्म्याशिवाय त्यांचा चेहरा किती विचित्र दिसतो, असं गंगण्णाला पुन्हा एकदा तीव्रपणे जाणवलं. पण त्यानं ते व्यक्त केलं नाही.

तो उठत म्हणाला,

'तुम्ही सगळं वाचून पाहा. उद्या संध्याकाळी मी येईन. त्यांनतर काय करायचं, ते ठरवू या. त्या बाईला तुम्ही नीट समजावून सांगितलं, तर सगळं नीट होईल.'

ते उगाच 'हं' म्हणाले.

गंगण्णा निघून गेल्यावर ते पुन्हा विचारात गढून गेले.

याला अशा प्रकारचा अनुभव असेल, हे माझ्या कल्पनेतही आलं नाही आजपर्यंत!

एकाएकी त्यांना आपल्या मनातलं त्याचं नैतिक स्थान उणावल्यासारखं जाणवलं.

अशा बिघडलेल्या पुरुषाशी कुठली चांगली स्त्री संसार करायला तयार होईल?

दहा-पंधरा मिनिटं याच विचारात राहून त्यांनी पुन्हा वही चाळली. पुन्हा पहिली ओळ नजरेला पडली.

कोण ही मुनियम्मा?

त्यांनी पुन्हा त्या पुढच्या मजकुरावरून नजर फिरवली. पण काही अर्थ समजला नाही. पण पुढचा सरलाच्या संदर्भातला तपशील वाचताना वाटलं-

इथं नैतिकतेचा काही अंश आहे. इथून तो आपण होऊन निघून गेला आहे- लंपट होऊन तिथंच राहिलेला नाही.

तुळईकडे पाहत विचार करताना ते मनोमन शरमून गेले.

असा कसा मी एकदम नीतिमत्तेचा कोयता घेऊन उभा राहिलो? एवढे दिवस साहित्य वाचलं, तरी प्रत्यक्ष संदर्भ येताच माझं मनही कसं विचित्र होऊन गेलं! हे योग्य नाही. काही तरी अर्धवट वाचून काही तरी ग्रह करून घेण्यापेक्षा मी ही वही पहिल्यापासून नीट वाचायला पाहिजे. त्यानं दुसऱ्या बाईला हात लावला, म्हणून नाक मुरडायला मी काही त्याची बायको नाही!

ते उठले. चेहरा आणि चश्मा पाण्यानं स्वच्छ धुऊन ते वाचायला बसले. वाचताना जाणवलं-

हे कालानुक्रमेण लिहिलेलं नाही. ही काही केवळ घटनांचं निरूपण करणारी डायरी नाही.

त्यांच्या मनातलं कुतूहल वाढलं. एखादं प्रकरण संपावं, तशी मधूनच एखादी ओळ सोडून पुढं सुरुवात केली होती.

मरणाचा अर्थ समजेपर्यंत जीवन समजत नाही. केवळ जन्मणं त्यासाठी पुरेसं नाही. मरून जन्माला आलं पाहिजे. त्यानंतरच जीवनाचा खरा अर्थ समजतो. तीनवेळा मरायचा प्रयत्न केला, तरी विशिष्ट प्रकारचाच अनुभव आला. शुद्ध गेल्यासारखं- डोक्यात पाणी भरल्यासारखं-श्वास कोंडून जीव गुदमरत असतानाही पाण्याबाहेर यायला जमू नये, तसं. चढायला धडपडत असताना कुणी तरी पुन्हा खोल गर्तेत लोटून द्यावं तसं. भोवताली काळपट हिरवेपण भरून राहावं- खोल बुडत जावं-

पण मग बेशुद्धी आणि मृत्यू यांत काहीच फरक नाही काय? तसंच दिसतं खरं. फरक इतकाच- बेशुद्धीतून शुद्ध येऊ शकते- पण मृत्यू झाला, की माघारी येणं शक्य नाही. चांदण्याच्या रात्री सापाच्या बिळात हात घालून बसलो होतो, त्या वेळीही हाच अनुभव आला होता. नस न् नस टम्म सुजून थंडगार पडत असल्यासारखी निःशब्दता. कानांत भरून राहणारी बधिरता. सगळं स्तब्ध-निश्चल होऊन मस्तकात पाणी भरल्याचा अनुभव. आला-साप आला-थंडगार साप-कचकन चावला- वाट पाहिली. चांदणं वितळून पाणी होऊन वाहून जाईपर्यंत वाट पाहिली, तरी साप आला नाही- त्याचे विषारी दातही रुतले नाहीत!

नंजुंडेगौडानं थोबाडीत मारली, त्या वेळी फक्त चक्कर आली नव्हती. मरायची इच्छा. भिकाऱ्यानं का जगावं? ज्याला परत मारायची शक्ती नाही, त्यानं असा मार खाऊन का जगायचं? हिरवागार बधिरपणा. आयुष्यात कधीही उठू शकणार नाही, असं वाटायला लावणारं कोसळणं. गावाबाहेरचं वेळूच्या बनाजवळचं नागाचं वारूळ.

पाण्यात बुडाल्यावर जमीन चाचपून पुन्हा उडून उभं राहायची धडपड. केर लोटायला आलेल्यानं फक्त केर लोटतच राहायला पाहिजे. पाण्यावर पाण्यापेक्षा जड पदार्थ कसा तरंगेल?

जीव द्यायचा निर्धार केल्यावर क्षणार्धात मनातली भीती निघून गेल्याचा अनुभव आला. मन वेगळ्याच पातळीवर तरंगू लागलं. पण पाय आणि मांड्या का आवळल्यासारख्या झाल्या? मन मरायला तयार झालं, तर शरीर तयार होत नाही- असं का व्हावं? जगायची इच्छा मनाची म्हणायची, की शरीराची? पाणी नको, फास नको, विष नको- इंजिनाचं चाकच योग्य आहे, अशी भावना जन्मून, आपोआप मनात भरून राहिली, यामागंही काही तरी कारण असेल. पण त्या वेळी मी त्याचा विचार केला नव्हता. आता त्याचा पुन्हा एकदा विचार करून त्या वेळी अंतर्मनाची चाल कशी होती, याचा अंदाज घेता येईल, एवढंच. पाण्यात पोहताना किती आनंद भोगलाय् मी! उताणं पोहायचं- दोन्ही हात मागच्या बाजूला उशीसारखे तरंगत राहायचं. मग डोळ्यांवर पसरणारं पाणी- -डोळे उघडताच सप्तरंगी होऊन जाणारं पाणी! एवढं सुख दिलेल्या पाण्याचा मरणासाठी वापर करणं नको वाटलं. फास-विष हे आत्महत्येचं बायकी मार्ग. कुठल्याही अडथळ्याला न जुमानता धडाडत जाणारं इंजीन- तिपटूरला मी पहिल्यांदा पाहिलं, त्याच वेळी या आकर्षणाला बळी पडलो. हे आकर्षण विद्युत-इंजिनाला नाही! तिपटूरला असेपर्यंत गाडीची वेळ झाली, की मी गेटपाशी धावत जाऊन उभा राहत असे. मुंबईमध्येही तेवढ्यासाठी सेंट्रलला जात होतो. रेल्वेरुळांवरून मी दोनशे मैल अंतर चाललो आहे! बसचा वेगळा रस्ता असतानाही! हे कसलं आकर्षण?

मुनियम्मानं जवळ घेतलं, तेव्हा हाता-पायांना कंप सुटला होता, त्याचं कारण त्या वेळी समजलं नव्हतं. आताही त्याचा विचार करायला पहिजे. आताही सुचत नाही- ती कसली भीती होती? कुणाविषयीची भीती? जीव देण्यासाठी निघालेल्या माणसाला कसली भीती वाटणार? दोन तासांपूर्वी जीव द्यायचा निर्णय घेतला, त्या वेळी थरकाप जाणवला होता, तो वेगळाच. पहिल्यांदा स्त्रीचा सहवास अनुभवतानाही हाच अनुभव आला. असं का व्हावं? नवं जन्मणं-जुनं मरून जाण्याचा अनुभव यांमधला हा थरकाप असेल? मनाच्या दलदलीत मुळं रुतवणाऱ्या नैतिक भीतीमुळं जाणवलेला हा थरकाप असेल? आजही स्पष्टपणे आठवतं- 'अरे, एवढा काय घाबरतोस? इकडं बघ- किती थरथर कापतोस? असला कसला तू पुरुष रे? 'असं म्हणत रोगावर मात करणाऱ्या वैद्याप्रमाणे तिनं माझ्यावर पूर्णपणे कबजा मिळवला होता.

त्यानंतर बाणसंद्रला जाताना सगळं जगच बदलून गेल्यासारखं वाटत होतं. निळं-नितळ निरभ्र आकाश, एका झुळुकीसरशी तन-मन आनंदित करणारा, उत्साहानं भरून गेलेला वारा, रस्त्याच्या शेजारच्या काटेरी झुडुपांत फुललेली लालचुटुक

फुलं, दूरवर निश्चलपणे उभे असलेले निळे-काळे डोंगर- सगळं काही पुन:पुन्हा पाहावंसं वाटत होतं. सहा मैलांवर असलेल्या बाणसंद्रला जाऊन पोहोचायला त्या दिवशी साडेचार तास लागले- यात काय आश्चर्य?

त्या वेळी तर पुढं काय करायचं, काहीच ठरलं नव्हतं. मरणाचा विचार मात्र समूळ नष्ट झाला होता- पुन्हा कधीही डोकं वर काढणार नाही, अशा प्रकारे! त्या दिवसापासून आजपर्यंत खरोखरच मरणाचा विचार कधीही आला नाही. बेंगळूरमध्ये उपासपोटी नोकरी शोधताना, तिकीट नाही, म्हणून तुमकुरच्या स्टेशनवर पकडलं, त्या वेळी, त्यानंतर उन्हात तापलेल्या रेल्वेरुळांवरून चालताना पाय सुजून फुटले, तरी, पोलिस-स्टेशनमध्ये उघडं करून लाथा-बुक्क्यांनी मारलं, त्या वेळी- कधीही मरायची इच्छा वर आली नाही. आत्महत्येचा विचार पूर्णपणे नष्ट करून, त्याला मूठमाती देऊन मुनियम्मानं माझ्यामधल्या पुरुषत्वाला फुलवलं. काल सकाळी रांडांना शोधत आलेल्या त्या मद्रासी मित्रांना जीवनाचं कोसळणं ठाऊक नाही. जीवनाची वाट ठाऊक नाही. जीवनच ठाऊक नाही. स्त्री-पुरुषांनी मृत्यूला पिटाळून लावण्यासाठी जवळ यायला पाहिजे. मुनियम्मानं मला जीव दिला. पण यात तिला काय मिळालं? तिनं एका दमडीलाही का स्पर्श केला नाही?

त्यानंतरचं पान पूर्ण रिकामं होतं. वाचता वाचता हेडमास्तर अंतर्मुख झाले. शेवटचा भाग ते पुन्हा एकदा वाचू लागले. मध्ये दोन-तीन ठिकाणी पाणी पडल्यामुळं अक्षरं पुसट झाली होती. पण त्यांचं मन त्यातील विचारांत मग्न झाल्यामुळं तिकडे त्यांनी लक्ष दिलं नाही.

खरंय् हे. मरण समजल्याशिवाय जीवनाची किंमत समजत नाही. मला असा अनुभव कधीच आला नाही. आत्महत्या करावी, इतकं उत्कट दु:खही कधी आयुष्यात जाणवलं नाही. मग मला जीवनाची किंमत ठाऊक आहे काय? ठाऊक आहे, असं म्हणता येईल काय? माझं चिंतन कशा प्रकारे चालतं? साहित्य वाचणं- तेही 'क्लासिक' आहे, याची काळजी घेत! पुस्तकं विकत घेणं, संध्याकाळच्या थंड सुखद हवेत फिरून येणं. उत्तम कॉफीचे घुटके घेत साहित्यातीत पात्रांवर आणि प्रसंगांवर चिंतन करणं. प्रत्यक्ष आयुष्यात शक्यतो कुणालाही न दुखवता जगत राहणं! जीवन म्हणजे एवढंच! अंहं-

त्यांचं मन असमाधानी झालं. पुढं वाचावंसं वाटलं नाही. ते थोडं कठीणच वाटलं. खोलीत बसून राहणंही त्यांना नकोसं वाटलं. ते उठले आणि पायांत चप्पल चढवून बाहेर पडले.

चन्नरायपट्टणच्या रस्त्यानं ते काही अंतर चालत राहिले. रेल्वे गेट बंद होतं. पादचाऱ्यांसाठी जाता यावं, म्हणून छोटं गेट असलं, तरी न जाता ते तिथंच उभे राहिले. थोड्या वेळानं तिपटूरकडून गाडी आली. मालगाडी, की पॅसेंजर? आधी

इंजीन दिसलं. सगळं वातावरण आपल्या आवाजानं भरून टाकत-कुठलाही अडसर न पाहता पुढं येणारं इंजीन! त्या रौद्ररूपाकडे पाहता-पाहता त्यांच्या मनातही आकर्षण निर्माण झालं. एवढं दिवस मी हे दृश्य नियमितपणे बघतोय्- पण असं आकर्षण आजवर कधीही वाटलं नाही-

गाडी निघून गेल्यावर दोन्ही बाजूंची गेटं उघडली. बस, गाड्या, माणसं, ट्रक्स-बराच घोळका इकडून तिकडे आणि तिकडून इकडे गेला. ते एका बाजूला तसेच उभे होते. गर्दी ओसरल्यावर ते रुळांच्या शेजारच्या पाऊलवाटेनं तिपटूरकडे चालू लागले. थोडा अंधार पडायला सुरुवात झाली असली, तरी रुळांच्या बाजूला पाऊलवाटा दिसत होत्या. कत्तेनहल्ली मागं पडलं. वस्तीचा भाग मागं पडल्यावर ते रुळांवरून चालू लागले. पण त्यांना तोल सावरता येईना. चपलांमुळं पावलं नीट पडत नव्हती. चपला हातांत घेऊन चालताना थोडा-फार तोल सांभाळता येऊ लागला, पण तरीही पावलं दुमडल्यासारखी होताहेत.

तो रुळांवरून तुमकूर ते राणेबिन्नूर चालला, म्हणे!

ते तोल सावरत चालत असताना समोरून दोन मुलं आली. पायजमा-शर्ट घातलेली मुलं 'नमस्कार, सर-' म्हणत उभी राहिली. त्यांनीही त्यांचा नमस्कार स्वीकारत चौकशी केली,

'इकडं कुठं आलात, रे?'

'उगीच, सर!' दात विचकत मुलं म्हणाली.

एकाएकी त्यांना जाणवलं, आपण रुळांवरून तोल सावरत चाललो आहोत! ते रुळांवरून खाली उतरून शेजारच्या पाऊलवाटेवरून चालू लागले. वीस-पंचवीस पावलं चालल्यावर पायांत चपला चढवून, ते रुळांची संगत सोडून खाली उतरले-पुन्हा चढ चढून ते मोटारीच्या रस्त्यानं चालू लागले. काही वेळात ते रेस्टहाउसवर येऊन पोहोचले. आत शिरताना वाटलं,

असल्या रेस्टहाउसमध्ये राहणारा कसला प्रवासी म्हणायचा?

दहा-पंधरा मिनिटांत जेवणाचा डबा आला.

भाजी, पापड, लोणचं, सार, दही, भात- घरातल्या जेवणापेक्षा यात वैविध्य आहे!

जेवण झाल्यावर त्यांनी पुन्हा वही उचलली.

आता याला जीवन समजलंय्? जीवनाची किंमत समजलीय्? समजली असती, तर त्यानं आणखी एका जीवाविषयी का विचार केला नाही? मूल मेल्याचं त्या वेळी त्याला समजलं नसेल. बायकोनं रेल्वेखाली जीव द्यायचा प्रयत्न केला, हे त्याला ठाऊक नसेल. पण आपल्या अशा वागण्यामुळं असं घडू शकेल, हे त्याला समजलं नसेल काय? इतक्या कठोरपणे हा का वागला असेल?

त्यांनी वही उघडली. संध्याकाळी वही ठेवताना त्यांनी खूण ठेवली नव्हती. अंदाजानं पानं उलटत असताना एके ठिकाणी पानांच्या कडेला लाल रंग पुसटपणे पसरलेला दिसला.

कुंकवाचा डाग?

त्यांची नजर पुढील पानांवर फिरू लागली. पुढील पानावरच्या पहिल्या ओळीपासून ते वाचू लागले-

मालतीबाई माझ्याशी बोलू लागली. तिच्याशी एकरूप झाल्यापासून मला नीरसं दूध प्यायल्यासारखं झालं आहे. अगदी लहान असताना आई गाईचं दूध काढायची. धारोष्ण-फेसाळ दूध प्यायल्यावर आणखी काहीही नकोसं वाटावं, अशी चव-अशी तृप्ती! त्या वेळी कधी-कधी अर्धा-अर्धा तांब्या पोटात रिचवल्यावर पोट जड होऊन जाई आणि चेहरा आनंद आणि अभिमानानं फुलून जात असे! आताही तसंच झालंय् तिच्याशी खूप-खूप बोलावं म्हणून जीभ वळवळत असे. आता तेही जाणवत नाही. आमचं किती तरी बोलणं मौनातूनचं चालतं. तंबोरा घेऊन तिच्याबरोबर गावं- परस्परांनचं अस्तित्व एकमेकांत मिसळून जावं-

अलीकडे माझी गाण्यातली प्रगती चांगली चालली आहे. गवईच तसं सांगत होते. आता खऱ्या अर्थी माझं जीवन एका पातळीवर येऊन पोहोचलं, म्हणावं लागेल. आई गेली, त्याच दिवशी माझं बालपण संपलं. महादेवय्यांनी कितीही जिवापाड सांभाळलं, तरी मुलीच्या माघारी नातवाला सांभाळू पाहणाऱ्या आजोबांसारखीच त्यांचीही अवस्था होती. मी तसा एकटाच! शरबण्णा आणि गंगण्णा हे माझे दोघे मित्र. पण माझा एकाकीपणा दूर करणं त्यांनाही शक्य नव्हतं. मालतीनं माझ्या जीवनातली ती त्रुटी भरून काढली. यानंतर आता एकच राहिलं- मी आणि मालतीनं एका घरात राहायचं. यानंतर बस्सप्पाचं जेवण नको. तिनं मला स्वयंपाक करून वाढायला पाहिजे- मी तिच्याबरोबर जेवायला पाहिजे-

ही ओळ संपलेल्या ओळीतच पुढं लिहिलं होतं- पण शाईचा रंग बदलला होता-

मी वकिलांपेक्षा एक पाऊल पुढं गेलो आहे. त्यांचे चन्नव्वाशी असलेले संबंध सरलालाही ठाऊक आहेत. वकिलांनी कुणाला घाबरायची गरज काय? तरीही ते चन्नव्वाच्या हातचा स्वयंपाक का जेवत नाहीत? ते स्वत: कुठं तरी उंचावर राहतात आणि ती हात जोडून कुठं तरी खालच्या पायरीवर राहते! माझं आणि मालतीचं तसं नाही. संगीताच्या क्षेत्रात आम्ही दोघंही समान पातळीवर आहोत. नाटकातही आम्ही एका पातळीवर आहोत. मी सगळ्या समाजाच्या पुढ्यात तिच्या गळ्यात मंगळसूत्र बांधेन. आजवर कधीही मी तिच्या जातीची चौकशी केली नाही. आईच्या माघारी मला लोकांनी ज्या प्रकारे वाढवलं, त्यामुळं मला त्याची आवश्यकताच वाटत नाही.

वकील सोवळं नेसून जेवतात अणि स्वयंपाकघरात चन्नव्वा पाऊलही टाकत नाही-

पुढच्या पानावर लिहिलं होतं,

'मृत्यूनंतर आई किती तरी दिवस स्वप्नात यायची. दूरवर चांदण्यासारख्या मंद प्रकाशात तिचं अस्तित्व जाणवत राहायचं. मी स्पर्श करायला गेलो, की ती अदृश्य व्हायची. किती तरी दिवस मला ती थोपटून निजवत असल्याचं स्वप्न पडायचं. तिचा चेहरा मला स्पष्टपणे दिसायचा. हळूहळू ती विस्मरणात गेली. तरीही काही बायकांना पाहिलं, की मला तिचा चेहरा आठवायचा. अरसीकेरेत असताना तर याचा खूपच त्रास व्हायचा. काकांनी माझी मुंज केल्यावर मी तिचं श्राद्ध करू लागलो- मग तो त्रास कमी झाला. त्यानंतर मी किती तरी गावी भटकलो. तरीही तिची आठवण त्रास द्यायला आली नाही.

काल एकाएकी तिची आठवण आतून आली. कशी होती ती? माझ्यासारखी? आरशात पाहिलं, तरी स्पष्टपणे काही आठवलं नाही. रात्री थिएटरापाशी मालती टांग्यातून उतरली, त्या वेळी तीव्रपणे वाटलं- आई अशी दिसत होती! सगळं विसरून गेल्यावर एवढ्या तीव्रपणे जाणवलं; ती केवळ कल्पनाच म्हणायची काय? ती रंगायला बसली, तेव्हा तिच्यापाशी जाऊन मी हे सांगताच तिनंही सहानुभूती दाखवून विचारलं,

'त्या गेल्या, तेव्हा तुम्ही केवढे होता?'

'दहा वर्षांचा-'

तीही हळहळली.

कोवळ्या वयात आई गेल्यामुळं ती इच्छा कल्पनेत उमटली म्हणायची. नाटक- कंपनीत काम करणारी स्त्री. संगीत आणि अभिनय जाणणारी-त्यात रस असणारी. योग्य जोडी. मग का दूर झाले दोघं? पुढचं-मागचं काहीही समजत नाही.

त्यांनी पुढच्या पानावर नजर फिरवली.

गोल, सुबक मोत्यासारखं अक्षर-छापल्यासारखं. नुसती नजर फिरवली, तरी पुरेसं आहे. पुढं कुठंही तिचा पुन्हा उल्लेख नाही. नटी- गायिका. मग मुगूतिहळ्ळीची मुलगी कितीही देखणी असली, तरी मनात कशी भरणार?

आज एवढं पुरे- म्हणत त्यांनी वाचन थांबवलं आणि ते अंथरुणावर पडले. मुनियम्माचा संदर्भही तिथंच संपून गेला.

मालती-सुनंदा- सरला-मुनियम्मा. लग्न होण्याआधी याच्या आयुष्यात तीन बायका येऊन गेल्या. लहानपणी आई वारल्यानंतर मातृप्रेमाचं आवरण असलेल्या सुनंदाच्या संगतीत महिना काढल्यानंतर आता त्याला स्त्रीचं कोणतं रूप आकर्षित करेल?

या विचाराच्या तंद्रीत त्यांना झोपेनं घेरलं. पण लवकरच त्यांना जागही आली. घड्याळात पाहिलं, तर फक्त सव्वातीन वाजले होते. पाच मिनिटं अंथरुणातच

लोळून त्यांनी झोपेची आराधना केली. झोप आली नाही. ते पटकन उठून बसले. नाकावर चश्मा चढवत त्यांनी वही हातात घेतली. पुढचं पान फक्त पाऊणच भरलं होतं.

'या वहीत लिहून किती तरी दिवस होऊन गेले. मुंबईला आल्यापासून यात काहीच लिहिलं नाही. मी कोण व्हावं - कसं व्हावं, याविषयीचं मनातलं चित्र मी किती तरी वेळा बदललं! लहानपणी मनात चित्र होतं- घोड्यावर बसून गावोगाव भटकायचं. तिपटूरला रेल्वे पाहिली आणि रेल्वे इंजीनचा ड्रायव्हर व्हायची इच्छा प्रबळ झाली. दासरहळ्ळी नाटक मंडळीमधल्या राजाचा वेष करणाऱ्या मुनीरप्पासारखं व्हावंसंही वाटलं होतं. अरसीकेरेला आलो आणि सिनेमा टॉकीजचा ऑपरेटर व्हायच्या आशेत गुरफटून गेलो! हायस्कूलमध्ये शिकून मास्तर होण्यात महान पुरुषार्थ आहे, असं दोन वर्षं डोक्यात होतं. बाणसंद्रमध्ये मिलिटरी-जवान भेटाला, तेव्हा बंबार्डियर होण्याचा उत्साह नखशिखांत भरून राहिला होता. बेंगळूरहून निघालो, तेव्हा लक्षाधीश व्हायचं स्वप्न होत राणेबिन्नूरमध्ये हॉटेल मालक व्हायची जबर आकांशा! हुबळीत असताना महान नट आणि त्यानंतर महान गायक व्हायची अपेक्षा!

हुबळीहून मुंबईला निघालो, तेव्हा मात्र मनात तसं काहीही नव्हतं. मुंबईसारख्या महानगरीत काही तरी करून पोट भरता येईल, एवढाच विश्वास मनात होता. तरीही रेल्वेत बसून मुंबईला जाताना मनात आलं, माझं जीवन रेल्वे-इंजिनाप्रमाणे चाललं आहे. अमुक व्हां वं, म्हणून मी स्वतःला झोकून देतोयू आणि कुणी तरी रुळाचे सांधे बदलतं! मी त्या बदललेल्या मार्गानं धडाधड पुढं निघून जातोयू. त्यापेक्षा बसच बरी. निदान वळवण्याचं स्वातंत्र्य तरी चालकाला असतं. माझ्या हातांतच जीवनाचं चक्र राहिलं पाहिजे. या गावात मी व्हिक्टोरिया चालवली, ती माझी इच्छा म्हणून नव्हे. रुळांचे सांधे बदलले-त्यांवरून मी इंजीन नेलं, एवढंच! मला काय व्हायचंयू, याचा आता खरा मी विचार करायला लागलोयू. आता मी वीस-एकवीस वर्षांचा आहे. उगाच धावत सुटण्यापेक्षा थोडं थांबून आजूबाजूला- मागं-पुढं बघत पुढं जाणं चांगलं.'

शेवटची उपमा हेडमास्तरांना मनापासून पटली.

जीवन रेल्वे- इंजिनासारखं धावतं- कुणी तरी सांधे बदलावेत, तसा आपोआप मार्ग बदलला जातो. रस्ता बदलण्याचं स्वातंत्र्य असलेल्या बससारखं धावलं पहिजे. हे मुंबईमध्ये असताना यानं लिहिलं आहे. म्हणजे आता हा स्वतःचा मार्ग स्वतःच शोधून काढण्याच्या प्रयत्नात आहे काय? इथं त्याची स्पष्ट जाणीव दिसते खरी. व्हिक्टोरिया चालवायचा, म्हणे. त्याच सुमारास हे त्यानं लिहिलं आहे. यानं दिलेली इंजिनाची उपमा माझ्या जीवनालाही लागू पडते काय? वडलांनी शिस्तीनं शिक्षण घ्यायला लावलं. बी.ए. झाल्यानंतर अर्ज टाकला- शिक्षक झालो. शाळेत शिकत असल्यापासून वडलांनी वाचनाची आवड वाढवली होती. त्याप्रमाणे मी आपला

अजूनही वाचत असतो. अमुक एक व्हायचं, असं ठरवून यातलं काहीही झालेलं नाही. कुणी तरी कोलारला बदली करतं- पुन्हा अरसीकेरेला लोटतं!

ते कासावीस झाले. या आधीही त्यांनी आपलं जीवन आणि त्याची दिशा याचा विचार केला होता. त्या वेळी 'आपलं जीवन व्यर्थ चाललंय्' असं त्यांना कधीही वाटलं नव्हतं. सात्त्विक जगणं, आपली सगळी कर्तव्यं करत शक्य तितक्या चांगल्या प्रकारे संसार करून मुलांना चांगलं शिक्षण देणं- त्यांना मार्गी लावणं- एवढीच त्यांची आशा होती. या मार्गानं चालताना ते विचार करून चालले होते का?

पुढं वाचायला जमेना. त्यांनी उठून तोंड धुतलं. खरं तर, आता कॉफी प्यायला हवी. पण आता सव्वाचार वाजले आहेत. खोलीला कुलूप लावून ते चालत रेल्वेस्टेशनवर आले. कॉफी पिऊन थोडा वेळ तिथंच प्लॅटफॉर्मवरच्या बाकावर बसून राहिले.

कुडूरहून एक गाडी आली. राक्षसी शक्तीचं इंजीन! तरीही दिशा ठरवण्याचं स्वातंत्र्य नाही! पॉईंटमन वळवेल, त्या दिशेला वळायला पाहिजे.

काल संध्याकाळी रेल्वे इंजिनाविषयी वाटणारं आकर्षण आता ओसरून गेलं होतं.

थोडा वेळ तिथं बसून, आणखी एक स्पेशल कॉफी पिऊन ते उठले. मनात आलं-

रेल्वेपेक्षा बस बरी, पण त्यापेक्षा माणूसच उत्तम! त्याला उभं असलेल्या जागी फिरायचं स्वातंत्र्यही आहे!

रेस्टहाउसवर येऊन ते चश्मा बदलून वाचायला बसले. यानं काही क्रमानं घटना लिहिल्या नाहीत. त्यांनीही मधलंच पान काढून वाचायला सुरुवात केली.

'गंगण्णाच्या लग्नाला मीही गेलो होतो. मुलगी बघायला जाताना तो मला मोठ्या आग्रहानं घेऊन गेला होता. त्या वेळी मी एक पाहिलं- लग्नाच्या वेळी त्याच्यामध्ये फार मोठ्या प्रमाणात भावपालट झाला. हे निरर्थक आहे, म्हणून मी त्याला पदोपदी सांगितलं, तरी त्यानं तिकडं लक्ष दिलं नाही. कट्टेपूरचे धोरले रुद्रप्पा आणि त्यांची बायको पुट्टिरव्वा या दोघांनी त्याला कधीच बरी वागणूक दिली नव्हती. दत्तक घेऊ, वगैरे एकीकडे सांगत त्यानं वेश्यांवर दौलत उधळली- पण याला नवे कपडे शिवण्यासाठी चार पैसे कधी दिले नाहीत. पगारही न देता याला त्यांनी गुलामासारखं वागवलं. ती तर याचा पराकोटीचा द्वेषच करत होती. टॉकीज जळाल्यावरही त्यांनी याच्याशी कुठल्याही प्रकारचा संबंध ठेवला नाही. कष्टानं शिवण आत्मसात करून, रात्रं-दिवस मशीन तुडवून आपलं अन्न -वस्त्र मिळवत हा सुखात राहत आहे. आता लग्न करणंही योग्यच आहे. पण लग्नाच्या वेळी मी कितीही विरोध केला, तरी न ऐकता रुद्रपा आणि त्याच्या बायकोला बोलावून, त्यांना थोरपण देऊन, त्यांना धोतर आणि लुगड्याचा आहेर केला आणि आशीर्वादाची याचना केली! रामदासप्पांनी याच्याशी मुलीची गाठ घालून दिली आणि सगळी

परिस्थिती ठाऊक असतानाही मुलगी दिली बसवप्पांनी! यात त्यांच्या आशीर्वादाचं काय काम? शिवाय याचे वडील! लहानग्या गंगण्णाला मावशीकडे टाकून हा गृहस्थ दुसरं लग्न करून बायको-मुलांसह सुखात राहत होता! लग्नाच्या वेळी गंगण्णानं त्यांनाही मोठेपणा देऊन बोलावून घेतलं. त्यानं संधीचाही फायदा करून घेतला आणि दुसऱ्या बायकोच्या एका मुलाला- रुद्रेशाला- याच्या घरी शिक्षणासाठी ठेवलं! गंगण्णानंही त्याला ठेवून घेतलं! त्याला नवे कपडे शिवले. मी विचारलं, तर तो मलाच म्हणाला, 'प्रत्येकाचं कर्म त्याच्याबरोबर! माझा धर्मही मी पाळायला नको काय?' मानसिक दुर्बलतेमध्ये माणसाला वाटेल, तोच त्याचा धर्म? केवळ गंगण्णाच नव्हे- धर्माच्या नावाखाली बडबड करणारे सगळेच मनोधैर्य नसलेले आहेत. डोळ्यांना दिसणाऱ्या कुठल्या तरी नीतीचं टोक ही मंडळी बुडत्यानं आधारासाठी आकांतानं धरून ठेवावं, तसं धरून ठेवतात!

गंगण्णाचं बोलणं ऐकताना मलाही आमच्या पिताजींची आठवण झाली! त्यांना वडील म्हणता येईल काय? जीव-शास्त्राच्या दृष्टीनं ते सत्य असेलही. पण ते तेवढंच. एरवी चेन्निंगराय म्हणणंच अधिक योग्य! गंगण्णाची आई असताना तरी त्याच्या वडिलांनी त्याचं कौतुक केलं असेल- दुसरी बायको आल्यावर ते प्रेम अदृश्य होऊन कर्तव्याचाही विसर पडला असावा. पण चेन्निंगरायांचं तसंही नाही! बायको हयात असतानाही आपली खाज भागवणं यापलीकडचं त्यांना काहीही नव्हतं. शरीराची भूक- पोटाच्या भुकेसारखी, एवढंच. ते मेल्यावर माझ्या हातून त्यांना पिंडोदक मिळावं, म्हणून माझा काका मला शोधत अरसीकेरेला आला. माझा तर असल्या शास्त्र-कर्मावरचा विश्वासच उडून गेलाय्. त्याहीपेक्षा महत्त्वाचं म्हणजे, मी स्पष्टपणे सांगितलं, 'मी याला बाप मानत नाही- त्यामुळ मी यातलं काहीही करणार नाही.'

माझ्या या बोलण्याचा गंगण्णाला धक्काच बसला! त्यानं मला बळेच हेडमास्तरांकडे नेलं. विद्या कितीही वाढली, तरी आत जुनेपण कसं चिकटून असतं, याचं एक उत्तम उदाहरण म्हणजे आमचे हेडमास्तर! त्यांनी वाद घातला,

'काही का असेना, त्यांनी जन्म दिला नसता, तर तुला हा मिळाला असता काय? ते तुझे जन्मदाते होते, हे तू मान्य करतोस ना? तुझ्या जीवनाला काही किंमत असेल, तर त्याच्या दात्याचीही काही तरी किंमत मान्य करावीच लागेल. दुसरी गोष्ट विसरू नकोस. यांचं पितृत्व नाकारणं, म्हणजे तू तुझ्या आईवर चारित्र्यहननाचा आरोप करतोयूस! आईविषयी तुझ्या मनात श्रद्धा - गौरव आहे ना? वडलांशिवाय ती तुझी आई कशी झाली असती?'

त्यांच्याशी उगाच काथ्याकूट करत बसणं मला योग्य वाटलं नाही. मी मुकाट्यानं काकाबरोबर गेलो आणि रिकाम्या खांद्यावर जानवं चढवून शास्त्र उरकून आलो.

आता आईचा चेहराही आठवत नाही. सुरुवातीला काही वर्षं काही स्त्रिया आईची

आठवण करून द्यायच्या. आता ती आठवण पहिल्याइतकी छळत नाही. त्या वेळी जशी ती जिवंत असल्याप्रमाणे माझ्याशी समोर बसून सुख-दु:खाच्या गोष्टी करायची, जेवायला आग्रह करायची- आता तसं नाही. भावुकता बाजूला सारून वास्तवात जगायची आता सवय झाली आहे. स्थूल शरीर-सूक्ष्म शरीर या संज्ञांवर मी बाबाबुडन डोंगरावर असेपर्यंत काही दिवस विश्वास ठेवत होतो. तेव्हा आपण आईचं श्राद्ध करायचं सोडून दिलं, याचं मनाला वाईट वाटायचं. पण तिथून निघताना मनातला विश्वास आणि विचार यांवर पुन्हा एकदा चिंतन करायची पाळी आली. याला बाप म्हटलं नाही, तर त्यात आईच्या चारित्र्याचा का उपमर्द व्हावा? या पशु-पातळीवरच्या माणसाशी लग्न झाल्यामुळं त्याच्या निष्प्रेम वासनेमुळं गर्भार राहून, त्याचा संसार करणारी दुर्भागिनी ती! त्यातही संयम आणि विवेक राखून किती धडपडली ती! तिची चारित्र्य-शक्ती असामान्य आहे! रूढ समाजव्यवस्थेपासून दृष्टी बाजूला सारून याकडे पाहणं हेडमास्तरांना शक्य नाही.'

होय-त्यांना स्पष्टपणे आठवलं. विश्वनाथ एस्.एस्.एल्.सी. ला बसणार होता- त्या आधी काही दिवस त्याच्या गावाकडून त्याचे काका त्याला शोधत आले आणि म्हणाले,

'याचे वडील वारले - यानं गावाकडे येऊन त्यांचे दिवसकार्य करायला पाहिजेत.'

त्यावर यानं सांगितलं,

'माझा त्यावर विश्वास नाही- मी करणार नाही.'

जिवंतपणी दोघां भावंडांचं कधीही पटलं नसलं, तरी आता काकांना भीती होती आपल्या भावाच्या आत्म्याला मुक्ती न मिळण्याची! ते गंगण्णाला सोबत घेऊन डोळ्यांत पाणी आणून माझ्याकडे येऊन विनवू लागले. ही कसली श्रद्धा म्हणायची? त्यानंतर ही घटना अनेक वेळा आठवून पाहिली आहे. त्या वेळी माझ्या आग्रहामुळे त्यानं ते शास्त्र केलं. वादासाठी किंवा त्याला काही तरी करून गावी पाठवण्यासाठी मी तसं सांगितलं नव्हतं. आजही वाटतं- वडलांचं अस्तित्व नाकारणं, म्हणजे आईच्या चारित्र्यावर आघात करणं. पण ही व्याख्या तो अजिबात मान्य करत नाही! खरोखरच मला रूढ व्यवस्थेतून बाहेर पडून विचार करणं शक्य नाही काय?

बाहेरच्या झाडावर कावळ्यांची काव-काव ऐकू आली.

दररोज हे याच वेळी कलकलाट करतात. तिथीच्या दिवशी, पिंडाला कावळा शिवू दे, म्हणून दूर उभं राहणं म्हणजे पितृत्वाला मान्यता! आईच्या चारित्र्यासाठी खरोखरच याची आवश्यकता आहे काय? पण इतर दोन कोन नसतील, तर त्रिकोनाचा तिसरा कोन कसा तयार होईल? अंहं- हे काही फारसं बरोबर उदाहरण नाही, म्हणा-

वही बंद करून, खुर्चीवर पाठ टेकवून ते बसले. थोड्या वेळानं डोळ्यांवर झापड आली. त्यांनीही तिला सहकार्य दिलं. आत गेल्यासारखं होऊन सगळ्या शिरा सैल झाल्या. काही क्षण शांत वाटलं आणि 'गुर्रर्र-' या स्वतःच्याच घोरण्याच्या आवाजानं त्यांना जाग येऊन त्यांनी मान हलवली.

इथं येऊन फार दिवस झाले- आता लवकर कोलारहून सगळ्यांना बोलावून घेऊन संसार सुरू करायला पाहिजे. केवळ जन्म दिला आणि कर्तव्य केलं नाही, तर पितृत्व सिद्ध होत नाही. बीज + कर्तव्य = पितृत्व. अंहं. हीही व्याख्या खरी नाही. फारच सरळसोट व्याख्या होईल ही.

खिडकीतून नोकर येताना दिसला. त्यांनी उठून दरवाजा उघडला. कॉफी आणण्यासाठी त्याच्याकडे फ्लास्क देऊन ते पुन्हा वाचायला बसले.

एकेक पान वाचायला लागलं, तर अधिकच गोंधळ उडतोय्. एवढ्यात वाचायला नको, म्हणून ते दाढी करायला बसले. नंतर कॉफी झाली- अंघोळ झाली. तरीही वाचावंसं वाटेना. बीज + कर्तव्य एवढंच पुरेसं आहे? छे!

त्या दिवशी शाळेत त्यांना वरचेवर जांभया येत होत्या. त्यांनी शाळेत ती वही मुद्दामच नेली नव्हती. संध्याकाळी गंगण्णा रेस्ट हाऊसवर वही नेण्यासाठी येणार होता. 'अजून वाचून व्हायचं आहे- नंतर निरोप पाठवेन' अशी प्यूनकरवी त्याला चिठ्ठी पाठवून ते पुन्हा रेस्टहाउसवर आले आणि त्यांनी वही उचलली.

माणसा-माणसांमधले परस्पर संबंध परस्परांच्या मनातल्या भावनेप्रमाणे आहेत. यांपैकी काही मानवी संबंधांची मुळं कदाचित निसर्गात असतीलही. पण बाकी सर्व फक्त रूढी-परंपरा आहेत.

चन्नव्वा आणि वकिलांच्या संबंधांविषयी समजलं, तेव्हा आधी मी गोंधळून गेलो होतो- नाही- तसं नव्हे. किती तरी गोंधळातून मुक्त झालो होतो. वकिलांविषयीची माझ्या मनातली प्रतिमा अत्यंत आदर्शतेच्या मुशीतून तयार झाली होती. त्यांना स्त्रीची आवश्यकताच नसावी, असा काही तरी मी ग्रह करून घेतला होता. त्यापूर्वी वर्षभर मुनियम्मानं मला जीवन-दान दिलं, याचाही मला नेमका अर्थ समजला नव्हता. सुरुवातीला तरी मला चन्नव्वा एका सज्जन विधुराच्या परिस्थितीचा गैरफायदा घेऊन त्याचं शोषण करत आहे, असंच मला वाटलं होतं. त्या वेळी तर मी तिच्याशी बोलणंही सोडून दिलं होतं. काही तरी करून त्यांच्या मनातला विवेक जागा करायचा आणि त्यांना तिच्या तावडीतून वाचवायचं, या भ्रमात मी तीन आठवडे गुरफटून गेलो होतो. या संपूर्ण राणेबिन्नूरातच नव्हे, संपूर्ण जगातच एकटं जीवन कंठणाऱ्या वकिलांच्या जीवनाशी, काही अंशी का होईना एकरूप झालेली ती एकटी आहे- तीच त्यांची बायको- अंहं- बायकोपेक्षाही जास्त जवळची आहे, ही वस्तुस्थिती मला का समजली नाही?

हे वाचून हेडमास्तरांच्या मनात कुठलीही प्रतिक्रिया उमटली नाही. ते पितृत्वाच्या आकर्षणातच गुरफटून गेले होते. पण त्यातून पुढचं काहीच सुचलं नाही. त्यांनी वहीच्या अखेरच्या पानांवर नजर फिरवली.

काल गंगण्णा आणि रामदासप्पा आले होते. निखळ स्पष्ट बोलणंच नाही. सगळा खोटेपणा आणि मोठेपणा! माघारी निघून गेले. एक घटना आठवते. मी सातेक वर्षांचा असेन. त्या वेळी आमच्या गावी एक नाटक आलं होतं. जलंदर नावाच्या महापापी राक्षसाची गोष्ट. त्याचा संहार केल्याशिवाय जगाला सुटका नाही, हे देवांना ठाऊक आहे. पण त्याला मारलं, तर त्याची साध्वी बायको विधवा होईल- म्हणजे अधर्म होईल! देवता हतबल झाल्या आणि जलंदर जिवंत राहिला. धर्म आणि अधर्म एकमेकांशी मिसळून गेले आहेत, हे खरं. पण मग कुठलीच निश्चित क्रिया करायला नको काय? आपल्या लोकांची धर्मबुद्धीच अशी विचित्र! गंगण्णाचं तरी काय! बिचारी मुलगी चांगली आहे- रामदासप्पांची फसवणूक मनात ठेवली, तर मुलीला मार बसतो- असं अशांना वाटतं! पण मग शिक्षा-जबाबदारी-न्याय- अन्याय या शब्दांनाच काही अर्थ राहील काय?'

गंगण्णानं सांगितलं, तेच इथं ठामपणे लिहिलं आहे. त्यांनी पुढचं पान उलटलं.

काल सीनियर बी.ए.ची फी भरली. हे वर्ष पदरात पडलं, की डिग्री मिळेल. म्हणजे काय होईल? सकाळी दहा ते संध्याकाळी चार वाजेपर्यंत वर्गात बसायचं, प्रत्येक तासाला प्राध्यापकांचं भुंकणं ऐकायचं- काहीच वाढल्यासारखं वाटत नाही. त्याऐवजी माझ्यापुरता मी वाचत राहिलो, तर? किती छान वाटतं या विचारानं!

त्या पानाचा उरलेला भाग रिकामा होता. त्यानंतरच्या पानावर लिहिलं होतं-

'गंगण्णाचं पत्र येऊन तीन दिवस झाले. असं काही होईल, हे कसं मला समजलं नाही? अशा प्रकारचं काही भयानक घडू शकेल, या दृष्टीनं माझे विचार का धावले नाहीत? या तीन दिवसांत जिवाची तगमग होत आहे. एखाद्या न्याय- दान देण्याच्या जागेवर बसून एका फार मोठ्या अन्यायात सहभागी झाल्याच्या भावनेनं मन उद्ध्वस्त होऊन जातंय्. मृत्यूच्या पुण्यात न्याय-अन्यायाचा तराजू कोसळून जात आहे. सुनंदानं एवढ्यात घाई करायला नको होती- पण हे तरी ठरवणारा मी कोण? आत्महत्येच्या टोकाला जाऊन पोहोचलेल्यानं घाई केली, की पूर्णपणे संयमानं विचार केला, याविषयी इतरांनी निर्णय देणं खोटेपणाचं नाही काय? या सगळ्यामध्ये काहीही न समजणारं- आपलं जीवनही नीट न पाहिलेलं तान्हं बाळ का गेलं? दोषारोप करणाऱ्यावरच दोषी असल्याचा आरोप यावा, तसं झालंय् हे! सुनंदेला भेटून तिची क्षमा मागितली, तर?

हे वाचून त्यांना समाधान वाटलं. नि:श्वास सोडत त्यांनी चश्मा हातात घेतला. सगळ्या घटनांची त्यांच्या मनात जुळवणी सुरू झाली. आता सगळं नीट झालंय्,

असं वाटत असतानाच त्यांना गंगण्णानं सांगितलेलं आठवलं.

आता हा सरळ बायकोची क्षमा मागायलाच आला होता ना? त्या वेळी तिनं त्याच्याबरोबर जायला नकार दिला आहे. म्हणजे तो आता मुकाट्यानं नम्र होऊन आलाय् आणि ही आडमुठेपणा करतेय्! छेः! यानंतर हिलाच चार समजुतीच्या गोष्टी सांगून संसार सावरायला पाहिजे.

चश्मा पुन्हा डोळ्यांवर चढवून त्यांनी आणखी वाचायला सुरुवात केली. पुढं लिहिलं होतं,

कुणावर न्याय आणि अन्याय लादायचा? असल्या सूक्ष्म भावनेचा स्पर्श नसलेले रामदासप्पा एकीकडे आणि मी आणि सुनंदा दुसरीकडे. कुणावर काय आरोप करायचा? सुनंदा रेल्वे-इंजिनाखाली जीव द्यायला गेली होती. अंतराचा अंदाज चुकल्यामुळं तिचा जीव वाचला. ड्रायव्हरनं लांबून तिला पाहून गाडी थांबवली नसती, तर मी एकटाच न्याय मागणारा राहिलो असतो! त्या दिवशी तिचा देह वाचला; पण मन? पुन्हा रूळांचं आकर्षण वाढू लागलं, तर? मुनियम्माची आठवण येते. मला मुनियम्मानं वाचवलं. सुनंदाला कोण वाचवणार?

त्याच पानावर काही अंतरावर एकच ओळ लिहिली होती-

आज निश्चय केला- बी.ए. शिकायचं सोडून दिलं ...

पुढचं पान शेवटचं होतं. त्यांनी ते पान सावकाश वाचून काढलं-

आपल्यासाठी- केवळ स्वतःसाठी म्हणून लिहिलेल्या रोजनिशीमध्ये पूर्ण सत्य असेल, अशी माझी समजूत होती. वकिलांचं म्हणणं अगदी खरं आहे. इथंही वेगळंच घडत असतं. आपण चितारत असलेल्या आपल्या चित्राला आनंद होईल, अशा प्रकारे आपलं सत्य रूपांतरित होत असतं. स्वतःच्या चित्रणातून प्रकाश टाकायचं थांबवलं, तर खरा रंग आणखी शुद्ध रूप घेईल, की काय, कोण जाणे! रामोजीबरोबर मी आत्मनिष्ठ प्रामाणिकता राखून आहे. तो दररोज पिऊन पडलेला असतो. राबून, गिऱ्हाइकांचा विश्वास कमावून मिळणाऱ्या पैशांपैकी निम्मा पैसा मी त्याला देतो. प्रामाणिकपणे देतो. आजवर मी त्याला दीड हजार रुपये तरी दिले असतील. पाचशे रुपयांचं मशीन, इतर सामान- एवढ्या अवधीत माझं स्वतःच्या मालकीचं दुकान झालं असतं. कशाला हवा हा प्रामाणिकपणा? रामदासप्पांच्या फसवणुकीला प्रत्युत्तर म्हणून मी इथं अतिप्रामाणिकपणा दाखवत नाही ना? मग या निकषावर मी इतरांना तोलत राहणं योग्य ठरेल काय?

हेडमास्तरांनी हा परिच्छेद दोन-तीनदा वाचला. ताबा सुटून एखाद्या खड्ड्यात जाऊन आपटावं, तसं त्यांना झालं. पण आत कुठं तरी ते पटलंही.

त्यांनी पुढचं पान उलटलं. बाकीची पानंही उलटून पाहिली. यानंतर त्यात कुठंच काहीही लिहिलं नव्हतं. वहीच्या पहिल्या पानावर एक दहा रुपयांची नोट

चिकटवली होती. म्हणजे नोटेचा पांढरा भाग कणभर चिकटवला होता.

ही नोट कुणाची? इथं का आली असेल?

त्यांनी पुन्हा एकदा वही पहिल्यापासून शेवटपर्यंत चाळली. वहीबरोबरचा सुटा कागदाचा तुकडा खाली पडला. त्यांनी ते सुनंदाला लिहिलेलं पत्र पुन्हा वाचलं. आता ते अधिक स्पष्ट झालं.

तिला ही रोजनिशी वाचून त्याच्याकडे जायचं असेल, तर तिच्या गाडी खर्चासाठी म्हणून त्यानं ही नोट ठेवली आहे. तिनं हे पैसेही नाकारले आहेत! त्याला नाकारावं, तसं! गंगण्णा सांगतो, तसं पाहिलं, तर दहा रुपये म्हणजे तिच्या दृष्टीनं किरकोळ रक्कम नाही! तरीही ती नाकारली आहे. त्याअर्थी तिचाही निर्धार ठाम दिसतो!

त्यांचं मन कष्टी झालं.

असं घडायला नको. हिनं असं का करावं? वडलांचा प्रभाव? पण तिनंच वडलांचा दावा-पोटगीचा हट्ट ठामपणे नाकारला ना?

त्यांनी पुन्हा वही उचलली.

दोनशे पानी नोटबुक. यातला जेमतेम तिसरा भाग लिहून भरला आहे. बाकी वही रिकामी- अंहं- अजून लिहून व्हायची आहे. यायचं नसेल, तर त्यानं वही रजिस्टर्ड पोस्टानं पाठवून द्यायला लिहिलं आहे. 'यावर माझा मोह जडला आहे- यानंतरही लिहायचा विचार आहे-' काय लिहील हा? काही अंदाज येत नाही. सुमारे दोन वर्षांचा त्याच्याशी परिचय आहे. त्यातही वर्षभर भरपूर गप्पा मारत होतो. माझी स्वत:ची पुस्तकं आवडत्या विद्यार्थ्यांना वाचायला द्यायच्या माझ्या पद्धतीप्रमाणे त्यालाही मी देत होतो. एक दिवस तो मला म्हणाला,

'तुमच्यापाशी फक्त ललित वाङ्मयच आहे. किती म्हणून वाचायचं ते?'

त्याच्याशी किती तरी दिवस फिरायला जाताना भरपूर गप्पा मारायची सवय होती. एवढा परिचय असला, तरीही हा असा वागेल किंवा बोलेल, म्हणून मला सांगता येणार नाही.

त्यांनी फसवलं, तरी मी पुढं शिकणार!- अशा हट्टानं तो पुढं शिकत राहिला आणि आता शिक्षण सोडलं, म्हणून लिहून मोकळा झालाय्! कशाला शिक्षण सोडायचं? पुढं शिकला असता, तर काय झालं असतं? माझ्यासारखं शिक्षण-नोकरी-संसार-जेवण-कॉफी-फिरणं-

कुठल्या ना कुठल्या मार्गानं त्याला गाठून जाणून घेण्यासाठी त्यांचं मन तळमळत होतं. पण हाती काहीच लागत नव्हतं.

चश्मा काढून ते डोळे मिटून बसून राहिले.

नि:शब्दता. संपूर्ण रेस्टहाउस नि:शब्दतेनं घेरून गेलं होतं. पाण्यात बुडून राहावं, तसं. कुठल्या तरी एखाद्या कोपऱ्यात एक अस्पष्ट विचार तरंगत राहिला-

तो गेला, तरी ती ऐकणार नाही. मी गेलो- तिच्या वडलांना सांगितलं- तिला समजावलं, तरीही ती ऐकणार नाही. 'तुझा तू निर्णय घेताना गळ्यात मंगळसूत्र नाही, ते ठीकच आहे-' म्हणून त्यानं लिहिलंय्.

पुन्हा स्तब्धता- खोल खोल गेल्याची भावना-

'सर-' कुणी तरी हाक मारल्याची भावना - आवाज. हा टी.एन्.आर्. चा आवाज.

आता हे का आले डिस्टर्ब करायला?

त्यांनी कासावीस होऊन दरवाजा उघडला.

ते म्हणाले,

'सर, यू आर लकी! एक चांगलं घर रिकामं आहे. आम्ही सगळ्यांनी घरमालकाला चाळीस रुपये भाड्यासाठी तयार केलंय्-'

धोतराचा सोगा आवरून ते खुर्चीवर बसले. पण लवकरच, हेडमास्तरांचा गप्पांचा मूड नसल्याचं त्यांच्या ध्यानात आलं.

काही क्षण शांततेत गेल्यावर हेडमास्तरांनी सांगितलं,

'संध्याकाळी इथं आलो, तेव्हा घरून पत्र आलं होत. एवढ्यात इथं फॅमिली आणणं शक्य नाही.'

'पण, सर, नंतर अशी चांगली जागा मिळणं कठीण आहे. इथं आणखी किती दिवस राहता येईल? वेगळी खोली घ्यायची, म्हणजे पंचवीस- तीस रुपये सहज जातील दरमहा. शिवाय दूध-पाणी. इथं दोन खोल्या, स्वतंत्र स्वयंपाकघर आणि कोठीची खोली- सगळं नीट आहे. यावर तुमची मर्जी!'

पुन्हा काही क्षण ते विचारमग्न झाले आणि म्हणाले,

'तुमचंही खरंय्! पण तूर्त एक खोलीच पाहा. भाडंही थोडं कमी-जास्त चालेल.' टी.एन्.आर्. काहीच बोलले नाहीत.

पाच मिनिटांनी हेडमास्तर कुलूप-किल्ली घेऊन 'मला बाहेर जायचंय्... एकांच्या घरी-' म्हणत बाहेर पडले आणि टी.एन्.आर्. निघून गेल्यावर पुन्हा दुसऱ्या रस्त्यानं रेस्टहाउसमध्ये शिरले. दिवा न लावता अंधारातच ते खुर्चीवर बसून राहिले. काही वेळानं सावकाश पुन्हा मन विचारमग्न झालं.

वहीमधली खुणेची काडी सुनंदानंच ठेवली असेल काय? होय. तसंच वाटतं. तो कुंकवाचा डाग वहीवर डोकं ठेवल्यामुळं पडला असावा.

त्यांना एकाएकी आठवलं-

डोळ्यांतल्या पाण्यामुळं अस्पष्ट झालेलं पान कुठलं?

त्यांनी दिवा लावला आणि पानं उलटून पाहू लागले.

बहुतेक आत्महत्या-मुनियम्मा या संदर्भातलं वाचताना सुनंदाच्या डोळ्यांत

पाणी आलं असावं. तिला त्याच्या जीवनात अशा प्रकारे आलेल्या बायकाच महत्त्वाच्या वाटतात काय? त्यांतील एकीपासून तो स्वत:च दूर झाला. दुसरीशी नेमकं काय घडलं, ते या वहीवरून समजत नाही. काही का असेना, त्या सगळ्या लग्नाआधी घडून गेलेल्या घटना आहेत. आता त्यांच्यापैकी कुणी हिच्या नवऱ्याला हिच्यापासून ओढून घेईल काय? की विश्वनाथ काय म्हणतो, हेच तिला समजलं नसेल? मला जसं या रोजनिशीविषयी आकर्षण वाटलं, तसंही तिला वाटलं नसेल काय?

त्यांनी पुन्हा वही चाळली.

मृत्यू समजेपर्यंत जीवन समजत नाही. नुसतं जन्मणं पुरेसं नाही- मरून जन्मायला पाहिजे-

क्षणार्धात त्यांना उलगडा झाला,

तिनं मृत्यू जाणला आहे! ती स्वत: मरून जन्मली आहे! मुलाच्या मृत्यूची जबाबदारी वाहत ती नवा जन्म जगत आहे! तिला जीवनाची किंमत कळाली नसेल? तिनं जीवनाचा जो अर्थ जाणला आहे, तो त्याला समजलेला नाही. तिनं जाणून घेतलेल्या जीवनात त्याच्या अस्तित्वाला अर्थ नाही.

हे बरोबर नाही! मला तिला भेटलं पाहिजे. ती मुगूतिहळ्ळीहून तिपटूरला निघून गेली असेल, तर तिथं जाऊन भेटायला पाहिजे. 'सुनंदम्मा, तुम्ही फक्त एका बाजूनं विचार करू नका' असं परोपरीनं सांगून तिला समजवावं लागेल. कदाचित तिलाही ते पटेल. पण तिनं 'माझ्याएवढं त्याच्याविषयी तुम्हांला कुठं ठाऊक आहे?' असं विचारून निरुत्तर केलं, तर? ही वही पूर्णपणे वाचली- पुन:पुन्हा वाचली, तरी तिच्या या प्रश्नाला उत्तर देणं शक्य नाही. त्याऐवजी ही वही घेऊन म्हैसूरला गेलो आणि त्याला भेटून 'तुझी वही मी तुझ्या संमतीशिवाय वाचून काढली. तुझं जीवन मला आणखी जाणून घ्यायचंय्- तू सांग' म्हणून विनंती केली, तर? उद्या शनिवार. दुपारच्या गाडीनं निघालं, तर रात्री त्याच्या खोलीत बसून- हे योग्य होईल.

या विचारासरशी त्यांना परिहार मिळाल्यासारखं वाटलं.

काही का असेना, ही जोडी एकत्र आणायला जमलं, तर उत्तमच आहे- निदान त्याच्याविषयी आणखी जाणून तर घेता येईल.

याच विचारात त्यांनी येणाऱ्या झोपेचं स्वागत करत कूस बदलली. पाठोपाठ समाधानाच्या जागी प्रश्न उमटले:

समोर बोलत असतानाही तो कितपत सत्य सांगू शकेल? त्यातलं मी किती जाणून घेऊ शकेन?

❖

www.ingramcontent.com/pod-product-compliance
Lightning Source LLC
LaVergne TN
LVHW041703060526
838201LV00043B/546
* 9 7 8 8 1 7 1 6 1 4 2 9 5 *